தமிழகத்தின் வருவாய்

[சங்க காலம் முதல் கி.பி.13ஆம் நூற்றாண்டு வரை]

முனைவர் தா.ஜெயந்தி

தடாகம்

தடாகம்

தமிழகத்தின் வருவாய்

◆ ஆசிரியர்: முனைவர் தா. ஜெயந்தி ◆ உரிமை : ஆசிரியருக்கு ◆
முதற்பதிப்பு : ஆகஸ்ட் 2018 ◆
அட்டை வடிவமைப்பு : ஓவியர் மணிவண்ணன் ◆

Thamizhagaththin Varuvaai◆ *Author - Dr.D.Jayanthi*
(C) Author ◆ First Edition - August 2018

Published by Thadagam, 112,Thiruvalluvar Salai,
Thiruvanmiyur, Chennai 600041

Phone : +91- 44 - 4310 0442 | +91 - 89399 67179
www.thadagam.com ◆ info@thadagam.com

ISBN: 978-81-934765-7-4
INR : 200.00

தமிழ்

தமிழகத்தின் வருவாய்:
சங்ககாலம் முதல் 18ஆம் நூற்றாண்டு வரை
முனைவர் தா.ஜெயந்தி

வரலாற்றுச் சிறப்புமிக்க காஞ்சி மாநகரில் பிறந்தவர். எஸ்.ஆர்.எம் அறிவியல் மற்றும் தொழில்நுட்பக் கல்வி நிறுவனத்தின் அறிவியல் மற்றும் கலையின் புலத் தமிழ்த்துறையில் உதவிப் பேராசிரியராகப் பணியாற்றி வருகிறார். சங்க இலக்கியம் மற்றும் வரலாற்று ஆய்வுகளில் ஆர்வம் மிக்கவர். இதழ்கள் மற்றும் தேசிய பண்பாட்டுக் கருத்தரங்குகள் பலவற்றிற்கு தொடர்ந்து ஆய்வுக் கட்டுரைகள் வழங்கி வருகிறார்.

இந்நூல், இவரது முதல் படைப்பாகும்.

வாழ்த்துரை

சங்க காலம் முதல் கி.பி. 13ஆம் நூற்றாண்டு வரை தமிழகத்தின் வருவாய் எவ்வழிகளில் எல்லாம் கிடைத்தது என்பதை இந்நூலின் வழி அறிந்து கொள்ள இயலும். பண்டைக் காலத் தமிழகத்தின் முக்கிய வருவாயானது மக்களிடமிருந்து பெறப்பட்ட வரிப் பொருளாகும். மேலும், இலக்கியங்கள் மற்றும் வரலாற்று ஆவணங்கள் வழி தமிழகத்தில் வரி வசூலிக்கப்பட்டுள்ளமையை ஆய்வின் வழி இந்நூலாசிரியர் தெளிவுபடுத்தியுள்ளார். இவற்றில், எவற்றிற்கெல்லாம் வரி விதிக்கப்பட்டுள்ளது என்பதும், அவ்வரி எப்பெயர்களில் வசூலிக்கப்பட்டது என்பதும் அவ்வரியின் மூலம் பெறப்பட்ட தொகை எவற்றிற்கெல்லாம் பயன்பட்டுள்ளது என்பதையும் விளக்குவதாக இந்நூல் அமைகின்றது.

எஸ்.ஆர்.எம் அறிவியல் மற்றும் தொழில்நுட்பக் கல்வி நிறுவனத்தின் அறிவியல் மற்றும் கலையின் புலத் தமிழ்த்துறையில் உதவிப் பேராசிரியராகப் பணியாற்றி வரும் முனைவர் தா.ஜெயந்தி அவர்கள் "தமிழகத்தின் வருவாய் – சங்க காலம் தொடங்கி 13ஆம் நூற்றாண்டு வரை (இலக்கியம் மற்றும் வரலாற்று நூல்களின் வழி)" என்னும் தலைப்பில் மேற்கொள்ளப்பட்ட முனைவர்பட்ட ஆய்வினை தற்போது நூலாக்கம் செய்து வெளியிடுகின்றார்.

எஸ்.ஆர்.எம் அறிவியல் மற்றும் தொழில்நுட்பக் கல்வி நிறுவனம் தலைசிறந்த மாணவர்களை உருவாக்குகிறது. இக்கல்வி நிறுவனத்தில் நிகழ்த்தப்பட்ட இந்த ஆய்வேடும் தலைசிறந்த ஆய்வேடாகவே என்னால் கருதப்படுகிறது. இந்த ஆய்வேட்டின் நூல் வடிவமே தற்போது வெளிவரவுள்ளது. முனைவர் தா.ஜெயந்தி அவர்களின் சிறப்பான ஆய்வுச் சிந்தனையின் வழியும் கடுமையான உழைப்பின் வழியும் வெளிவரும் இந்நூல் தமிழ்சமூகத்தால் மிகுந்த பாராட்டுக்குரிய நூலாக அமையும் என்பது திண்ணம்.

முனைவர் இரா. பாலசுப்பிரமணியன்

வாழ்த்துரை

ஒரு நாட்டின் பொருளாதார வளம் அந்நாட்டின் வருவாய் மூலங்களின் வழியேதான் சிறந்தோங்க முடியும். அவ்வகையில் பழந்தமிழர்கள் சிறந்த வருவாய் மூலங்களுடன் கூடுதலாக வரியையும் திறையையும் பெற்று சிறந்த பொருளாதார வளம் கொண்டவர்களாகத் திகழ்ந்தனர்.

பழந்தமிழர்கள் விவசாயத்தை முக்கியத் தொழிலாகக் கொண்டிருந்தனர். அதனோடு கால்நடை வளர்த்தல், மீன் பிடித்தல், முத்துக் குளித்தல், நெசவுத்தொழில், மட்பாண்டத் தொழில், உள்நாட்டு வாணிபம், அயல்நாட்டு வாணிபம் போன்ற தொழில் களிலும் சிறப்புற்று விளங்கினர். அவர்கள் வகுக்கப்பட்ட முறைப்படி ஒழுங்கமைப்புடன் வருவாயைப் பெற்று தலைநிமிர்ந்து இருந்தனர். இந்நூல் இதனை இலக்கிய மற்றும் வரலாற்றுச் சான்றுகளின் வழியே எடுத்தியம்புவதாக அமைகிறது.

எஸ்.ஆர்.எம். பல்கலைக்கழகத்தில் எனது மேற்பார்வையில் தமிழ்த்துறையில் முனைவர் பட்ட ஆய்வினை நிகழ்த்தி முனைவர் பட்டம் பெற்ற என் அன்பிற்கும் பாராட்டுதலுக்கும் உரியவர் இந்நூல் ஆசிரியர் முனைவர். தா.ஜெயந்தி.

இவர் முனைவர் பட்ட ஆய்வினை மேற்கொள்ளும் காலத் திலேயே அரிய தேடலுடன் கடின உழைப்பும் விடா முயற்சியும் கொண்டவராகவும் இலக்கிய ஆய்வில் ஆழ்ந்து விளங்கும் ஆய்வாளராகத் திகழ்ந்தார். அவரின் இக்குணங்களே அவரைச் சிறந்த ஆய்வாளராகவும் நூலசிரியராகவும் அடையாளப்படுத்துகின்றன.

முனைவர் தா.ஜெயந்தியின் அனைத்து முயற்சிகளுக்கும் எப்போதும் ஊக்கமும் ஆக்கமும் அளிப்பவர் அவரது கணவர் சி. தமிழரசன். இவர் எப்போதும் என்னிடத்தில் ஜெயந்தியின் வளர்ச்சி குறித்துப் பேசுபவர். அவரின் உந்துதலும் ஜெயந்தியின் குடும்பத்தினரின் ஊக்கமும் என்றும் அவருக்குப் உறுதுணையாக இருப்பது பாராட்டுதலுக்கும் மகிழ்ச்சிக்கும் உரியது.

இவர் தொடர்ந்து ஆய்வுப் பணியில் ஈடுபட்டு பல கட்டுரைகளையும் நூல்களையும் வெளியிட வேண்டும் என்று ”ஈன்ற பொழுதினும் பெரிதுவக்கும்” மனமகிழ்வுடன் வாழ்த்துகிறேன்.

முனைவர் வ.தனலட்சுமி

என்னுரை

சங்க காலம் தொடங்கி கி.பி. 13 ஆம் நூற்றாண்டு வரை தமிழகத்தின் வருவாய் எவ்வழிகளில் எல்லாம் கிடைத்தது என்பதை இந்நூலின் வழி அறிந்து கொள்ள இயலும். பண்டைக் காலத் தமிழகத்தின் முக்கிய வருவாய் மக்களிடமிருந்து பெறப்பட்ட வரிப் பொருளாகும். மேலும், தமிழகத்தில் வரி வசூலிக்கப்பட்டுள்ளமை குறித்து இலக்கியங்கள் மற்றும் வரலாற்று ஆவணங்கள்வழி அறியமுடிகிறது. இவற்றில், எவற்றுக்கெல்லாம் வரி வசூலிக்கப்பட்டன என்பதும், எப்பெயர்களில் வரி வாங்கப்பட்டுள்ளன என்பதும் அவ்வரியின் மூலம் பெறப்பட்ட தொகை எதற்காகப் பயன்பட்டுள்ளன என்பதையும் அறிந்து கொள்வதை நோக்கமாகக் கொண்டு இந்நூல் அமைகின்றது.

இந்நூலின் தொடக்கம் முதல் இறுதிவரை எனக்கு உறுதுணையாய் இருந்து எனக்கு ஏற்பட்ட சந்தேகங்களையெல்லாம் தெளிவுபடுத்தியும் நான் அறியாத தொழில்நுட்பங்களை எனக்கு தெரியப்படுத்தியும், நூலினை நல்ல முறையில் செய்திட அறிவுறுத்தியும் அனைத்து உதவியும் புரிந்த என் நெறியாளர் முனைவர் வ. தனலட்சுமி அவர்களுக்கு என் மனமார்ந்த நன்றியைத் தெரிவித்துக் கொள்கின்றேன். இந்நூல் குறித்த தெளிவைப் பெற அவ்வப்போது அறிவுறுத்தி வழிநடத்திய முனைவர் ர.பூங்குன்றன், முனைவர். கு.அரசேந்திரன், மற்றும் முனைவர். இரா. சீனிவாசன் ஆகியவர்களுக்கு நெஞ்சார்ந்த நன்றியைத் தெரிவித்துக் கொள்கின்றேன். இந்நூல் வெளிவருவதற்கு முழு ஆதரவும் ஊக்கமும் அளித்த தமிழ்த்துறைப் பேராசிரியர்களான முனைவர் த. இரா. ஹெப்சிபா பியூலா சுகந்தி, முனைவர். சு. சரஸ்வதி, மற்றும் முனைவர் பா. ஜெய்கணேஷ் ஆகியவர்களுக்கு என் நன்றியைத் தெரிவித்துக் கொள்கின்றேன்.

நான் இந்நூலினை உருவாக்குவதற்கு முழுகாரணமாக இருந்து எனக்கு எல்லா நேரங்களிலும் உதவி செய்து ஊக்கமளித்த என் பெற்றோர் சு. தாஸ் , தா. அன்னபூரணி அவர்களுக்கு என் மனமார்ந்த நன்றியைத் தெரிவித்துக் கொள்கின்றேன். எவ்வித இடையூறும் இன்றி இந்நூல் முழுமையுற எனக்கு உதவிய என் கணவர் சி. தமிழரசன் அவர்களுக்கும் என் மகன் த. ஜெ.ரித்துன் அவர்களுக்கும் என் நன்றியை உரித்தாக்குகின்றேன். இந்நூல் உருவாக்கத்திற்குத் தேவையான துணைநூல்களை அவ்வப்போது தேவைப்படும் நேரத்தில் எல்லாம் எவ்வித மறுப்புமின்றி விருப்பத்துடன் அளித்துதவிய எஸ்.ஆர்.எம். பல்கலைக்கழக நூலகம், தமிழ்ப்பேராயம் மற்றும் வாலாஜாபாத் கிளை நூலகம் முதலிய நூலகங்களுக்கும் அதன் நூலகத்தாருக்கும் என் நன்றியைத் தெரிவித்துக் கொள்கின்றேன்.

முனைவர் தா.ஜெயந்தி

பொருளடக்கம்

முன்னுரை	13
வருவாய் சொற்பொருள் விளக்கம்	15
வருவாய் நிர்வாகம்	41
அரசு உருவாக்கம்	65
இலக்கியங்களின் வழி வருவாய்	103
வரலாற்று நூல்களின் வழி தமிழகத்தின் வருவாய்	153
பின் இணைப்பு	216

முன்னுரை

பண்டைக் காலத் தமிழகத்தின் முக்கிய வருவாய் மக்களிடமிருந்து பெறப்பட்ட வரிப் பொருளாகும். மேலும், தமிழகத்தில் வரி வசூலிக்கப்பட்டுள்ளமை குறித்து இலக்கியங்கள் மற்றும் வரலாற்று ஆவணங்கள்வழி அறியமுடிகிறது. இவற்றில், எவற்றுக்கெல்லாம் வரி வசூலிக்கப்பட்டன என்பதும், எப்பெயர்களில் வரி வாங்கப்பட்டுள்ளன என்பதும் அவ்வரியின் மூலம் பெறப்பட்ட தொகை எதற்காகப் பயன்பட்டுள்ளன என்பதையும் அறிந்து கொள்வதை நோக்கமாகக் கொண்டு இந்நூல் அமைகின்றது.

சங்க காலம், சங்கம் மருவிய காலம், பல்லவர் காலம், பிற்காலச் சோழர் காலம் ஆகியன இந்நூலின் எல்லையாக அமைகின்றன. சங்க காலம், சங்கம் மருவிய காலம், பல்லவர் காலம், பிற்காலச் சோழர் காலத்தில் தோன்றிய இலக்கியம் மற்றும் அக்காலக்கட்டம் குறித்த வரலாற்று நூல்கள் முதலியன இந்நூலின் முதன்மைச் சான்றாதாரங்களாக அமைகின்றன. கல்வெட்டு, செப்பேடு, ஆய்வுக் கட்டுரைகள், திறனாய்வு நூல்கள் முதலியன இந்நூலின் துணைமைச் சான்றாதாரங்களாக அமைகின்றன.

இந்நூல் முன்னுரை நீங்கலாக ஐந்து இயலாகப் பகுக்கப் பட்டுள்ளன. முதல் இயலாக "வருவாய் சொற்பொருள் விளக்கம்" எனும் தலைப்பின்கீழ் உரிய செய்திகள் தொகுக்கப்பட்டுள்ளன. 'வருவாய்' என்னும் சொல் உணர்த்தும் பொருள், வரியின் வகைகள், வரிப் பொருள் எப்பெயர்களில் எல்லாம் பெறப்பட்டன போன்றவை இத்தலைப்பின் கீழ் விளக்கப்பட்டுள்ளன.

இரண்டாம் இயலாக வருவது "வருவாய் நிர்வாகம்" ஆகும். அதில் அரசாங்க வரவையும் செலவையும் கவனிக்கப் பொருள் துறை (இலாகா) ஒன்று தனியே இயங்கி வந்தது. அவ்வரிவிதிப்புத் துறை எவ்வகையில் செயல்பட்டது என்பதும் அத்துறையின் மூலம் மக்களிடமிருந்து எவ்வகையில் வரி வசூலிக்கப்பட்டுள்ளது என்பது குறித்தும் ஆய்வதே இவ்வியலின் நோக்கமாகும்.

"அரசு உருவாக்கம்" என்னும் மூன்றாம் இயலில் சங்க காலம் தொடங்கி கி.பி. 13 ஆம் நூற்றாண்டு வரை ஆட்சி அமைப்பும் அரசு உருவாக்கமும் எந்நிலையில் இருந்தது என்பதை ஆய்ந்து எடுத்துரைப்பதே இவ்வியலின் நோக்கமாகும்.

நான்காம் இயலாக வருவது "இலக்கியங்களின் வழி வருவாய்" என்பதாகும். சங்க காலம், சங்கம் மருவிய காலம், பல்லவர் காலம்,

பிற்காலச் சோழர் காலம், ஆகிய காலக்கட்டத்தில் தோன்றியுள்ள இலக்கியங்களின் வழி பெறப்பட்டுள்ள வருவாய் தொடர்பான செய்திகள் யாவும் இவ்வியலில் ஆராயப்பட்டுள்ளன.

ஐந்தாம் இயலாக "வரலாற்று நூல்களின் வழி வருவாய்" அமைக்கப்பட்டுள்ளது. சங்க காலம் முதல் பிற்காலச் சோழர்கள் குறித்து எழுதப்பட்டுள்ள வரலாற்று நூல்களின் வழி பெறப்பட்டுள்ள வருவாய் தொடர்பான செய்திகள் யாவும் இவ்வியலில் எடுத்துரைக்கப்பட்டுள்ளன.

இந்நூல் சங்க காலம், சங்கம் மருவிய காலம், பல்லவர் காலம், பிற்காலச் சோழர் காலத்தில் தோன்றிய இலக்கியம் மற்றும் அக்காலக் கட்டம் குறித்த வரலாற்று நூல்கள் வழி நம் பழந்தமிழர்களின் வருவாயை ஆய்ந்துரைத்து, அவர்களின் வாழ்க்கைநிலையை உலகிற்கு எடுத்துரைப்பதாக அமைகிறது.

இயல் 1
வருவாய் சொற்பொருள் விளக்கம்

வருவாய் சொற்பொருள் விளக்கம்

சங்க காலம் தொடங்கி கி.பி. 13 ஆம் நூற்றாண்டு வரை தமிழகத்தின் வருவாய் எவ்வழிகளில் எல்லாம் கிடைத்தது என்பதை ஆராய்வதே இந்நூலின் முக்கிய நோக்கமாகும். அவற்றுள் "வருவாய் சொற்பொருள் விளக்கம்" என்னும் இம்முதல் இயலில் வருவாய் என்னும் சொல்லுக்கு உரிய சொற்பொருள் விளக்கங்களைக் காண்போம். பொருளின் இன்றியமையாமையை உணர்ந்த அரசர்கள் அதனை வரிப்பொருளாக மக்களிடமிருந்து பெற்றனர். அத்தகைய வரியானது பல வகைகளிலும் வெவ்வேறு பெயர்களிலும் வசூலிக்கப்பட்டுள்ளது. இலக்கியங்களில் திறை, உல்கு, இறை, புரவு என்ற வார்த்தைகளே வரியைக் குறிக்கப் பயன்படுத்தப்பட்டுள்ளது. அச்சொற்களுக்கு அகராதிகள் தரும் விளக்கங்களையும், வரலாற்று நூல்களில் குறிப்பிட்டுள்ள பலவகை வரிப்பெயர்களின் சொற்பொருள் விளக்கங்களையும் காண்பதே இவ்வியலின் நோக்கமாகும்.

1.1வரியைக் குறிக்கும் வெவ்வேறு சொற்கள்

வரியானது அவ்வத் தொழிற்கேற்ப ஆயம், இறை, கடன், கடமை, கறை, காணிக்கை, தீர்வை, பகுதி, பாட்டம், பூட்சி, பேறு, மகமை, மகன்மை எனப் பல்வேறு பெயர்களில் வழங்கப் பெற்றது. அவற்றுக்கெல்லாம் வரி என்பது பொதுப்பெயராகும்.

அக்காலத்துக் குடிகளிடத்திற் பல வகையிலும் குடிமக்களிடமிருந்து பலவகையான வரிகள் பெறப்பட்டன. அவ்வரிகளாவன: அங்காடிப் பாட்டம் (அங்காடிக்கூலி), அச்சுவரி, அட்டுக்கிறை, அடிகாசு, அடிமைக் காசு, அணியிடுவான்வரி, அதிகரணத்தண்டம், அதிகாரப்பேறு (அதிகாரப் பொன்), அரிகொழி, அரிநட்டி, அரிவாட்பதக்கு, அருந்தோடு, அரைக்கால்வாசி, அழகெருது, அழகெருது காட்சிக் காசு (காட்சியெருதுகாசு), அழுகற்சரக்கு, அள்ளுக் காசு , அளியிடு வான்வரி, அனுப்பு, ஆசுகவிகள் காசு (ஆசீவக் காசு), ஆசவக்கடமை ஆட்டைச்சம்மாதம் (ஆட்டைக் காணிக்கை), ஆண்டெழுத்துத் தேவை, ஆத்திறைப் பாட்டம், ஆதிரைப் பிள்ளையார் நோன்பு, ஆள்நெல், ஆற்றுக்குலை. ஆற்றுப்பாட்டம், இடைப்பாட்டம், (இடைப்பூட்சி, இடைவரி), இராசாசுரங் காணிக்கை, இருபதக்கட்டி, இலாஞ்சினைப் பேறு, இறைகாவல், இறைச்சோறு, இனவரி (இனக்காசு), ஈழப்புன்செய் (ஈழம்பூட்சி), ஈழற்கடிவரி, உகப்பார் பொன் (உகவைப் பொன்), உப்பாயம் (உப்புக்காசு, உப்புகோச் செய்கை), உபயம் (உபய மார்க்கம்),

உரல்வரி, உல்லியக்கூலி, உலாவு காட்சி, உவச்சவரி, உழுதான்குடி, உள்வரி, உறுபாதை, உறுவுகோல், நிலன்காசு, ஊசிவாசி, ஊத்தைப் பாட்டம், ஊர்க்கணக்கர் சீவிதம் (ஊர்க்கலனை. ஊர்க்கழஞ்சி) ஊர்ச்சரிகை, ஊராட்சி, ஊரிடுவரிப் பாடு ஊரெட்டு, எட்கடமை (எக்கடமை), எடுத்துக்கொட்டி, எடைவரி, எருமைப்பொன், எழுவை, ஏணிக்காணம், ஏர்க்காடி, (ஏர்ப்பொன், ஏர்க்காணிக்கை), ஏரியாயம், ஏல்வை, ஒட்டிதற் கடமை, ஒட்டச்சு, ஓடக்கூலி, கடையடைக்காய், கடையிறை, கண்காணி, கண்காணி கணக்கர் முதல், கண்கூலி, கண்ணாலக் காணம் (கலியாணக்காணம்). கருவூல வரி, காட்டாள் காசு, காணவட்டம், காணி வெட்டி, காரியவா ராய்ச்சி, காலத்தேவை, காவல் பரப்பு (காவற் பேறு), கீழ்வாரப் பச்சை, குசக்காணம், குடநாழி குடிமை (குடிக்காசு, குடிக்காணம், குடியிறை), குதிரை வரி, குதிரை விலாடம், குமாரக்கச்சாணம், குலை வெட்டி, கூலம், கூற்று நெல், கெடுபாதை, கேள்விமகமை, கைக்கணக்குமுதல், கையேற்பு, கொடிக்கடமை, கொட்டைக்கூலி, கோள்நிறை கூலி, சண்டாளப் பேறு, சந்திவிக்கிரகப்பேறு, சாட்டு வரி, சிறுபாடி காவல், சூலவரி (சூலவரிப் பொன்), செக்கிறை, செக்கு மன்றாடி, செங்கொடிக்காணம், சென்னீர்வெட்டி, சென்னீரமஞ்சி, சேவகக்காசு, சோறுமாடு, தசவந்தம் தட்டடுவு, தட்டாரப் பாட்டம் (தட்டுக்காயம், தட்டொலி) தடிப்பதக்கு, தண்டல்மேனி (தண்டலிற் கடமை, தண்டவிலக்கை, தண்டற் கடமை), தண்டநாயகர் மகமை, தண்டாளர் முதல், தரகு (தரகு பாட்டம்), தலையாரிக்கம், தலைவிலை, தறியிறை (தறிப்புடைவை), தனப்பணம், தாட்பிடியரிசி (தாப்படியரிசி), தானமானியம், திருமுன் காட்சி, திருமுகக் காணம், திங்கள் மேராமு, திங்கட் சோறு, திங்கள் நெய், திங்கள் மோகம், திரைக்காசு, துலாக் கூலி, துலாபாரவரி, தேவ குடிமை, தோணிக் கடமை, தோரணக் காணிக்கை, தோலொட்டு, நத்தவரி, நல்லா (நற்பசு), நல்லாடு, நல்லெருது, நல்லெருமை, நற்கிடா, நாட்டுக் காணிக்கை (நாட்டு வரி, நாட்டு வினியோகம்), நாட்டு பாதி, நாடு காவல், நாடு தல வாரிக்கை, நிலக்காணிக்கை, நீர்க்கூலி, நீர்நிலக் காசு, நெட்டாள், நெய்விலை, பச்சைப் பணம், பஞ்சுப்பீலி, பட்டடைவரி, பட்டிக்காடி, பட்டிக்கால், பட்டிகைக் காணம், பட்டித் தண்டம் (பட்டிப் பொன்), பட்டோலைக் காசு, படாங்கழி, படைப்பணம் (படையிலார் முறைமை), பண்குறுணி, பண்டவெட்டி, பண்ணிக் கூலி, பணவாசி, பணிக்கொத்து, பது வாரம், பறைத்தறி, பறையிறை, பன்மை, பாசிப்பாட்டம், பாடி காவல், புத்தகம், புதாநாழி, புட்டக விலை, புரவுநெல், புலவரி, புழுகு கடமை, புறக்கடமை (புறக் கலனை), புறம்பு, புறவெட்டி, (பேர்க் கடமை பேர்வரி), பொற்பூ, பொன்வரி, மடக்குவரி, மண்மதில், மதில் தேவை, மந்தைப் பணம், மரமச்சாதி விலை, மனைப்பணம், மாட்டுக் கறை, மாடைக்கூலி, (மாடைக் காசு),

மாதப்படி (மாதாரிக்கம்). மாப் பட்டடை, மாப் பணம், மாப் பதக்கு, மாமகம், மாவிறை, முத்தாவணம், முதற்றிரமம், முப்பறமுந்நாழி, முழவரிசை, முன்னிடும் பணம், மேராழி, வகைப் பேறு, வட்டி நாழி, வண்ணாரப் பாட்டம் (வண்ணாரப் பாறை), வலங்கையிடங்கை மகன்மை, வழி நடைக்கிடும் பணம், வாசல் பணம் (வாசல் பேறு), வாடாக் கடமை, வாய்க்கால் பாட்டம், வாரக் காணம், விடைப்பேர், வினியோகம், வீட்டுத்தேவை, வீரசேசை, வீரசேலை, வெட்டி (வெட்டிக்காசு, வெட்டிப் பாட்டம், வெட்டி வரி, வெட்டி வேதினை), வெள்ளாண் வெட்டி, வெள்ளை வாரி, வேண்டுகோள் வரி, வேய்நெல், வேலிக்காசு, மடக்குவரி(1) முதலியனவாகும்.

1.2 வருவாய் வகைகள்

அரசுக்குரிய வருவாய் பலவழிகளில் பெறப்பட்டது. அரசின் வருவாய் மூலங்களில் வரி விதிப்பு தலையானதாகும். நிலங்கள், தொழில்கள், வணிகப் பொருள்கள், ஆகியன மீது முக்கியமாக வரி விதிக்கப்பட்டது. சுங்கம் போன்ற கட்டணங்களும் அரசு வருவாயாகும். தண்டத்தொகைகள், பறிமுதல் செய்யப்பட்ட பொருள்கள், பிற கட்டணங்கள், ஆகியனவும் வருவாய் இனங்களாகும். அத்தகைய வரியினங்கள் பலபெயர்களில் வழங்கப்பட்டன. அப்பெயர்களுக்குரிய சொற்பொருள் விளக்கங்களை கீழ்காணும் அட்டவணைகளில் காணலாம்.

1.2.1 நிலவரி

அரசு வருவாயினுள் பெரும்பங்கு நிலவரியின் மூலம் பெறப்பட்டது. அவை வட்டிநாழி, புதா நாழி, ஊடுபோக்கு என பல பெயர்களில் பெறப்பட்டுள்ளது. அப்பெயர்களுக்குரிய சொற்பொருள் விளக்கங்கள் பின்வருமாறு:

வரியின் பெயர் மற்றும் வாங்குவதற்குரிய காரணம்

வட்டி நாழி : விற்கும் தானியங்களுக்கு வரி விதிக்கப்பட்டது. ஆறு குருவி அல்லது 48 படி அளவு நெல் விற்றபோது ஒருபடி நெல் அரசனுக்கு இறையாகச் செலுத்தப்பட்டது. (த. நா. வ. பல். பாண். காலம் முதல்தொகுதி பக் 387)

புதா நாழி: புதிதாக விளைவித்தப் பொருட்கள் விற்கப்படும் பொழுது நான்கு நாழிக்கு ஒரு நாழிப் பொருளை இறையாக அரசுக்குச் செலுத்தினர். (த. நா. வ. பல். பாண். காலம் முதல்தொகுதி பக் 387)

ஊடுபோக்கு: தானியத்தின் மீது விதிக்கப்பட்ட மற்றோர் வரி. (த. நா. வ. பல். பாண். காலம் முதல்தொகுதி பக் 387)

கடமை, காணிக்கடன் : நிலவரி (த. நா. வ. பல். பாண். காலம் முதல்தொகுதி பக். 419)

வேலிக்காசு, வேலிப்பயறு : ஒரு வேலி நிலத்துக்கு இவ்வளவு என்று கொடுக்கப்பட வேண்டிய வரி (கே.கே. பிள்ளை த.வர. மக். பண். பக். 314)

கார்க்கடமை : கார்காலத்தில் விளைந்த நெல்லுக்கு பெற்றது. .(கல்வெட்டில் வாழ்வியல் அ. கிருட்டினன் பக். 280)

கார்த்திகை பச்சை, கார்த்திகைக் காசு : கார்த்திகைப் பருவத்தில் விளைந்த நெல்லுக்கு பெற்றது .(கல்வெட்டில் வாழ்வியல் அ. கிருட்டினன் பக். 280)

குளக்குப்பை அல்லது கனசொப்பு : ஏரி, குளம் முதலியவற்றின் அடியில் தேங்கி நிற்கும் வண்டல் மண்ணை நீர் வற்றிய பின் வாரி வயல்களுக்கு உரமாகப் போடுவர் இதற்காக செலுத்திய வரி.தமிழக சமூகப் பண்பாட்டு வரலாறு. கோ. தங்க வேலு முதல் தொகுதி பக். 244)

காணிமைப் பேறு : நிலம் — ஆட்சியாளர் குறுமன்னர் செலுத்திய வரி(தமிழ் நாட்டு வரலாறு பாண்டியப் பெருவேந்தர் காலம் பக்.65)

சித்தாயக் காசு, பஞ்சவார நெல், ஊரிடுவரிகள், ஏரி ஈவு, வேதனை : கோயில் நிலங்கள் மீது விதிக்கப்பட்ட சில வரிகள்(சோழர்கள் புத். 2 நீலகண்ட சாஸ்திரி பக். 701)

நெல் ஆயம், நெல் முதல் : தானியமாக செலுத்திய வரி

காசாயம், பொன்முதல் : பணமாக செலுத்திய வரி(தமிழக வரலாறும் ஆட்சியும் இராசமாணிக்கனார் பக். 236)

உள்வரி : இறையில் நிலங்களுக்கு வரிக்கூறு செய்வார் கணக்கில் வசூலிக்கப்பட்டது. (கல்வெட்டில் வாழ்வியல் அ. கிருட்டினன் பக். 279)

ஆட்சிப்பாட்டம் : மிகுதியான நிலம் வைத்திருந்தோர் செலுத்தியது. .(கல்வெட்டில் வாழ்வியல் அ. கிருட்டினன் பக். 278)

அட்டவணை : 1 நிலவரி சொற்பொருள் விளக்கம்

மேலும் உழவு வரிகளும் வருவாய்ச் சொற்களுமாக தமிழர் நாகரிகம் என்ற நூலில் தொகுப்பாசிரியர் நடன காசிநாதன் அவர்கள் குறிப்பிட்டுள்ளவை: அப்புவரி, அரிசிக்காணம், அரிமுக்கை, அளக்கும் கரணம், அறிவாட் பதக்கு, ஆடிப்பச்சை, ஆற்றங்கரைப்

பாட்டம், ஆற்றுக்குலை, ஆற்றுப்பாட்டம், இலைக்கூலம், உழவிறை, ஏத்தக்காணம், ஏர்க்கடமை, ஏர்க்காசு, ஏர்க்காடி, ஏர்ப்பொன், ஏரி வரி, ஏரி ஆயம், ஏரிநீர்க்கோவை, ஏரிப்பட்டி, ஏரிப்பாசிவிலை, ஏரி மீன்காசு, ஏரிமீன்பாட்டம், ஏரியமஞ்சி, ஏரில் ஒரு காசு, ஏரிவாய்ப் பாடிக்காவல், கடமை, கன்றுமேய்பாழ், கதிர்க் காணம், கல்லணைக் காடுவெட்டு, கமுகுக் கடமை, காணி இறை, காணியாளர் பேறு, கார் கடமை, கார்த்திகை அரிசி, கார்த்திகைக் காசு, கார்த்திகைப் காணம், கார்த்திகைப் பச்சை, கார்த்திகைப் பேறு, கார் வரகு, காலளவுக் குழி, காவிரிக்குலை, கிணர், கிடைக்காசு, கீழ்வாரம், கிழிறைக்கடமை, குடநாழி, குடிமை, குலை, குலைவெட்டி, குறைவருப்பு, கொடிக்கடமை, கொல்லைப் புஞ்சை, கொழு, கோல்வரி, செங்கொடிக்காணம், செந்நீர்ப் பொதுவினை, செந்நீரமஞ்சி, சென்னீர் வெட்டி, சென்னீர் வெற்றாள், தானியமுதல், தானிய வர்க்கம், திருப்புதியிது, நிலக்கடமை, நீர்க்கிறை, நீர்க்கூலி, நீர்விலைக்காசு, நீர்விலைக்கூலி, நீராணிக்கவரி, பயிர்க்கடமை, பனம்பாகு, பாசிப்பாட்டம், புஞ்சைக்காசு, புரவு இறை, மரக்கடமை, மரமஞ்சாடி, மரவடை, மாக்கலம், மாப்பதக்கு, மாவடை, மூங்கில் வரி, வட்டிநாழி, வாரக்கூலி, வாரம் , வெற்றிலைத்தரகு முதலியனவாகும். *(2)*

1.2.2 நீர்வரி

நீர்ப்பாசனத்திற்கும், கிணறு தோண்டுவதற்கும் என நீர்வரி பெறப் பட்டுள்ளது. அத்தகைய நீர்வரியைக்குறிக்கும் பெயர்களுக்குரிய சொற்பொருள் விளக்கங்களைக் காண்போம்.

வரியின் பெயர் மற்றும் வாங்குவதற்குரிய காரணம்

உல்லியகூலி: கிணறு தோண்டுவதற்கு செலுத்திய தொகை((*த. நா. வ. பல். பாண். காலம் முதல்தொகுதி பக் 387)*

ஏற்றக்காணம்: நீர் இறைக்கப்பயன்படுத்தும் ஏற்றத்திற்காகக் கொடுத்தனர். *(த. நா. வ. பல். பாண். காலம் முதல்தொகுதி பக் 396)*

தசபந்தம்: குளம் முதலிய நீர் நிலைகளை வெட்டுவோர் அதன் ஆயக்கட்டில் பத்தில் ஒரு பங்கைத் துய்ப்பதாகும். கே.கே. பிள்ளை *த.வர. மக். பண். பக். 314)*

நீர்க்கூலி: தண்ணீர் வரி கே.கே. பிள்ளை த.வர. மக். பண். பக். *314)*

ஒழுகு நீர்ப் பாட்டம்: *நீர்ப்பாசன வரி (தமிழ் நாட்டு வரலாறு பாண்டியப் பெருவேந்தர் காலம் பக்.65)*

குளவடை : ஏரி, குளம் ஆகியவற்றை பாசனத்திற்கும் குடிநீருக்கும் பயன்படுத்திக்கொள்ள செலுத்தியது.. *(கல்வெட்டில் வாழ்வியல் அ. கிருட்டினன் பக். 280)*

அட்டவணை : 2 நீர்வரி சொற்பொருள் விளக்கம்

1.2.3 தொழில் வரி

நெசவாளர், கால்நடை வளர்ப்போர், மீன்பிடிப்போர், பறையடிப் போர் என வெவ்வேறு தொழில் செய்யும் பல்வேறு பட்ட தொழில் புரிவோர் தத்தம் தொழிலுக்கேற்ப வரி செலுத்தியுள்ளனர். அத் தொழில் வரியும் பலபெயர்களில் பெறப்பட்டுள்ளது. அவற்றிற் குரிய சொற்பொருள் விளக்கங்களை கீழ்க்காணும் பட்டியலில் காண்போம்.

வரியின் பெயர் மற்றும் வாங்குவதற்குரிய காரணம்

கத்திக்காணம்: கத்தி முதலிய கருவிகளைச் செய்த தொழிலாளர்களுக்கு விதிக்கப்பட்ட வரி*(பல்லவர் வரலாறு மா. இராசமாணிக்கனார் பக்.231)*

நெடும்பறை: பறையடிப்போர் செலுத்திய வரி *பல்லவர் வரலாறு மா. இராசமாணிக்கனார் பக்.231)*

பட்டினச் சேரி: மீன் பிடிக்கும் தொழில் செய்வோர் செலுத்திய வரி*(த. நா. வ. பல். பாண். காலம் முதல்தொகுதி பக் 390)*

இடைப்பூட்சி, இடைப்பாட்டம்: கால் நடை வளர்ப்போரிடம் இருந்து அரசினர் பெற்ற வரியாகும் *(த. நா. வ. பல். பாண். காலம் முதல் தொகுதி பக் 390)*

குசக்காணம்: குயவர்களிடமிருந்து பெறப்பட்டது *(த. நா. வ. பல். பாண். காலம் முதல்தொகுதி பக் 392)*

தட்டுக்காயம், தட்டார்ப்பாட்டம்: கொல்லர்கள் பயன் படுத்திய சுத்தியலுக்கு செலுத்திய வரி *(த. நா. வ. பல். பாண். காலம் முதல் தொகுதி பக் 392)*

உலைப்பாட்டம்,கொல்லர் உலைப்பாட்டம்: கொல்லர்களின் உலை மீது விதிக்கப்பட்டது. *(தமிழர் நாகரிகம் பக். 186)*

ஊசிவாசி: தையற்காரர்கள் இறுக்கும் வரி *(கல்வெட்டுச் சொல்லகராதி பக். 17)*

பாறைக்காணம், வண்ணார்பாறை: துணி வெளுப்போர் பயன்படுத்தப் பட்ட பாறைக்கும் அவர்கள் பயன்படுத்திய நீருக்கும் கொடுக்கப் பட்டத் தொகை *(த. நா. வ. பல். பாண். காலம் முதல்தொகுதி பக் 392)*

புட்டக விலை: துணிகள் விற்போர் மேல் செலுத்தப்பட்ட வரி, தற்காலிகமாகக் கூடாரம் அமைப்போரிடம் பெறப்பட்ட தொகை (த. நா. வ. பல். பாண். காலம் முதல்தொகுதி பக் 392)

ஓடக்கூலி, பட்டிகைக்காணம்: படகுக் காரர்களிடம் அரசினர் பெற்ற வரி (த. நா. வ. பல். பாண். காலம் முதல்தொகுதி பக் 392)

ஏரி மீன் விற்பணம்: ஏரி மீன் விற்பனை மீதான வரி (தமிழ் கல்வெட்டுச் சொல்லகராதி பக் 120)

தறிக்கூறை: நெசவு தொழில் புரிவோர் செலுத்திய வரி (த. நா. வ. பல். பாண். காலம் முதல்தொகுதி பக் 394)

சாலியக் காணம், சாலியத்தறி: நூலுக்குச் சாயமிடுவோர் செலுத்தியது. (கல்வெட்டில் வாழ்வியல் அ. கிருட்டினன் பக். 281)

செக்கு: எண்ணெய் எடுப்போரிடம் பெறப்பட்ட வரியாகும் (த. நா. வ. பல். பாண். காலம் முதல்தொகுதி பக் 394)

தரகு: தரகர்கள் மீது விதிக்கப்பட்டது (த. நா. வ. பல். பாண். காலம் முதல்தொகுதி பக் 394)

பாடாம் கழி: துணி நெய்வதற்கான நூல் நூற்போரிடம் பெறப்பட்டது (த. நா. வ. பல். பாண். காலம் முதல்தொகுதி பக் 394)

கத்திக்காணம்: தற்காப்புக்கருவிகளை பயன் படுத்துவோர் செலுத்திய வரி (த. நா. வ. பல். பாண். காலம் முதல்தொகுதி பக் 394)

நெய் விலை: நெய்விற்போர் செலுத்தியது (த. நா. வ. பல். பாண். காலம் முதல்தொகுதி பக் 396)

மீன்பாட்டம்: மீன்பிடிக்கும் உரிமைக்குச் செலுத்த வேண்டிய கட்டணம் (கே.கே. பிள்ளை த.வர. மக். பண். பக். 314)

ஆட்டுக்கிறை அல்லது ஆட்டுவரி: ஆட்டின் மீது விதிக்கப்பட்ட வரி (கே.கே. பிள்ளை த.வர. மக். பண். பக். 314)

நல்லா, நல்லெருது: கிராமத்தில் காட்சிப் பொருளாக வைக்கப் பட்டிருந்த பசு எருதுகளின் வளர்ப்புக்கெனத் தண்டப்பட்ட வரி கே.கே. பிள்ளை த.வர. மக். பண். பக். 314)

கழைக்கூத்தாடி: மூங்கில் கழியின் மேல் நின்று ஆடும் கூத்துக் காகச் செலுத்தும் வரி .(தமிழக சமூகப் பண்பாட்டு வரலாறு. கோ. தங்க வேலு முதல் தொகுதி பக். 243)

முகதரகர்: வேடங்கள் தரித்துக் கூத்தாடுவோர் செலுத்திய வரி .(தமிழக சமூகப் பண்பாட்டு வரலாறு. கோ. தங்க வேலு முதல் தொகுதி பக். 243)

பிராமண வசக்காணம்: பிராமணர் கோயில் பூசாரியாகப் பணியாற்ற உரிமம் பெற செலுத்திய வரி. (தமிழக சமூகப் பண்பாட்டு வரலாறு. கோ. தங்க வேலு முதல் தொகுதி பக். 244)

நாவித கானம்: மழிப்போர் செலுத்தியது. (தமிழக சமூகப் பண்பாட்டு வரலாறு. கோ. தங்க வேலு முதல் தொகுதி பக். 244)

சலாபத்தேவை: முத்துக் குளித்தோரிடம் பெறப்பெற்ற வரி. (தமிழக சமூகப் பண்பாட்டு வரலாறு. கோ. தங்க வேலு முதல் தொகுதி பக். 302)

ஆட்டிறைப்பாட்டம்: இடையர்கள் (தமிழ் நாட்டு வரலாறு பாண்டியப் பெருவேந்தர் காலம் பக்.178)

செக்காயம்: எண்ணெய் வியாபாரிகள் (தமிழ் நாட்டு வரலாறு பாண்டியப் பெருவேந்தர் காலம் பக்.178)

ஏரி மீன் பாட்டம்: மீனவர்கள்

ஈழம் பூட்சி; கள் இறக்குபவர்கள் (தமிழ் நாட்டு வரலாறு பாண்டியப் பெருவேந்தர் காலம் பக்.178)

முகம்பார்வை: நாட்டியப் பெண்கள் (தமிழ் நாட்டு வரலாறு பாண்டியப் பெருவேந்தர் காலம் பக்.178)

பாசிப்பாட்டம்: மீனவர்கள் (தமிழ் நாட்டு வரலாறு பாண்டியப் பெருவேந்தர் காலம் பக்.178)

பஞ்சுப்பீலி: பஞ்சு விற்பவர்கள் (தமிழ் நாட்டு வரலாறு பாண்டியப் பெருவேந்தர் காலம் பக்.178)

செக்கிறை: எண்ணெய் வியாபாரிகள் (தமிழ் நாட்டு வரலாறு பாண்டியப் பெருவேந்தர் காலம் பக்.178)

தச்சுத்தாள்வு: தச்சர்கள் (தமிழ் நாட்டு வரலாறு பாண்டியப் பெருவேந்தர் காலம் பக்.178)

தறி இறை: நெசவாளர்கள் (தமிழ் நாட்டு வரலாறு பாண்டியப் பெருவேந்தர் காலம் பக்.178)

தட்டார்ப்பாட்டம்: பொற்கொல்லர் (தமிழ் நாட்டு வரலாறு பாண்டியப் பெருவேந்தர் காலம் பக்.178)

தட்டொலிப் பாட்டம்: பறையர்கள் (தமிழ் நாட்டு வரலாறு பாண்டியப் பெருவேந்தர் காலம் பக்.178)

வீசுவலைப் பாட்டம்: மீனவர்கள் (தமிழ் நாட்டு வரலாறு பாண்டியப் பெருவேந்தர் காலம் பக்.178)

மகமை: தொழில் செய்பவர்கள் செலுத்திய வரி (தமிழ் நாட்டு வரலாறு பாண்டியப் பெருவேந்தர் காலம் பக்.65)

செக்காயம், செக்கிறை, செட்டிறை, வாணியர் பேர்கடமை: எண்ணெய் ஆட்டுபவர் (தமிழ் நாட்டு வரலாறு பாண்டியப் பெருவேந்தர் காலம் பக்.65)

ஏரி மீன்பாட்டம், குளவடை; மீன்பிடி குத்தகையாளர் (தமிழ் நாட்டு வரலாறு பாண்டியப் பெருவேந்தர் காலம் பக்.65)

ஈழம் புஞ்சை சாற்றுவரி: கள்ளிறக்குவோரிடமிருந்து வாங்கப்பட்டது (தமிழ்நாட்டு வரலாறு பாண்டியப் பெருவேந்தர் காலம் பக்.65)

தச்சுத் தாழ்வு: தச்சர் (தமிழ் நாட்டு வரலாறு பாண்டியப் பெருவேந்தர் காலம் பக்.66)

பட்டிறை: பட்டுநூல் நெசவாளர் (தமிழ் நாட்டு வரலாறு பாண்டியப் பெருவேந்தர் காலம் பக்.66)

இடைக்கடமை: இடையரிடம் பெற்றது. (தமிழர் நாகரிகமும் பண்பாடும் தட்சிணா மூர்த்தி பக். 484)

வெட்டி: பறையர்களில் ஒரு வகுப்பினர் குழி வெட்டி கிராமத்துப் பிணங்களைப் புதைக்கும் தொழில் செய்தோர் செலுத்திய வரி (தமிழ் நாட்டு வரலாறு சோழப்பெருவேந்தர் காலம் 2 ஆம் பகுதி பக் .33)

பறைத்தறியிறை: பறையர்கள் பயன்படுத்திய தறி பறைத்தறி அவை மீது செலுத்திய வரி (தமிழ் நாட்டு வரலாறு சோழப்பெருவேந்தர் காலம் 2 ஆம் பகுதி பக் .34)

பறையிறை: பறையர்கள் மேற்கொண்டிருந்த பறையடிக்கும் தொழில் மீது செலுத்திய வரி (தமிழ் நாட்டு வரலாறு சோழப்பெருவேந்தர் காலம் 2 ஆம் பகுதி பக் .34)

இடையிறை, இடைப்பாட்டம்: இடையர்கள் செலுத்திய வரி (தமிழ் நாட்டு வரலாறு சோழப்பெருவேந்தர் காலம் 2 ஆம் பகுதி பக் .40)

ஏணிக்காணம்: ஏணியின் உதவியால் மரமேறிய ஈழவர்கள் செலுத்தியது. (கல்வெட்டில் வாழ்வியல் அ. கிருட்டினன் பக். 279)

அட்டவணை : 3 தொழில் வரி சொற்பொருள் விளக்கம்

மேலும் பண்டைய தமிழகத் தொழில் வரிகளும், வருவாய்ச் சொற்களுமாக நடன. காசிநாதன் அவர்கள் தமிழர் நாகரிகம் என்ற நூலில் குறிப்பிட்டுள்ளவை: அக்கசாலைவரி, அச்சதறி, அணியடுவான் வரி, ஆயம், இடைப்பூச்சி, இடைவரி, ஈழப்பூச்சி, உப்பு,

உப்புக்காசு, உப்புப்பிடி, உலை, உலைப்பாட்டம், உலைவரி, உவச்சன் பேர் கடமை, ஊசிவாசி, எடைவரி, எண்ணெய் வரி, ஏணிக்காணம், ஓடக்காசு, ஓடக்கூலி, ஓடம், கண்ணாடி, கண்ணார் இறை, கணக்கப்பேறு, கம்மாள மகமை, கருவி ஆயம், கல்லாயம், காணிக்கை, குசக்காணம், குசவர் ஊழியம், குமாரக்கச்சாணம், கூறைக்கட்டணம், கூறைக்காசு, கூறைத்தரகு காசு, கைக்கோளப் பேர்கடமை, கொல்லன் ஊழியம், கொல்லன் உலைப்பாட்டம், கொற்றுக்கீழ், கோலியத் தறி, செக்காயம், செக்கிறை, செக்கிறைப்பாட்டம், செக்கு, செக்குக் கடமை, செக்கு மேலாயம், செக்குத் துறை, சேனியார் தறி, தட்டார் பாட்டம், தட்டிறை, தட்டுக்காணம், தச்சு, தச்சன் ஊழியம், தச்சத் தேவை, தச்சத்துலாம், தறி, தறிக்கடமை, தறிக்கூறை, தறியிறை, திருத்தேர் ஊழியம், தோணிக்கடமை, தோலொட்டு, நாவிதக் காணம், நாட்டு நூலாயம், நெய்யெண்ணெய், நூலாயம், பட்டடை ஆயம், பட்டடைகளில் லாபம், பட்டடை சிற்றாயம், பட்டடை நூலாயம், படாம் கழி, பறக்கூலி, பறை இறை, பறையர் தறிப்புடவை, பாறைக்காணம், பாண்டி வரி, புதாநாழி, மாப்பட்டடை, வண்ணான் பேரால் இனவரி, வாணிகர் பேர்க்கடமை, வாள்வரி, வில்வரி, விற்பணம் முதலியனவாகும்.(3)

1.2.4 வணிகவரி

அரசின் வருவாயினுள் நிலவரியைத்தொடர்ந்து அதிக இடம் வகித்தது வணிகவரியாகும். அவ்வணிகவரி ஏற்றுமதி இறக்குமதி பொருள்களுக்காகவும் விற்பனைப்பொருட்களுக்காகவும் பெறப் பட்டுள்ளது. அத்தகு வணிகவரியும் பலபெயர்களில் பெறப்பட்டுள்ளது. அதற்கான சொற்பொருள் விளக்கங்கள் பின்வருமாறு:

வரியின் பெயர் – வாங்குவதற்குரிய காரணம்

காணம்: பருப்பு வகையினை விற்போர் (த. நா. வ. பல். பாண். காலம் முதல்தொகுதி பக். 396)

முத்தாவணம்: அந்நாளைய விற்பனை வரி (கே.கே. பிள்ளை தமிழக் வரலாறும் மக்களும் பண்பாடும் பக். 314)

உல்கு: சுங்கம்(கே.கே. பிள்ளை தமிழக் வரலாறும் மக்களும் பண்பாடும் பக். 314)

சுங்க வரி: சபா, நாட்டார் கடல் வழி வரத்துப் பொருட்களின் மேல் சுங்க வரி போன்ற வரிகளை விதித்தார்கள்(தமிழ்நாட்டு வரலாறு பாண்டியப் பெருவேந்தர் காலம் பக்65)

பஞ்சுபீலி: பஞ்சு வணிகர்(தமிழ்நாட்டு வரலாறு பாண்டியப் பெருவேந்தர் காலம் பக்66)

அங்காடிப்பாட்டம்: சந்தையாளர் (தமிழ்நாட்டு வரலாறு பாண்டியப் பெருவேந்தர் காலம் பக்66)

கடையிறை: கடைக்காரரர் (தமிழ்நாட்டு வரலாறு பாண்டியப் பெருவேந்தர் காலம் பக்66)

ஸ்தலாதாயம் : குறிப்பிட்ட ஓரிடத்திற்கு விற்பதற்குப் பொருளை எடுத்துச் சென்றால் அதற்கு விதிக்கப்பட்ட்து (தமிழர் நாகரிகமும் பண்பாடும் அ. தட்சிணாமூர்த்தி பக். 483)

மார்க்காதாயம் : மாவட்டம் விட்டு மாவட்டம் சென்றவர் செலுத்தியது (தமிழர் நாகரிகமும் பண்பாடும் அ. தட்சிணாமூர்த்தி பக். 483)

மாமூலாதாயம்: ஏற்றுமதி வரி (தமிழர் நாகரிகமும் பண்பாடும் அ. தட்சிணாமூர்த்தி பக். 483)

சோனக வரி: கடல் வழியாக வந்து வாணிகம் புரிந்த யவனரிடம் பெற்ற வரி .(கல்வெட்டில் வாழ்வியல் அ. கிருட்டினன் பக். 281)

விலைக்காணம்: விற்பனை வரி (தமிழர் நாகரிகமும் பண்பாடும் அ. தட்சிணாமூர்த்தி பக். 483)

விற்பணம், கைவிலைக்காணம்: காசுக்கு விற்றவர்கள் அரசுக்குச் செலுத்தியவையாம்(தமிழர் நாகரிகமும் பண்பாடும் அ. தட்சிணாமூர்த்தி பக். 483)

சாரிகை வரி: தெருக்களில் விற்பனை செய்த பொருட்கள் மீது விதிக்கப்பட்டது. .(கல்வெட்டில் வாழ்வியல் அ. கிருட்டினன் பக். 280)

கோல் நிறைக்கூலி, கால் அளவு கூலி: நிறுத்தலளவுக்கு உட்பட்ட பொருள்கள் மீது வசூலிக்கப்பட்ட வரி (சோழர்கள் புத்.2 நீலகண்ட சாஸ்திரி பக். 701)

பேர் வரி: வணிகர் செலுத்தியது (சோழர்கள் புத்.2 நீலகண்ட சாஸ்திரி பக். 703)

ஸ்தல ஆதாயம்: ஓரிடத்தில் விற்பதற்கு இறக்குமதி செய்யப்பட்ட பொருட்களின் மீது விதிக்கப்பட்ட வரி (தமிழக வரலாறும் ஆட்சியும் மா. இராசமாணிக்கனார் பக். 235)

மாமுல் ஆதாயம்: அயல் நாடுகளுக்கு ஏற்றுமதி செய்யப்படும் பொருள்களுக்கு விதிக்கப்பட்ட வரி (தமிழக வரலாறும் ஆட்சியும் மா. இராசமாணிக்கனார் பக். 235)

மார்க்க ஆதாயம்: மாவட்ட எல்லை அல்லது நகர எல்லைகளில்

அமைக்கப்பட்டிருந்த சுங்கச் சாவடிகளில் வசூலிக்கப்பட்ட வரிப் பணமாகும். (தமிழக வரலாறும் ஆட்சியும் மா. இராசமாணிக்கனார் பக். 235)

இ **இலைவாணியப் பாட்டம்:** வெற்றிலை வாணிகம் செய்தோர் செலுத்தியது. (கல்வெட்டில் வாழ்வியல் அ. கிருட்டினன் பக். 279)

அட்டவணை : 4 வணிக வரி சொற்பொருள் விளக்கம்

1.2.5 சமுதாயக் குழு வரி

சமுதாயக் குழு வரியானது பல்வேறு சமூகத்தினரும் ஒன்றுபட்டு பொதுவாக வழங்கிய வரிப்பொருளாகும். அதோடு அவ்வரியானது வெவ்வேறு பயன்பாட்டிற்காக ஊர் மக்கள் ஒன்றுபட்டு செலுத்திய வரிகளாகவும் விளங்கின. அத்தகைய சமுதாய குழுவரிகளின் சொற்பொருள் விளக்கங்கள் பின்வருமாறு:

வரியின் பெயர் - வாங்குவதற்குரிய காரணம்

விசக்காணம் அல்லது வியவன் காணம் : சிற்றூர்த் தலைவன் சிற்றூர் வருவாயில் ஒரு பகுதியைப் பெற்று வாழ்ந்தான். அவனுக்கு அவ்வூரார் வழங்கிய வரி (பல்லவர் வரலாறு இராசமாணிக்கனார் பக். 231)

விநியோகம் : கிராமங்களில் இருந்த மக்கள் மன்றங்களாகிய ஊர் அல்லது சபையின் செலவுகளுக்காக அந்தந்த ஊர் மக்களிடமிருந்து வசூலிக்கப்பட்ட வரி(தமிழ் நாட்டு வரலாறு பாண்டியப் பெருவேந்தர் காலம் பக். 179)

தலைவரி, இனவரி, ஆள்வரி : பிராமணர்கள், வன்னியர்கள் ஆகியோரிடமிருந்து பெறப்பட்ட வரி(தமிழ் நாட்டு வரலாறு பாண்டியப் பெருவேந்தர் காலம் பக். 179)

ஆசுவக்கடமை, ஆசீவகக்காசு : ஆஜீவக மதத்தினர் முன்னாளில் செலுத்த வேண்டிய வரி (கல்வெட்டுச் சொல்லகராதி பக். 8)

பணிக்கொத்து : கிராமச் சிறுதரம் ஊழியருக்காக (தமிழ் நாட்டு வரலாறு பாண்டியப் பெருவேந்தர் காலம் பக். 64)

குற்றிலக்கை அல்லது தண்டக் குற்றிலக்கை : வரிக்கூறு செய்வார் போன்ற வருவாய்த் துறைப் பெருந்தரம் அதிகாரிகளுக்காக (தமிழ் நாட்டு வரலாறு பாண்டியப் பெருவேந்தர் காலம் பக். 64)

நாட்டு விநியோகம் அல்லது நாட்டுவரி : நாடு என்ற பெரிய கோட்டத்தை நிருவாகஞ் செய்த நாட்டார் என்ற சுயாட்சி மன்றங்கள் பெற்றன. (தமிழ் நாட்டு வரலாறு பாண்டியப் பெருவேந்தர் காலம் பக். 65)

ஊர்வரி : கிராம மன்றத்திற்கு (தமிழ் நாட்டு வரலாறு பாண்டியப் பெருவேந்தர் காலம் பக். 65)

சபா விநியோகம் : அந்தணர் மட்டும் வாழ்ந்த பிரம்மதேயக் குடியிருப்புகளின் சபாக்களை நடத்துவதற்காகப் பெறப்பட்டது (தமிழ் நாட்டு வரலாறு பாண்டியப் பெருவேந்தர் காலம் பக். 65)

இனவரி : சாதி அல்லது இனத்தவர் கொடுத்த வரி (தமிழ் நாட்டு வரலாறு பாண்டியப் பெருவேந்தர் காலம் பக். 65)

பச்சை : கிராமத்தொழிலாளர்க்கு விழாக்காலங்களில் இனாமாகப் பெரும்பாலும் தானியமாகக் கொடுக்கப்படும் வரி (தமிழ் நாட்டு வரலாறு பாண்டியப் பெருவேந்தர் காலம் பக். 66)

சம்மாதம் : பதினெட்டுச் சாதியாரும் செலுத்திய வரியாகும்(தமிழர் நாகரிகமும் பண்பாடும் அ. தட்சிணாமூர்த்தி பக். 485)

சமயாச்சாரம் : கீழ்ச்சாதியினர் தம் சமயச் சடங்குகளைச் செய்வாருக்குக் கொடுத்து. (தமிழர் நாகரிகமும் பண்பாடும் அ. தட்சிணாமூர்த்தி பக். 485)

வெட்டி, வெதிலை, வாலக்காணம் : விஷ்ணு கோயிலுக்குச் சொந்தமான சோதியம்பாக்கம் கிராமத்துக் குடியானவர்களிடமிருந்து சபை வாரியங்களாக வசூலிக்கப்பட்டன. (சோழர்கள் புத்.2 நீலகண்ட சாஸ்திரி பக். 700)

பாடிக்காவல் : கிராம காவல்காரனுக்குக் கொடுக்கப்பட்ட ஊதியத்திற்காக வசூலிக்கப்பட்ட இறை. (சோழர்கள் புத்.2 நீலகண்ட சாஸ்திரி பக். 702)

பட்டிறை, பட்டறை (குழுவரிகள்) : வலங்கைச் சாதியினரிடமும் இடங்கைச் சாதியினரிடமும் பிற வகுப்பினரிடமும் ஒருவகை வரி வசூலிக்கப்பட்டது (தமிழக வரலாறும் ஆட்சியும் மா. இராச மாணிக்கனார் பக். 236)

சம்மாதம் : பதினெட்டுச் சாதிகள் மீது வரி (தமிழக வரலாறும் ஆட்சியும் மா. இராச மாணிக்கனார் பக். 236)

ஊரிடு வரிப்பாடு : ஊர்ச்சபை, நகரம் என்பவை விகித்த வரிகள் (தமிழக வரலாறும் ஆட்சியும் மா. இராசமாணிக்கனார் பக். 236)

தலையாரிக்காணம் : பறையர்களில் சிலர் கிராமக் காவலர்களாகவும் ஊழியர்களாகவும் பணியாற்றினர் அவர்கள் தலையாரிகள் என அழைக்கப்பட்டனர் அவர்கள் மீது விதிக்கப்பட்ட வரி (தமிழ் நாட்டு வரலாறு சோழப்பெருவேந்தர் காலம் 2ஆம் பகுதி பக். 33)

வலங்கை -இடங்கை மகன்மை: *வலங்கை — இடங்கையர் மீது விதிக்கப்பட்ட வரிகளுள் ஒன்று (தமிழ் நாட்டு வரலாறு சோழப்பெருவேந்தர் காலம் 2ஆம் பகுதி பக் 68)*

அட்டவணை : 5 சமுதாயக் குழு வரி சொற்பொருள் விளக்கம்

1.2.6 சொத்துவரி

நிலம், வீடு, வீட்டுமனை, பசு, பொலிகாளைகள் என மக்கள் சேர்த்து வைக்கும் சொத்திற்காகவும் வரி பெறப்பட்டுள்ளது. அத்தகு சொத்து வரிக்குரிய சொற்பொருள் விளக்கங்கள் பின்வருமாறு:

வரியின்பெயர் - வாங்குவதற்குரிய காரணம்

பிடாநாழி அல்லது புதா நாழி: *வீடு தோறும் வாயில்களைக் கணக்கிட்டு நாழி நாழி நெல்லாகத் தண்டிய வரி (கே. கே. பிள்ளை தமிழக வரலாறும் மக்களும் பண்பாடும் பக் 314)*

விற்பிடி : *விற்கிரய ஆவணப் பதிவுக்குக் கட்ட வேண்டிய கட்டணம் (கே. கே. பிள்ளை தமிழக வரலாறும் மக்களும் பண்பாடும் பக் 314)*

வால மஞ்சாடி அல்லது வாலக்காணம்: *வீட்டு மனையின் நீள அளவின் மேல் விதிக்கப்பட்ட கட்டணம் (கே. கே. பிள்ளை தமிழக வரலாறும் மக்களும் பண்பாடும் பக் 314)*

நாட்டுக்காணம்: *புதிதாக அமையும் குடியிருப்புகளிலிருந்து தண்டப்படும் வரி (தமிழகச் சமூகப் பண்பாட்டு வரலாறு முதல் தொகுதி தங்கவேலு பக். 244)*

இலஞ்சினைப்பேறு: *அரசரின் முத்திரையை ஆவணங்களில் பதித்த போது வசூலிக்கப்பட்ட வரி (தமிழ்நாட்டு வரலாறு பாண்டியப் பெருவேந்தர் காலம் பக். 179)*

காரிய ஆராய்ச்சி: *அரச ஆவணங்களில் அரச முத்திரையைப் பதிப்போருக்காக. (தமிழ்நாட்டு வரலாறு பாண்டியப் பெருவேந்தர் காலம் பக். 64)*

நத்த வரி: *கிராமத்தின் நத்தம் — ஒதுக்குப்புற இடத்தில் வீடுகட்டிக் குடியிருக்கும் நிலத்திற்கு வரி (தமிழ்நாட்டு வரலாறு பாண்டியப் பெருவேந்தர் காலம் பக். 65)*

விடைப்பேறு: *பொலிக்காளைகள் (தமிழ்நாட்டு வரலாறு பாண்டியப் பெருவேந்தர் காலம் பக். 66)*

நற்பசு: *எடுத்துக்காட்டாகவிளங்கக் கூடிய பசுவை வைத்திருப்பதற்குச் செலுத்தும் வரி (தமிழ்நாட்டு வரலாறு பாண்டியப் பெருவேந்தர்*

காலம் பக். 66)

கீற்றுவரி: ஓலைவீட்டின் மேல் வரி (தமிழ்நாட்டு வரலாறு பாண்டியப் பெருவேந்தர் காலம் பக். 66)

கிடாக்காசு: கிடாஆட்டின் மீது விதிக்கப்பட்ட சிற்றிறை (சோழர்கள் புத். 2 நீலகண்ட சாஸ்திரி பக். 702)

ஆத்திறைப்பாட்டம்: பசுப்பண்ணை வைத்திருந்தோர் செலுத்தியது. .(கல்வெட்டில் வாழ்வியல் அ. கிருட்டினன் பக். 278)

ஆதிறைப்பாட்டம்: கால்நடைகளின் மீது விதிக்கப்பட்ட வரி(கல்வெட்டுச் சொல்லகராதி பக். 9)

அட்டவணை : 6 சொத்து வரி சொற்பொருள் விளக்கம்

1.2.7 தண்டத்தொகை:

தண்டத்தொகையும் வருவாயினுள் ஒரு பகுதியாகும். அத்தொகை பல பெயர்களில் பெறப்பட்டுள்ளது அதற்குரிய சொற்பொருள் விளக்கங்கள் கீழ்க்காணும் அட்டவணையில் கொடுக்கப் பட்டுள்ளது.

வரியின் பெயர் – வாங்குவதற்குரிய காரணம்

குற்றத் தண்டம்: அபராதம்(தமிழ் நாட்டு வரலாறு பாண்டியப்பெருவேந்தர் காலம் பக் 65)

குற்றம் தோஷம், மன்றுபாடு: அபராத கட்டணங்கள் (சோழர்கள் புத். 2 நீலகண்ட சாஸ்திரி பக். 700)

மன்றுபாடு: ஊர் மன்றங்களில் வழக்காளிகட்கு விதிக்கப்பட்ட தண்டம் (பல்லவர் வரலாறு இராச மாணிக்கனார் பக்231)

சந்து விக்கிரகப்பேறு: குற்றமுடையோரைத் தண்டித்து அடக்கியமைக்கு வசூலிக்கப்பட்டது.. (கல்வெட்டில் வாழ்வியல் அ. கிருட்டிணன் பக். 280)

அட்டவணை : 7 தண்டத்தொகை சொற்பொருள் விளக்கம்

1.2.8 படைக்குரிய வரி

யானைப்படை, குதிரைப்படை, பாசறை, படைவீடுகள் போன்றவற்றின் பராமரிப்பு செலவிற்காக வரி பெறப்பட்டுள்ளது. அத்தகு வரிகள் படைக்குரிய வரிகளாகும். அதன் சொற்பொருள் விளக்கங்கள் பின்வருமாறு:

வரியின் பெயர் - வாங்குவதற்குரிய காரணம்

குதிரைப் பந்தி: படையிலிருந்த குதிரைகளின் பராமரிப்பிற்காகப் பெறப்பட்ட வரி (தமிழ் நாட்டு வரலாறு பாண்டியப்பெருவேந்தர் காலம் பக்.179)

ஆனைச்சாலை: யானைகளின் பராமரிப்பிற்காக (தமிழ் நாட்டு வரலாறு பாண்டியப் பெருவேந்தர் காலம் பக்179)

ஆனைச்சாலை தேவை: யானைகளின் பராமரிப்பிற்காக (கல்வெட்டில் வாழ்வியல் அ. கிருட்டினன் பக். 278)

சூளைத்திறை: படை வீடுகள், பாசறை போன்றவற்றில் காணப்படும் பண்டக சாலைக் கடைகள், படையெடுப்புக் காலங்களில் படையுடன் செல்லும் அங்காடிகள் ஆகியவற்றின் மீது விதிக்கப்படும் வரியாகும். பரத்தையர் கொடுத்த வரியும் சூளைத்திறை என்றழைக்கப்பட்டது (தமிழ் நாட்டு வரலாறு பாண்டியப்பெருவேந்தர் காலம் பக்66)

தளவலி: படைவரி (தமிழர் நாகரிகமும் பண்பாடும் அ. தட்சிணாமூர்த்தி பக். 484)

கோட்டை மகமை, கோட்டைக்காணிக்கை: கோட்டைச் செலவுக்குரியவை (தமிழர் நாகரிகமும் பண்பாடும் அ. தட்சிணாமூர்த்தி பக். 484)

பட்டயக்காணிக்கை, தண்ட நாயகர் மகமை: படையைப் பாது காப்பதற்குப் பொது மக்களிடமிருந்து அரசாங்கம் வரி வசூலித்தது (தமிழக வரலாறும் ஆட்சியும் மா. இராசமாணிக்கனார் பக். 235)

கோட்டைப்பணம், கோட்டைப்பதிவு: கோட்டையைப் பாதுகாக்க வசூலிக்கப்பட்ட பணம் (தமிழக வரலாறும் ஆட்சியும் மா. இராசமாணிக்கனார் பக். 235)

அட்டவணை: 8 படைக்குரிய வரி சொற்பொருள் விளக்கம்

1.2.9 பொதுவரிகள்

திருமண நிகழ்வுக்காகவும், கோயிலின் பராமரிப்பிற்காகவும், குடியுரிமை பெறுவதற்காகவும், இரவலர் வரியாகவும், தவிடு நீக்கி அரிசி பெறுவதற்காகவும் என பல்வேறு வகைகளில் பொதுவரி பெறப்பட்டுள்ளது. அத்தகு பொது வரிகளின் வெவ்வேறு பெயகளுக்குரிய சொற்பொருள் விளக்கங்கள் பின்வருமாறு:

வரியின் பெயர் - வாங்குவதற்குரிய காரணம்

திருமுகக் காணம்: செய்திகளை ஒரு ஊரிலிருந்து மற்றொரு ஊருக்கு கொண்டு செல்வதற்குண்டான வரி (பல்லவர் வரலாறு மா. இராசமாணிக்கனார் பக். 231)

எல்சோறு (நாட்சோறு), எச்சோறு: அறுவடை காலங்களில் அரசியல் திறையாக நெல்லைப் பெற வந்த அதிகாரிகட்கு ஊரார் உணவளித்தல் வழக்கம் அதற்கென்று ஊராரிடம் பெற்று வந்த சிறுதொகை ((பல்லவர் வரலாறு மா. இராசமாணிக்கனார் பக். 231)

நாட்டு வகை: சிற்றூரின் வருவாயில் ஒரு பகுதி (தமிழ்நாட்டு வரலாறு பல். பாண். காலம் முதல் தொகுதி பக். 396)

கலியாணக் காணம், கண்ணாலக் காணம்: திருமண நிகழ்ச்சிக்காக செலுத்தும் பணம் (தமிழ்நாட்டு வரலாறு பல். பாண். காலம் முதல் தொகுதி பக். 396)

ஊர்க்கழஞ்சு: ஊரில் பொதுவாக வைக்கப்பெற்றிருந்த ஓர் எடையைப் பற்றிய வரி (கே.கே. பிள்ளை தமிழக வரலாறும் மக்களும் பண்பாடும் பக் 314)

குமரக்கச்சாணம்: முருகக் கடவுளின் கோயிலுக்கு செலுத்த வேண்டிய பொன் வரி (கே.கே. பிள்ளை தமிழக வரலாறும் மக்களும் பண்பாடும் பக் 314)

கீழிறைப்பாட்டம்: சிறுவரிகள் (கே.கே. பிள்ளை தமிழக வரலாறும் மக்களும் பண்பாடும் பக் 314)

மாடைக்கூலி: பொன்னை நாணயமாக அச்சடிப்பதற்கான கூலி (கே.கே. பிள்ளை தமிழக வரலாறும் மக்களும் பண்பாடும் பக் 314)

வண்ணகக் கூலி: நாணயங்களின் பொன்மாற்றையும் அளவையும் சோதிக்கும் வண்ணக்கனுக்குகொடுக்க வேண்டிய கட்டணம்(கே.கே. பிள்ளை தமிழக வரலாறும் மக்களும் பண்பாடும் பக் 314)

திங்கள் மேரை: மாதந்தோறும் தண்டப்பட்ட ஒரு வரி (கே.கே. பிள்ளை தமிழக வரலாறும் மக்களும் பண்பாடும் பக் 314)

நாடாட்சி: நாட்டின் நிருவாகத்திற்கெனத் தண்டப்பட்ட வரி வகை (கே.கே. பிள்ளை தமிழக வரலாறும் மக்களும் பண்பாடும் பக் 314)

நாடுகாவல்: நாடு என்னும் பெரும் காவலை மேற்கொள்வதற்காக ஏற்படும் செலவுகளுக்கு ஈடு செய்யும் பொருட்டு தண்டிய வரி (கே.கே. பிள்ளை தமிழக வரலாறும் மக்களும் பண்பாடும் பக் 314)

மாவிறை: அரசனுக்குத் தனிப்பட்ட உரிமையான வரி (கே.கே. பிள்ளை தமிழக வரலாறும் மக்களும் பண்பாடும் பக் 314)

தீயெரி: கோயிலில் தீயோம்பி அதில் சோற்றைப் பலி தூவுவதற்காகத் தண்டப்பட்ட வரி (கே.கே. பிள்ளை தமிழக வரலாறும் மக்களும் பண்பாடும் பக் 314)

கடமை, முறைப்பாடு, குடிமை, கந்தராயம்: அரசுக்குச் செலுத்தப்படும் வரிகள் (தமிழகச் சமூகப் பண்பாட்டு வரலாறு முதல் தொகுதி கோ. தங்க வேலு பக். 243)

குடிமை: குடியுரிமை வரி (தமிழகச் சமூகப் பண்பாட்டு வரலாறு முதல் தொகுதி கோ. தங்க வேலு பக். 243)

காணிக்காசு அல்லது இறை திரவியம்: குடிமக்களால் செலுத்தப்பட்ட மற்றொரு வரி (தமிழகச் சமூகப் பண்பாட்டு வரலாறு முதல் தொகுதி கோ. தங்க வேலு பக். 243)

சவாரி ஊழியம்: அரசன் அல்லது அலுவலர் ஊருக்கு வரும் போது அவருக்குச் செலுத்தும் வரி (தமிழகச் சமூகப் பண்பாட்டு வரலாறு முதல் தொகுதி கோ. தங்க வேலு பக். 243)

திருவெழுச்சிக்குடிமை: அரசன் ஒரு விழாவில் எழுந்தருளிப் பொது மக்களுக்கு தரிசனம் கொடுத்தால் அதற்காக மக்கள் அவனுக்குச் செலுத்த வேண்டிய வரி (தமிழகச் சமூகப் பண்பாட்டு வரலாறு முதல் தொகுதி கோ. தங்க வேலு பக். 243)

வெட்டி முட்டை ஆள்: மக்களின் பொது நல நிதிக்காகக் குடிமக்களிடமிருந்து பெறப்பட்ட வரி (தமிழகச் சமூகப் பண்பாட்டு வரலாறு முதல் தொகுதி கோ. தங்க வேலு பக். 243)

மகமை: கோயில் அல்லது சத்திரத்திற்குக் கட்டாயமாகச் செலுத்தும் வரி (தமிழகச் சமூகப் பண்பாட்டு வரலாறு முதல் தொகுதி கோ. தங்க வேலு பக். 243)

சோற்று மாற்று: பார்வையிட வரும் அலுவலருக்குக் கட்டாயம் உணவு அளிக்க வேண்டும் அதற்கு ஈடாக்க் கொடுக்கப்படும் பணம் (தமிழகச் சமூகப் பண்பாட்டு வரலாறு முதல் தொகுதி கோ. தங்க வேலு பக். 243)

தந்திர்வாயம்: சூதாடுவோர் செலுத்திய வரி (தமிழகச் சமூகப் பண்பாட்டு வரலாறு முதல் தொகுதி கோ. தங்க வேலு பக். 244)

துலாபார வரி: அரசர்கள் தங்களின் எடைக்கு எடை பொன், வெள்ளி, நவரத்தின் அணிகளைத் துலாபாரம் மேற்கொண்டு கோயில்களுக்குக் கொடுத்தனர் அச்சமயம் அவ்வரசர்கள் செலுத்திய வரி (தமிழ் நாட்டு வரலாறு பாண்டியப் பெருவேந்தர் காலம் பக் 178)

சந்தி விக்கிரகப் பேறு: அரசனின் ஆணைகளைக் குறிப்பிட்ட ஒருவருக்கு அல்லது துறைக்குக் கொண்டு செல்பவர் சந்திவிக்கிரகி என அழைக்கப்பட்டார். இந்தச் சந்திவிக்கிரக்கிச் சம்பளம் கொடுப்பதற்காக மக்களிடமிருந்து வசூலிக்கப்பட்ட வரி (தமிழ்

நாட்டு வரலாறு பாண்டியப் பெருவேந்தர் காலம் பக் 179)

சிறப்பு அபிஷேக உகவை: *அரசனின் முடிசூட்டுவிழாச் செலவுகளுக்காக வசூலிக்கப்பட்ட வரி (தமிழ் நாட்டு வரலாறு பாண்டியப் பெருவேந்தர் காலம் பக் 179)*

வாசல்பேறு, வாசல் விநியோகம்: *அரசனின் அரண்மனைப் பராமரிப்பிற்காக வசூலிக்கப்பட்ட வரி (தமிழ் நாட்டு வரலாறு பாண்டியப் பெருவேந்தர் காலம் பக் 179)*

அரிசிக்காசு, அரிசித்துண்டம்: *நெல்லை அரிசியாக ஆக்கியபோது மக்கள் ஒரு சிறு தொகையை அரசுக்கு வரியாகச் செலுத்தினர். (தமிழ் நாட்டு வரலாறு பாண்டியப் பெருவேந்தர் காலம் பக் 179)*

காரியப் பேறு: *கோயிலின் பராமரிப்பிற்காக (தமிழ் நாட்டு வரலாறு பாண்டியப் பெருவேந்தர் காலம் பக் 179)*

ஆண்டெழுத்து தேவை, காரிய ஆராய்ச்சி: *அரசாங்கத்தின் வருவாய்த்துறை அலுவலர்கள் ஆண்டுதோறும் வரிப்பதிவு ஏடுகளைத் தயாரித்தனர் இந்த அலுவலர்களுக்குச் சம்பளம் கொடுப்பதற்காக மக்களிடமிருந்து பெறப்பட்ட்து. (தமிழ் நாட்டு வரலாறு பாண்டியப் பெருவேந்தர் காலம் பக் 179)*

வாடாக் கடமை: *கடமை வரி கட்டாயமாக்கப்பட்ட்தால் இதைத் தவறாமல் கட்டுவதற்காக வைப்பு நிதியாக உள்ளூர்க் கோயிலில் ஒரு பெருந்தொகை தொடர்புடையவர் களால் வைக்கப்பட்டது. (தமிழ் நாட்டு வரலாறு பாண்டியப் பெருவேந்தர் காலம் பக் 63)*

அரைசு வரி: *பாண்டி மண்டலத்தில் காணப்பட்ட அரசுச் சொத்துக்களை நிருவாகஞ் செய்தவர்களுக்கு ஊதியம் வழங்கு வதற்கான வரி (தமிழ் நாட்டு வரலாறு பாண்டியப் பெருவேந்தர் காலம் பக் 63)*

தண்டிலக்கை: *வரி வசூலிப்பவர்களுக்காக (தமிழ் நாட்டு வரலாறு பாண்டியப் பெருவேந்தர் காலம் பக் 64)*

எச்சோறு: *கிராமத்தில் வருவாய்த் துறையினரில் உடலுழைப்பு வேலையாட்களுக்காக (தமிழ் நாட்டு வரலாறு பாண்டியப் பெருவேந்தர் காலம் பக் 64)*

மடப்பாடி: *உயர் அரசு அதிகாரிகளுக்காக (தமிழ் நாட்டு வரலாறு பாண்டியப் பெருவேந்தர் காலம் பக் 64)*

பிள்ளையார் நோன்பு: *வரிப்பொத்தகம், புரவு என்ற வருவாய் ஆவணங்களை எழுதுமுன்பு செய்யப்படும் கடவுள் வழிபாட்டுக்காக (தமிழ் நாட்டு வரலாறு பாண்டியப் பெருவேந்தர் காலம் பக் 64)*

அரிசிக்காணம்: அரிசியின் மேல் வரி (தமிழ் நாட்டு வரலாறு பாண்டியப் பெருவேந்தர் காலம் பக் 65)

குற்றரிசி: தவிடு நீக்கிய அரிசி மேல் வரி (தமிழ் நாட்டு வரலாறு பாண்டியப் பெருவேந்தர் காலம் பக் 65)

தலைவரி அல்லது ஆள்விலை: தனிநபர் செலுத்தியது (தமிழ் நாட்டு வரலாறு பாண்டியப் பெருவேந்தர் காலம் பக் 65)

காடுகாவல்: காட்டைப் பாதுகாத்தோருக்கு வழங்கப்பட்ட வரி(தமிழ் நாட்டு வரலாறு பாண்டியப் பெருவேந்தர் காலம் பக் 65)

பாடிக்காவல்: காவல் செய்பவர் பெற்ற வரி (தமிழ் நாட்டு வரலாறு பாண்டியப் பெருவேந்தர் காலம் பக் 65)

ஆடைக்காசு அல்லது இடைக்காசு: திருமணத்தின் போது மணமகள் வீட்டார் செலுத்திய வரி (தமிழ் நாட்டு வரலாறு பாண்டியப் பெருவேந்தர் காலம் பக் 66)

தட்டொலிப் பாட்டம்: மேளம் மேல்வரி (தமிழ் நாட்டு வரலாறு பாண்டியப் பெருவேந்தர் காலம் பக் 66)

உவகை வரி: பொது மகளிரை நாடியவர் கொடுத்தவரி (தமிழ் நாட்டு வரலாறு பாண்டியப் பெருவேந்தர் காலம் பக் 66)

கருணீக சோடி, தலையாரிக்கம், நாட்டுக்கணக்கு, இராயச வர்த்தனை, நோட்ட வர்த்தனை, நிருபச்சம்பளம், ஆளுக்கு நீர்ப்பாட்டம், பாடிகாவல்: கிராம ஊழியரின் ஊதியத்துக்குத் தனி வரி உண்டு. இவை அவற்றுள் சில (தமிழர் நாகரிகமும் பண்பாடும் அ. தட்சிணாமூர்த்தி பக் 483)

பிடாரி வரி, விபூதிக் காணிக்கை, ஆடிப்பச்சை, கார்த்திகைக் காணிக்கை, பிரசாதக் காணிக்கை: கோயில்களும், சத்திரங்களும்தம் செலவுகளுக்கு மக்களிடம் வரி வாங்கின (தமிழர் நாகரிகமும் பண்பாடும் அ. தட்சிணாமூர்த்தி பக் 483)

புறக்குடி: பண்ணைப் பணியாளர் செலுத்தியது. (தமிழர் நாகரிகமும் பண்பாடும் அ. தட்சிணாமூர்த்தி பக் 484)

பணியம்: கிராம ஊழியர் செலுத்தியது (தமிழர் நாகரிகமும் பண்பாடும் அ. தட்சிணாமூர்த்தி பக் 484)

பட்டயக் காணிக்கை, சூலவரி, வில்வரி: மக்கள் கையாண்ட கருவிகட்கு செலுத்திய வரி (தமிழர் நாகரிகமும் பண்பாடும் அ. தட்சிணாமூர்த்தி பக் 484)

கணாச்சார தேரே: இரவலர் வரி (தமிழர் நாகரிகமும் பண்பாடும்

அ. தட்சிணாமூர்த்தி பக் 485)

பிடாரி வரி: கிராமதேவதையின் கோயிலுக்கு எனப் பெற்றது. (தமிழர் நாகரிகமும் பண்பாடும் அ. தட்சிணாமூர்த்தி பக் 485)

நாட்டுச்சிக்கம்: வட்டாரச் சிறைச் செலவுக்கு வாங்கியது (தமிழர் நாகரிகமும் பண்பாடும் அ. தட்சிணாமூர்த்தி பக் 485)

கட்டாயம்: அரசுக்கும் கோயிலுக்கும் ஏற்பட்ட பற்றாக் குறையினை நீக்கச் செலுத்திய வரி (தமிழர் நாகரிகமும் பண்பாடும் அ. தட்சிணா மூர்த்தி பக் 486)

உகப்பார்: திருமணம் முதலிய மங்கல நிகழ்ச்சிகளுக்கு விதிக்கப்பட்ட சிறு கட்டணம். (சோழர்கள் புத். 2 நீலகண்ட சாஸ்திரிபக். 701)

எலவை வரி: ஊரானது நாடு என்னும் உயர்வைப் பெற இட்ட வரி (கல்வெட்டில் வாழ்வியல் அ. கிருட்டினன் பக். 279)

அட்டவணை : 9 பொதுவரி சொற்பொருள் விளக்கம்

1.2.10 மரங்களுக்குரிய வரி

சிலவகை மரங்கள் வளர்ப்பதற்கென்று மக்களிடமிருந்து வெவ்வேறு பெயர்களில் வரி பெறப்பட்டுள்ளது. அத்தகு வரிக்குரிய சொற்பொருள் விளக்கங்கள் பின்வருமாறு:

வரியின்பெயர் - வாங்குவதற்குரிய காரணம்

செங்கொடிக்காணம்: செங்கொடி (செங்கொடி வேலி அல்லது சித்திரமூலம்) என்பது மிகச் சிறந்த மருந்துக் கொடி இது பலவகை நோய்களையும் இரணங்களையும் போக்கவல்ல ஆற்றல் பெற்றது. இதனைப் பயிரிடுவோர் உரிமை பெற வேண்டும். (பல்லவர் வரலாறு மா. இராசமாணிக்கம் பக். 229)

கண்ணீட்டுக்காணம்: கருசராங்கண்ணி என்பதும் சிறந்த பயன்தரும் செடியாகும். அது பல நோய்களை தீர்க்க வல்லது . இச்செடியை பயிரிட அல்லது விற்க உரிமை தரப்பட்டது. (பல்லவர் வரலாறு மா. இராசமாணிக்கம் பக். 229)

குவளை நடுவரி, குவளைக்காணம்: நீலோற்பலம் எனப்படும் குவளைச் செடிகளை நடுவதற்கும் உரிமை பெற வேண்டும் . விற்பதற்கும் அரசினரிடம் உரிமை பெற வேண்டும் இக்குவளை மலர் பூசைக்கும் மருந்துகள் செய்வதற்கும் பயன்பட்ட்து. (பல்லவர் வரலாறு மா. இராசமாணிக்கம் பக். 229)

கல்லால் காணம்: கல்லால மரம் பயிரிடச் சிற்றூரார் அரசாங்கத்திடம் உரிமை பெறவேண்டிய இருந்தது. அவ்வுரிமைக்குச் சிறு தொகை

செலுத்த வேண்டி இருந்தது. (பல்லவர் வரலாறு மா. இராசமாணிக்கம் பக். 229)

பத்தூர் சாற்று: பத்தூர் என்னும் ஊரில் உள்ள கள் இறக்கும் மரங்களுக்கு விதிக்கப்பட்ட வரி (தமிழ் நாட்டு வரலாறு பல். பாண். காலம் முதல் தொகுதி பக். 394)

சாற்றுவரி அல்லது பள்ளுச்சாறு: கள் இறக்கப்படும் தென்னை, பனை, ஈச்சன் முதலிய மரங்களுக்காகச் செலுத்தப்படும் வரி (தமிழகச் சமூகப் பண்பாட்டு வரலாறு முதல் தொகுதி தங்க வேலு பக்244)

மரமஞ்சாடி: பயந்தரும் மரம் ஒவ்வொன்றின் மீதும் விதிக்கப்பட்ட ஒரு மஞ்சாடிப் பொன் (சோழர்கள் புத். 2 நீலகண்ட சாஸ்திரி பக். 702)

பஞ்சுப்பீலி: பருத்திச் செடிகளை வளர்ப்பதற்காக விதிக்கப்பட்டது. (கல்வெட்டில் வாழ்வியல் அ. கிருட்டினன் பக். 282)

அட்டவணை : 10 மரங்களுக்குரியவரி சொற்பொருள் விளக்கம்

1.3 அகராதிகள் தரும் விளக்கங்கள்

இவ்வாய்வு எல்லைக்குட்பட்ட இலக்கியங்களில் வருவாய் குறித்த செய்திகளை குறிக்கின்ற சொற்களாக திறை, உல்கு, புரவு, மற்றும் இறை என்ற சொற்களே பயின்று வந்துள்ளன. அச்சொற்களுக்குரிய சொற்பொருள் விளக்கங்களாக அகராதிகள் கூறும் விளக்கங்கள் கீழ்வரும் பட்டியலில் இடம்பெற்றுள்ளன.

வரியின் பெயர் - மதுரைத்தமிழ்ப் பேரகராதி(4)

1. **திறை:** அரசிறை
2. **திறை கொள்ளுதல்:** திறை வாருதல், வெல்லுதல்
3. **திறையளத்தல்:** இறை கொடுத்தல்
4. **உல்கு:** சுங்க இறை, ஒருவகை வரி
5. **உல்கு செய்தல்:** சுங்கங் கொள்ளுதல், வரி வாங்குதல்
6. **புரவு:** அரசிறை, இறையிலி நிலம், விளைநிலம்
7. **இறை:** குடியிறை, கையிறை
8. **இறை காவல்:** தலையாரிக்குரிய வரி, காவல் வரி
9. **இறை கொள்ளல்:** திறை கொள்ளல், வரிபெறல், தாங்குதல்
10. **இறைக்குடி:** அரசனுக்கு வரி கொடுப்போர்

அட்டவணை : 11 மதுரைத் தமிழ்ப்பேரகராதி
அட்டவணை : 13 அகராதிகள் தரும் விளக்கங்கள்

1.4 முடிவுரை

வருவாய் சொற்பொருள் விளக்கம் என்னும் இவ்வியலில் சங்க காலம் தொடங்கி பிற்காலச்சோழர் காலம் வரை தமிழகத்தின் வருவாய் பல்வேறுபட்ட வகைகளில் கிடைத்துள்ளது என்பதை அறிந்து கொள்ள முடிகின்றது. அவற்றுள் அதிகப்படியான வருவாயைத் தேடித்தந்தது மக்களிடமிருந்து பெறப்பட்ட வரிப்பொருளும், பகை மன்னர்களும் சிற்றரசர்களும் செலுத்திய திறைப்பொருளுமாகும்.

வரியின் பெயர்	செந்தமிழ் அகராதி(5)	கௌரா தமிழ் அகராதி(6)	இலக்கியச் சொல்லகராதி(7)
திறை	கப்பம்	அரசிறை, கப்பம்	-
உல்கு	சுங்க இறை	சுங்க வரி	மரக்கலத்திலும் வண்டியிலும் வரும் பொருட்குக் கொடுக்கும் இறை
புரவு	அரசிறை, இறையிலி	இறையிலி நிலம்	காத்தல், கொடை
இறை	அரசிறை	குடியிறை, வேற்றரசர் கொடுக்கும் திறை	குடியிறை, கையிறை

அத்தகு வரிப்பொருட்கள் வெவ்வேறு பெயர்களில் பெறப்பட்டிருந்தன. சான்றாக சோழர் காலத்தில் நானூற்றுக்கும் மேற்பட்ட வரிகள் மக்களிடமிருந்து பெறப்பட்டுள்ளன. அத்தகைய வரிகளின் பெயர்களையும் அவற்றிற்குரிய சொற்பொருள் விளக்கங்களையும் இவ்வியலின் மூலம் அறிந்துகொள்ள முடிகின்றது.

மேலும் இலக்கியங்களில் வரியைக் குறித்து கையாண்டுள்ள திறை, உல்கு, புரவு, இறை என்ற சொற்களுக்குரிய அகராதிகள்

வரியின் பெயர்	லிப்கோ பேரகராதி(8)	கழகத் தமிழ் அகராதி(9)	தமிழ் மொழி அகராதி(10)
இறை	வரி (கடமை)	குடியிறை, வேற்றரசர் கொடுக்கும் திறை	குடியிறை
இறை காவல்	ஊர்க்காவல் வரி	தலையாரிக்குரிய வரி	-
உல்கு	சுங்க வரி, ஆயம்	சுங்க வரி	ஆயம்
திறை	கப்பம்	அரசிறை, கப்பம்	அரசிறை
புரவு	அரசிறை, வரியில்லா நிலக் கொடை	அரசிறை, இறையிலி நிலம்	கொடை

தரும் விளக்கங்களையும் இவ்வியலின் மூலம் தெரிந்த் கொள்ள முடிகின்றது.

அடிக்குறிப்புகள்

1. பழந்தமிழாட்சி, மொழிஞாயிறு தேவநேயப் பாவாணர் பக். 65.
2. தமிழர் நாகரிகம், நடன. காசிநாதன் பக்.191
3. தமிழர் நாகரிகம், நடன. காசிநாதன் பக்.193
4. மதுரைத்தமிழ்ப் பேரகராதி பக். 300,362,1179,259
5. செந்தமிழ் அகராதி பக். 334,588,72,54,36
6. கௌரா தமிழ் அகராதி பக் 109,141,420,515
7. இலக்கியச் சொல்லகராதி பக். 59,63,155
8. லிப்கோ பேரகராதி பக். 177,205,566,726
9. கழகத் தமிழ் அகராதி பக். 139,178,548,689
10. தமிழ் மொழி அகராதி பக். 249,293,803,1048.

இயல் 2
வருவாய் நிர்வாகம்

2.1 முன்னுரை

அரசு மற்றும் குடிமக்கள் சேர்ந்த நாட்டில் வருவாய் பெருக்கத்திற்குரிய பொருளாதாரத்தைப் பழந்தமிழகத்தில் இயற்றல், ஈட்டல் , காத்தல் , வகுத்தல் என்னும் நான்கு தலைப்பின் கீழ்க் கொண்டிருந்தனர் என்பதற்குச் சான்றாக,

இயற்றலும் ஈட்டலும் காத்தலும் காத்த

வகுத்தலும் வல்லது அரசு. (1)

என்ற குறள் அமைந்துள்ளது. இவற்றுள் இயற்றலாவது வருவாய் வரும் வழிகளை அமைத்தல் (organization of resources). அதற்குரிய பொருட்களாவன நெல் முதலான தானிய வகைகள், ஆடு, மாடு, குதிரை, யானை முதலான விலங்கினங்கள் , பொன், முத்து முதலான விலையுயர்ந்த பொருட்கள் முதலியன. அத்துடன் பிற நாடுகளைக் கைப்பற்றித் திறை கோடலும் பகைவரைக் கொள்ளையடித்தலும் இயற்றலுக்குரிய வழிகளாகும்.

ஈட்டலாவது அங்ஙனம் கிடைக்கப் பெற்ற வருவாய்களிலிருந்து கிடைக்கும் பொருட்களை மூலபண்டாரத்தில்(2) சேர்த்தல். காத்தலாவது அங்ஙனம் சேர்த்து வைத்த செல்வத்தை வேறு யாரும் கவர்ந்து செல்லாமல் பாதுகாத்தலாகும். வகுத்தல் என்பது அவ்வாறு காத்து வரும் பொருட்களைத் தேவைக்கேற்ப அறம், பொருள், இன்பங்களின் பொருட்டுச் செலவிடுதலாகும்.

2.2 வருவாய் நிர்வாகம்

தமிழகத்தின் அரசாட்சியின் கீழ் வருவாய்த்துறை என்று தனித்துறை செயல்பட்டு வந்துள்ளது. அத்துறையின் கீழ் வருவாய் நிர்வாகம் நடைபெற்றது. வருவாய்த் துறைக் கெனத் தனி அமைச்சர்கள் இருந்தனர். அவர்களின் கீழ் ஊரவை, கிராம சபை, ஊராட்சி மன்றங்கள் என்ற உட்பிரிவுகளின் வழி மக்களிடமிருந்து வரிப்பணம் வசூலிக்கப்பட்டது. அத்தகைய வரிவிதிப்புத் துறை எவ்விதம் செயல்பட்டு வந்தது என்பதை இனி காண்போம்.

2.3 வருவாய்த் துறை

சோழப் பேரரசு காலத்தில் நிலவரி போன்ற வருவாய்களைக் கவனிக்க அலுவலர் பலர் இருந்தனர். அவர்களை "புரவு வரித் திணைக்களத்தார் " என்பர். வருவாய்த் துறைக்குத் தலைவராயிருந்த அதிகாரி புரவழி திணைக்கள நாயகம் எனப்பட்டார். இத்துறையில் கண்காணி, வரிப்புத்தகம், வரிப்புத்தக நாயகம், வரிப்புத்தகக் கணக்கு, வரியிடு, முகவெட்டி, பட்டோலை முதலிய அலுவலர்களும் இருந்தனர். அரசு உயர் அலுவலர் பெருந்தனம் என்றும் கீழ்மட்ட

அலுவலர் இறுந்தனம் என்றும் அழைக்கப்பட்டனர். அரசு அலுவலர்களுக்கு மாத ஊதியம் என்றில்லை. நிலமானியம் உண்டு. இதற்கு 'ஜீவிதம்' என்று பெயர், அரசு அலுவலர்கள் 'கருவிகள்' என்னும் பெயரால் குறிப்பிடப்படுகின்றனர் *(3)*

2.3.1 நிலவரி பற்றிய துறைகள்

புரவு வரித் திணைக்களம் என்பது ஓர் அரசாங்கப் பிரிவாகும். இது நிலவரி வசூலிக்கும் துறை என்று கூறலாம். இத்துறைப் பத்துப் பிரிவுகளைப் பெற்றிருந்தது.

1. வரி வசூலிக்கும் முழுத்துறையும், நிலவரித் தொடர்பான எல்லாவற்றையும் முதலில் கவனிக்கும் துறையும் சேர்ந்த ஒன்றே புரவு வரித் திணைக்களம்.

2. வரிக்கணக்கு வைத்துள்ள துறை வரிப்பொத்தகம் எனப்பட்டது.

3. வரிக் கணக்கைப் பரிசீலனை செய்யும் துறை புரவு வரித்திணைக்களக் கண்காணி என்று பெயர் பெற்றது.

4. நிலம் பற்றிய அரசன் ஆணைகளைச் செப்புப் பட்டயங்களிலும் கல்லிலும் வெட்டுவோர் இருந்து வந்த துறை முகவெட்டி எனப்பட்டது.

5. நிலத்தை அளந்து பார்க்கும் துறை தெரிப்பு (survey) எனப்பட்டது.

6. கொடுத்த பணத்திற்கு இரசீது கொடுக்கும் துறை தரவு சாத்து எனப்பட்டது.

7. பழைய பாக்கிகளைக் கவனிக்கும் துறை பழநியாயம் எனப்பட்டது.

8. வரிப்புத்தகத்தில் வரிகளைப் பதிவு செய்யும் துறை வரியிலீடு எனப்பட்டது.

9. வரிப்புத்தகத்திலுள்ள கணக்குகளைக் கவனிக்கும் துறை வரிப் புத்தகக் கணக்கு எனப்பட்டது.

10. அரசன் ஆணைகளைப் பாதுகாக்கும் துறை பட்டோலை எனப்பட்டது *(4)*. முக வெட்டி, வரிப்பொத்தகம், பட்டோலை, வரியிலீடு செய்பவர் போன்றோர் துணையுடன் புரவுவரித் திணைக்களம் என்ற அதிகாரி வரி விதிப்பு வசூல் பணியினைச் சோழர் காலத்தில் மேற்கொண்டார். புரவுவரித்திணைக்களம் நல்லூர் உடையான் மருதன் சங்கரனும் வரிப்பொத்தகக் கணக்கு பூண்டி உடையான் அரங்கன் நாரணனும் வரியிலீடு

பாலையூர் கிழவன் கொற்றனும் பட்டோலை அத்தியூரனும் ஒன்று கூடி மன்னன் ஆட்சியாண்டு இருபத்திநான்கு நாள் எழுபத்தாறினால் வரியிலிட்டுப் பதிவு செய்கின்றனர். மன்னன் உத்தரவு 66 நாட்கள் கழித்துப் பதிவு செய்யப்பட்டுள்ளமை செப்பேடுகளின் மூலம் அறிகிறோம் (5).

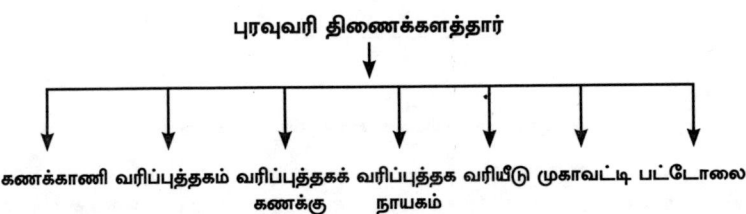

ஊரில் வரித்தண்டல் செய்யும் மேலதிகாரிகளுக்குத் தாணிகர் என்று பெயர். மாவட்ட வரித் தண்டல் கழகத்திற்கு நாட்டவனார் என்றும் நிலவரி வருவாய்த் துறைக்கு அத்வனம்' என்றும் பெயர். வருவாய்த்துறைக்கென தனி அமைச்சர் இருப்பார். வரிகளைத் தண்டல் செய்யவும், கூட்டவும் , குறைக்கவும் தள்ளுபடி செய்யவும் அரசே ஆணைகளைப் பிறப்பிக்கும் இவற்றை பதிவேடுகளில் பதிவு செய்து வைப்பர். அவை நான்கு படிகளாக வைத்துப் பாதுகாக்கப்படும். அவற்றைப் பொதுமக்கள் பார்வையிடக் கேட்டால் மூல ஆணைகளைக் காட்டுவர் (6).

2.3.2 ஊரவை அலுவலர்கள்

ஊரவையில் ஊதியம் பெற்றுப் பணிபுரியும் அலுவலர்கள் இருந்தனர். அவர்கள் நடுவர், கரணத்தார், பாடிகாப்பான், தண்டுவான் அடிகீழ் நிற்பான் ஆகிய ஐவர் ஆவர்.

நடுவர் நியாயத்தார் என அழைக்கப்பட்டார். கணக்கு எழுதும் பொறுப்பு கரணத்தார்க்கு உரியது. அவையோர் விரும்பிய போது கணக்கை நேரில் வந்து காட்ட வேண்டும் என இவர் பணிக்கப் பட்டிருந்தார். நிலவரிகளையும் பிறவரிகளையும் வசூலிக்கும் பொறுப்பு தண்டுவானுக்கு உரியது. இவர்கள் தவிரத் 'தண்டல்' என்ற ஊரவை மேற்பார்வையாளரும் கிழார் என்ற ஊர்த்தலைவரும் இருந்தனர் (7). வருவாய்த்துறையில் வருவாய்த்துறை அதிகாரிகளுக்குப் புரவுவரித் திணைக்களத்து முகவெட்டி எனப்பெயர். இவர்களின்

தலைமை அதிகாரிகளுக்குத் திணைக்கள நாயகம் எனப்பெயர் நிலங்கள் அளக்கப்பட்டு தரம் பிரிக்கப்பட்ட பின்பே வரி நிர்ணயம் செய்யப்படும். இவ்வாறு அளந்து வரி நிர்ணயம் செய்வோரை நாடுவகை செய்வோர் என்பர். வரித் தண்டல் செய்த அதிகாரி முதலி எனப்பட்டார் (8).

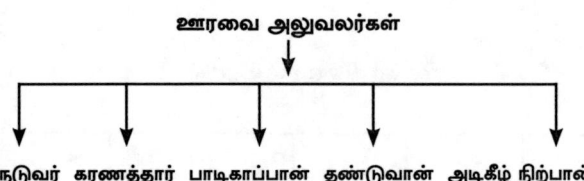

சிற்றூர்களில் ஊராட்சி மன்றங்கள் இருந்தன. குடவோலை மூலமாக ஊரவையினர் தேர்ந்தெடுக்கப்பட்டனர். ஊர் வழக்குகள் வயல்களுக்கும் தோட்டங்களுக்கும் நீர்ப்பாசன வசதி அளித்தல், வரி வசூலித்தல், பஞ்சம் ஏற்படும் பொழுது ஊராரைக் காத்தல் முதலிய பல துறைகளில் ஊரவையினர் பணியாற்றினர் (9).

2.3.3 அரசியல் அதிகாரிகள்

பாண்டியரது ஆளுகையில் பல்வகைத் துறைகளிலும் தலைவர்களாக அமர்ந்து ஆட்சியை நன்கு நடைபெறச் செய்தவர்கள் அமைச்சர், படைத்தலைவர்கள், அரையர், நாடுவகை செய்வோர், வரியிலார், புரவுவரித் திணைக்களத்தார், திருமுகம் எழுதுபவர் முதலானோர் ஆவர். இவர்களுள் அரையெனப்படுவோர் உள்நாட்டிற்குத் தலைவர்களாக விளங்கிய நாட்டதிகாரிகள் இவர்கள் தம் நாட்டைச் சுற்றிப்பார்த்து குடிகளின் நலன்கள் அறநிலையங்கள், நியாயம் வழங்குமுறை முதலானவற்றைக் கண்காணித்துக் காத்து வருவது வழக்கம். நாடுவகை செய்வோர் ஒவ்வொரு நாட்டிலுமுள்ள ஊர்களைக் கூறுபட அளப்பவர்கள். வரியிலார், ஊர்கள் தோறும் எல்லா வரியாலும் அரசாங்கத்திற்கு வர வேண்டிய தொகைக்குக் கணக்கு வைத்திருப்பவர்கள். புரவுவரித் திணைக்களத்தார், இக்காலத்திலுள்ள 'ரெவின்யூபோர்டு' போன்ற ஒரு கழகத்தினர் ஆவர். இக்கழகத்திற்குத் தலைவர் புரவுவரித் திணைக்கள நாயகம் என்று வழங்கப் பெறுவர். திருமுகம் எழுதுபவர் என்பவர் அரசனது ஆணையைத் திருவாய்க்கேள்வியால் உணர்ந்து ஓலையில் வரைந்து ஊர்ச்சபைகளுக்கும் பிற அதிகாரிகளுக்கும் முறைப்படி அனுப்புவோர்.

சோழ மண்டலத்தில் இவர்களைத் திருமந்திர ஓலை எனவும் திருமந்திர ஓலை நாயகம் எனவும் வழங்குவர். பாண்டி வேந்தரும் தம் அரசியல் அதிகாரிகளுக்குப் பல பட்டங்கள் வழங்கி

அவர்களைப் பாராட்டி உள்ளனர். அங்ஙனம் அளிக்கப் பெற்ற பட்டங்கள், அரையன், பேரரையன், தமிழவேள், காவிதி, ஏனாதி, பஞ்சவன் மாராயன், பாண்டிய மூவேந்த வேளான், செழியதரயன், பாண்டிய விழுப்பரையன், தென்னவதரயன், பாண்டியப் பல்லவ தரையன், தொண்டைமான், பாண்டியக் கொங்கராயன், மாதவராயன், வத்தராயன், குருகுலராயன், காலிங்கராயன் முதலியனவாகும் (10).

காவிதி, ஏனாதி(11) முதலான பட்டங்களைப் பெற்ற அதிகாரிகளுக்குப் பொற்பூவும், மோதிரமும், இறையிலிநிலமும் அளிப்பது பண்டை வழக்கம் எனவே காவிதிப்பட்டம் பெற்றவன் ஒருவன் எய்துவன காவிதிப் பூவும் காவிதி மோதிரமும் காவிதிப் புரவுமாம் (12).

சாசனங்களைச் செப்பேடுகளில் பொறிக்கும் பொறுப்பை மேற் கொண்டிருந்த அலுவலன் 'தபதி' எனப்பட்டான். தானங்களையும் நிவந்தங்களையும் ஆவண உருவத்தில் எழுதி அமைத்தவர் 'கரணத்தான்' அல்லது 'காரணிகன்' என்பவர் ஆவர். காரணிகருள் பல படி நிலைகள் உண்டு. காரணிகள், அவனுக்குமேல் உத்தர காரணிகள், அவனுக்கு மேல் பரமோத்தர காரணிகள் என்று காரணிகள் மூன்று நிலைகளில் பணி செய்து வந்தனர்.

வருவாய்த்துறைக்கு எனத் தனிஅரசு அமைப்பு பாண்டியர் ஆட்சியில் இல்லாத போதிலும் வருவாய்த்துறைச் சார்பான அத்தனை நடவடிக்கைகளும் திறனுடன் நடைபெற்றன. ஆங்காங்கே காணப்பட்ட ஊர்மன்றங்கள், கோயில் நிருவாக அமைப்புகள் போன்றவைகளால் இவை மேற்கொள்ளப்பட்டன. அரசு ஊழியர்களில் சமுதாயம் (ஒருங்கிணைப்பு அலுவலாளன்), மேய்ப்பு (மேய்ச்சல் நிலக் கண்காணிப்பாளன்), அதிகாரம்(கண்காணிப் பாளன்) ஆகியோர் கிராமங்களில் பணியாற்றினார்கள். 'வரிக்கூறு செய்வார்' என்ற அலுவலாளர் ஊர் அளவில் காணப்பட்ட கணக்காயர் ஆவார் (13). சோழர் ஆட்சி முறையில் ஊர்தோறும் சபையும் நாடு தோறும் சபைகளின் பிரதிநிதிகள் அடங்கிய 'நாடு' என்ற பேரவையும் இயங்கி வந்தன. அவை எல்லாம் எளிய கிராமிய முறையில் நடைபெற்றன. அங்கு வாழும் மக்கள் எல்லோருமே சபையில் பங்கு கொள்ள உரிமை பெற்றிருந்தனர்.

முரசு அறைந்து சபை கூடும் இடத்தையும், நேரத்தையும் பொதுமக்களுக்கு அறிவித்தனர். சிறியவர்களும் பெரியவர்களும் கூட்டத்திற்கு வந்திருந்ததாகக் கல்வெட்டுகள் கூறுகின்றன. கிராம சபைகள் பல அதிகாரங்கள் பெற்று 'சிறிய குடியரசு" போலத் திகழ்ந்தன. வரி விதித்தல் , குறைத்தல், நீக்குதல் போன்ற அதிகாரங்களை அவை பெற்றிருந்தன. அவற்றிற்கெனத் தனி

அலுவலர்களையும் வைத்திருந்தன. அரசாங்கத்தைக் கலக்காமல் சபைகள் தாங்களாகவே உள்ளூர் வரிகளைக் குறைக்கவும் விலக்கவும் செய்தன (14). சோழப் பெருவேந்தர் காலச் சமுதாய அமைப்பில் அரசுப் பணியாளர்களாகவும், கிராம அதிகாரிகளாகவும், ஊர்ப்பணியாளர்களாகவும் அமர்த்தப்பட்டு நாளடைவில் குலமரபினராக அதே பணியில் நிலைபெற்றுப் பின்னர் சாதிகளாக உருவெடுத்த பிரிவுகள் பல இருந்தன. ஊர்க்கணக்குகளைக் கவனித்து வந்த கணக்கர் அவர்களில் முக்கியமானவர்கள். கணக்கர்களுக்கெனக் “கணக்குக்காணி” கொடுக்கப்பட்டது. அவர்கள் தம்மூரில் மட்டுமே பணி செய்ய வேண்டும் என்று கட்டளையிடப்பட்டிருந்தனர்.

பாடிகாவலன் எனப்படுவோர் ஊர்க்காவலராக விளங்கினர். இவர்களுக்குக் கிராமத்தில் வீடுகள் ஒதுக்கப்பட்டுள்ளன. தம் பணிக்கெனப் பாடிகாவல் பாடிகாவல்கூலி போன்றவற்றை அவர்கள் பெற்றனர். சபை கூடுவதை அறிவிக்கத் தருமி ஊதியம் பெருங்குறி கொட்டியும் பணியாற்றிய குழல் ஊதுவார்களுக்கு நாளொன்றுக்கு இருவேளை உணவாக நிவந்தம் அளிக்கப்பட்டது. ஊர்ச் சபையின் தண்ட நாயகர்களாக விளங்கியவர்கள் தலையாரிகள் ஆவர். தலையாரியான செல்வி நாயகன் என்பவரைப் பற்றிய குறிப்புகள் கல்வெட்டுகளில் உள்ளன. கிராமத்தின் வரித் தண்டல் செய்பவர்களாக விளங்கியவர்கள் ‘தண்டுவான்’ எனப்பட்டனர். இவர்களுக்குக் கொற்றாக வெள்ளை அரிசி , பூரி அரிசி, வெற்றிலை, பாக்கு, மிளகு, நல்லெண்ணெய் போன்றவை வழங்கப்பட்டன. மத்தியஸ்தன் , நியாயஸ்தன், அடிக்கீழ் நிற்போன் போன்றோரும் கிராமப் பணியாளர்களாக விளங்கினர். பணிசெய்த மக்கள் என்ற ஒரு பிரிவினரும் இருந்தனர். இவர்கள் பணி செய்வார் நாட்டுப்பணி செய்வார் என்று அழைக்கப்பட்டனர். இவர்கள் பன்னிரண்டு பணி மக்கள் என்று கல்வெட்டுகளில் குறிப்பிட்டுள்ளனர்(15).

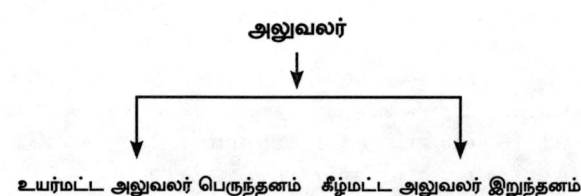

2.4 ஊரவையின் உரிமைகள்

பேரரசின் இடையீடு இன்றித் தன்னாட்சி யோடு இவ் அவைகள் இயங்கின. நில வருவாயைக் கணக்கிடுதல் , வரி விகிதங்களை அறுதியிடுதல்,பொதுச் சொத்துக்களைக் கண்காணித்தல், கோவில்

களின் தேவைகளை நிறைவு செய்தல் ஆகியன ஊரவைக்குரிய உரிமைகளாக இருந்தன. ஊர்ப்புறம்போக்கு நிலங்களையேயன்றித் தனிப்பட்டோர் நிலங்களையும் கண்காணிக்கும் உரிமையை இவர்கள் பெற்றிருந்தனர். நில விற்பனை நிலதானம் போன்ற உரிமை மாற்றங்களுக்கு இச்சபையின் இசைவைப் பெற வேண்டும். வரி பாக்கி செலுத்தாதவர்களின் நிலங்களைப் பறிமுதல் செய்யவும், அவற்றை விற்று வரி நிலுவைக்கு ஈடுகட்டவும் ஊர் வழக்குகள் மூலம் குற்றம் செய்தவர்களாக நிரூபிக்கப்பட்டவர்களைக் கடுமையாகத் தண்டிக்கவும் ஊரவையினர் உரிமை பெற்றிருந்தனர்.

2.4.1 அரசுடன் ஊரவை கொண்டிருந்த தொடர்பு

அரசின் இசைவு பெறாமல் வரியை மாற்றவோ சேர்க்கவோ ஊரவைக்கு உரிமை அளிக்கப்பட்டிருந்தது. அரசின் வரிக் கொடுமைகள் தாங்க முடியாமல் இருந்தபோது ஊரவையினரிடம் பொதுமக்கள் முறையிடுதலும் நியாய வரிகளுக்கு மேல் அரசுக்குத் தர வேண்டியதில்லை என ஊரவையினர் தீர்மானம் இடுதலும் கூடக் காணப்படுகிறது. ஆனால் நிலத்தை அளந்து, நிலவளம், நிலத்தரம் ஆகியவற்றை நிர்ணயிக்கும் முன் அரசு அவ் ஊரவை உடன்பாட்டைப் பெற வேண்டும் (16).

2.5 வரிப்பொத்தகம்

வரிப்பொத்தகம் என்ற இரு அதிகாரிகள் பின்னர் பட்டயத்தில் குறிக்கப் படுகின்றனர். ராஜராஜ வள நாட்டுப் பேரெயிற் கூற்றத்து அண்டையூர் உடையின் திருக்கன்காரி ஒருவன் உய்யக் கொண்டார் வள நாட்டுத் திருநறையூர் நாட்டுச் சோழ புர முடையான் அடிகள் காடன் மற்றொருவன் ஆவான்.

2.5.1 வரியிலீடு செய்பவர்

பாலையூர்க்கிழவன் செட்டி கொற்றமழவன் ஆலன் பொற்றேவன் கண்ணந்தை வாணியன் கோவன் பிசங்கன் —இவ்விருவரும் வரியிலீடு செய்யும் அதிகாரிகளாவர் (17).ஊர்களிலும் தலைநகரிலும் தண்டப்பட்டு வந்த வரித்தொகைகளைக் கணக்கிற் பதிந்து கொள்வோர் வாயிலார் எனப்படுவர். பதிந்து கொள்ளப்பட்ட வரித்தொகையை இன்னின்ன செலவிற்கு இவ்விவ்வளவு என்று கூறு செய்வோருக்கு வரிக்கூறு செய்வோர் என்று பெயர் . ஒவ்வோர் ஊரினின்றும் அரசனுக்கு வரவேண்டிய காணிக்கடன் என்னும் நிலவரிக்குக் கணக்கு வைப்போர் வரிப்பொத்தகம் என்றும் அவர் தலைவன் வரிப்பொத்தகக் கணக்கு என்றும் பெயர் பெறுபவர். நிலவரி நீங்கிய இறையிலி நிலங்களினின்றும் , ஊர்களின்றும் வரவேண்டிய பிறவரிகட்குக் கணக்கு வைப்போர் புரவு வரி எனப்படுவர். அவர் தொகுதி புரவுவரித் திணைக்களம் எனப்படும் அத்திணைக்களத்

தலைமைக் கணக்கனுக்குப் புரவுவரித் திணைக்கள நாயகம் என்றும் பெயர் இவரல்லாது, வரியிலீடு என்றும் , புரவுவரித் திணைக்கள முகவெட்டி என்றும் இரு வரியதிகாரிகள் இருந்தனர்.

சேர நாட்டு அரசிறையதிகாரி பாட்டமாளன் என்றும் அரசியற் கணக்கதிகாரி மேலெழுத்துக் கணக்கு என்றும் பெயர் பெற்றிருந் ததாகத் தெரிகின்றது (18). அரசிறையும் பிறவரிகளும் தண்டுவதற்கு ஊர்தொறும் தண்டுவான் (தண்டலாளன்) என்னும் அரசியல் வினைஞன் இருந்தான். வரி செலுத்தாத குடிகளைத் துன்புறுத்தித் தண்டுபவனுக்குப் பேறாளன் என்று பெயர்.

2.6 கிராம சபை

பாண்டியரது ஆட்சிக்காலங்களில் ஊர்தோறும் கிராம சபை இருந்தது. இச்சபையினரே அங்கு நடைபெற வேண்டிய எல்லாவற்றையும் நிறைவேற்றி வந்தனர். சுருங்கச் சொல்லுமிடத்து, அந்நாளில் கிராம ஆட்சி முழுமையும் இச்சபையாரால் தான் நடத்தப்பட்டு வந்தது எனலாம். இச்சபையின் உறுப்பினர் எல்லோரும் பொதுமக்களால் குடவோலை வாயிலாகத் தேர்ந்தெடுக்கப் பெற்றவர் ஆவர். சிற்றூர்கள் சிலவற்றை ஒன்றாகச் சேர்த்து அங்கும் கிராம சபை அமைத்து வந்தனர்.

நிலமும் சொந்தமனையுங் கல்வியறிவும் உடையவர்களாய் அற நெறி வழாது நடப்பவர்களே சபையின் உறுப்பினராவதற்கு உரிமையுடையவர் ஆவர்.(19) கிராம சபையில் சில உட்கழகங்களும் இருந்தன. அவை சம்வற்சர வாரியம், தோட்டவாரியம், ஏரி வாரியம் , பொன் வாரியம் , பஞ்சவார வாரியம் என்பன. நியாயம் வழங்குவதும் , அற நிலையங்களைக் கண்காணிப்பதும் சம்வற்சர வாரியாரது கடமையாகும். நீர் நிலைகளைப் பாதுகாத்துப் பயன்படச் செய்தல் ஏரிவாரியாரது கடமையாகும். நிலங்களைப் பற்றிய எல்லாவற்றையும் கண்காணிப்பது தோட்டவாரியரது கடமையாகும். நாணய ஆராய்ச்சி பொன்வாரியர்க்குரியது. பஞ்சவார வாரியர் என்போர் பிற வரிகளையும் வாங்கி அரசாங்கப் பொருள் நிலையத்திற்கு அனுப்புவர் ஆவர். கிராம சபையின் உறுப்பினரைப் பெருமக்கள் எனவும், ஆளுங்கணத்தார் எனவும் கூறுவர். இவர்கள் ஏதேனும் குற்றம் பற்றி இடையில் விலக்கப்பட்டாலன்றி ஓராண்டு முடிய எவ்வகை ஊதியமும் பெறாமல் தம் வேலைகளைச் செய்வதற்கு உரிமையுடையராவர். இவர்கள் கூடித் தம் கடமைகளை நிறைவேற்றுதற்கு ஊர்தோறும் பொது மன்றங்கள் இருந்தன. சில ஊர்களில் திருக்கோயில் மண்டபங்களை இன்னோர் தம் கருமங்களைப் புரிவதற்குப் பயன்படுத்திக் கொள்வதும் உண்டு.

2.6.1 பொன்வாரியம்

பொன்னை உரைகாண்பதற்கென்று அமைக்கப்பட்ட தனிவாரியம் பொன்வாரியமாகும். பொன்வாரியத்தின் உறுப்பினர்கள் குடவோலை முறையில் தேர்ந்தெடுக்கப்பட்டனர். மாதந்தோறும் ஏழரை மஞ் சாடிப் பொன் இவர்கட்கு ஊதியமாக அளிக்கப்பட்டது. வயது முதிர்ந்தவர்களும் சிறுவர்களும் பொன்வாரியத்திற்கு உறுப்பினராக முடியாது. இவ்வாரியத்தின் உறுப்பினராக அமர்த்தப்பட்ட பெருமக்களுள் இருவர் படைவீரர்களாவர். மூவர் சங்கரபாடிகளாகிய வாணியர்கள் அல்லது செக்கர்களாவர். இப்பெருமக்கள் குடிமக்களின் பொன்னை மாற்றறியக் கடமைப்பட்டவர்களாவர். இவர்கள் ஆற்றிய பணிகளுக்கு சிலவிதிகள் வகுக்கப்பட்டிருந்தன. அவர்கள் பொன்னை உரைக்கும் கட்டளைக்கல் மிகவும் பெரியதாக இருக்கக்கூடாது. ஆணிக்கல்லையே அவர்கள் உரைகல்லாகப் பயன்படுத்த வேண்டும். அவ்வப்போது ஆணிக்கல்லை ஒற்றி எடுத்த மெழுகு உருண்டையானது பொன் துகளுடன் ஏரி வாரியப் பெருமக்களிடம் ஒப்படைக்க வேண்டும். பொன்வாரியப் பெருமக்கள் மூன்று திங்களுக்கு ஒருமுறை ஆண்டு வாரியத்துக்கு முன்பு நின்று நாங்கள் எங்களுக்கு இட்ட கட்டளையை மீறி, உரைகாணவந்த பொன்னைக் கையாடி இருப்போமாயின் நாங்கள் என்றென்றும் பசிப்பிணியால் வருந்தி அழிவோமாக என்று உறுதி மொழி எடுத்துக் கொள்ள வேண்டும். என்னும் பொன்வாரியம் குறித்த நிகழ்வுகளை என்.ஜி. மணி அவர்கள் தமது தமிழக வரலாறு என்னும் நூலில் குறிப்பிட்டுள்ளார்.

சபையின் உறுப்பினரைக் குடவோலை வாயிலாகத் தேர்ந்தெடுக்கும் முறைகள் தொண்டை மண்டலத்தில் விரிவாகவும் வரையப்பட்டுள்ளன. அவை முதற்பராந்தக சோழனது ஆணையின் படி கி.பி. 921 —ல் பொறிக்கப் பெற்றன. அம்முறைகளே தம் தமிழகம் முழுவதும் பரவியிருந்தவை என்பதிற் சிறிதும் ஐயமில்லை. ஆயினும் சில இடங்களில் ஊர் நிலைமைக் கேற்றவாறு சிற்சில விதிகளை மாற்றியும் இன்றியமையாதவற்றைச் சேர்த்தும் உள்ளனர் என்பது சில ஊர்களில் காணப்படும் கல்வெட்டுக்களால் தெரிகிறது. எனவே அரசாங்க அதிகாரிகளின் முன்னிலையில் ஊர்ச்சபை யார் கிராம ஆட்சிக்கு உரிய புதிய விதிகளை ஏற்படுத்திக் கொள்ளும் உரிமை பெற்றிருந்தமையை அறிந்து கொள்ள முடிகிறது.

திருநெல்வேலியிலிருந்த சங்கரநயினார் கோயிலுக்குச் செல்லும் பெருவழியில் ஒன்பது மைல் தூரத்திலுள்ள மானூரில் காணப்படும் ஒரு கல்வெட்டு கிராம சபையில் உறுப்பினராதற்கு உரியவர்களின் மிகக் குறைந்த தகுதிகள் யாவை என்பதை விளக்குகின்றது. இது மிகப் பழமைவாய்ந்த கல்வெட்டாகும். எனவே பாண்டி மண்டலத்தில் கிராமசபையின் உறுப்பினரைத் தேர்ந்தெடுத்ததற்குக் கையாண்ட

முறைகள் தமிழகத்திலுள்ள பிற மண்டலங்களிலும் வழங்கி வந்தவைகளே என்பது தெளிவான தாகும்.*(20)*

2.6.2 ஊராட்சி மன்றங்கள்

சங்க காலத்தில் இருந்த கிராம ஆட்சிமுறை தொடர்ந்து பல்லவர் காலத்திலும் இருந்து வந்தது. என்பதற்குக் கல்வெட்டுகளே சான்று பகர்கின்றன. பல்லவர் கால நாயன்மார்களைப் பற்றிப் பேசும் பெரியபுராணத்தில் இவ்வூரவைகள் குறிக்கப்பட்டுள்ளன. ஊரவையார் ஊர் நிலங்களையும் தோட்டங்களையும் நீர்நிலைகளையும் கவனித்துக் கொண்டனர். ஊரின் நன்செய், புன்செய் முதலியவற்றிற்குரிய வரிகளை வசூலித்தனர். பஞ்ச காலத்தில் குடிகள் துன்பப்படாமல் இருக்க விளைச்சல் உள்ள காலங்களிலேயே விளைபொருள்களை ஓரளவு ஒதுக்கிப் பாதுகாத்தனர். கிராம வழக்குகளை விசாரித்து நீதி வழங்கினர். ஊர்ப் பொது வேலைகளையும் கோவில் தொடர்பான வேலைகளையும் கண்காணித்து வந்தனர்.

ஊரவையார் இவ்வாறு பல உட்பிரிவினராகப் பிரிந்து பல துறைகளிலும் நுழைந்து ஊராட்சியைத் திறம்படச் செய்து வந்தனர். ஒவ்வொரு பிரிவும் 'வாரியம்' எனப்பட்டது. ஊரவையார் 'பெருமக்கள் எனப்பட்டனர். ஏரி வாரியப் பெருமக்கள் தோட்டவாரியப் பெருமக்கள் எனப் பல பிரிவுகள் ஊரவையில் இருந்தன. கோயில் ஆட்சியைக் கவனித்தவர் அமிர்த கணத்தார் எனப்பட்டனர். கோவில் முதலியன பற்றிய பொதுச் செயல்களில் ஊரவையாரும் அமிர்த கணத்தாரும் சேர்ந்து பணியாற்றினர். அமிர்த கணத்தார் கோவிலுக்கு வரும் தானங்களைப் பெறுவர், கோவில் பண்டாரத்திலிருந்து பணத்தைக் குறித்த வட்டிக்குக் கடன் தருவர் இவற்றின் தொடர்பான பத்திரங்களைப் பாதுகாப்பர் , கோயில் தொடர்பான எல்லாவற்றையும் கவனிப்பர். இவர்கள் கோவில் தொடர்பான செய்திகளில் ஊரவையாருக்குப் பொறுப்புள்ளவராவர்.

மங்கலம், குடி, பிரம்மதேசம், பிரம்மபுரி என்று பெயர் கொண்ட புதிய சிற்றூர்கள் பிராமணர்க்கென்று உண்டானவை. அங்கிருந்த அவைகள் 'சபைகள்' என்று பெயர் பெற்றன. தமிழகத்து ஒவ்வோர் ஊரிலும் இத்தகைய ஆட்சி மன்றம் இருந்தது. ஆட்சிமன்ற உறுப்பினர் ஊர் மக்களால் தேர்ந்தெடுக்கப்பட்டனர். வாக்காளர் ஊரில் தம் பகுதிக்குரிய சார்பாளர்களின் (பிரதிநிதிகளின்) பெயர்களை எழுதி குடத்தில் போடுவர். அக்குடத்தின் மேல் அரசாங்க இலச்சினை வைக்கப்படும். அதிகாரிகள் அம்முத்திரையை நீக்கி ஒவ்வொரு ஓலையாகப் படிப்பர். இதனை,

"கயிறு பிணிக் குழிச் ஓலை கொண்மார்

பொறிகண்டு அழிக்கும் ஆவண மாக்கள்"*(21)*

என்னும் அகநானூற்றுப் பாடலால் அறியலாம். இங்ஙனம் தேர்ந்தெடுக்கப்பட்டவர் ஊராட்சியைக் கவனித்தனர். பல்லவர் காலத்திலும் பிற்காலச் சோழர் காலத்திலும் இத்தேர்தல் முறையே தொடர்ந்து வந்தது என்பதைக் கல்வெட்டுகள் அறிவிக்கின்றன. ஊராட்சி மன்ற உறுப்பினர் கல்வி கேள்விகளில் சிறந்திருந்தனர். ஊரில் வளர்ந்திருந்த பெரிய ஆலமர நிழலில் ஊராட்சி மன்றங்கள் நடைபெற்றன. அத்தகைய இடம் அம்பலம், மன்றம், பொதியில் எனப் பெயர் பெற்றது.

இடைக்காலத்தில் இத்தகைய அவைகள் பல்லவர் காலத்திலும் இருந்தன. சோழர் காலத்தில் இவை பற்றிய விவரங்கள் மிகுதியாகத் தெரிகின்றன. பிராமணரை மிகுதியாகக் கொண்ட ஊராட்சி மன்றங்கள் சபைகள் எனப்பட்டன மற்றவை மிகுதியாகக் கொண்ட ஊர்களில் இருந்த மன்றங்கள் ஊர் என்றே அழைக்கப்பட்டன. பல ஊர்களைக் கொண்ட ஒரு நாட்டு ஆட்சி மன்றம் நாடு எனப்பட்டது. இவையல்லாமல் நகரம், வளஞ்சியர், மணிக்கிராமம், மூலப்பண்டாரம் எனச் சில அவைகள் இருந்தன. இவற்றுள் நகரம் என்பது வணிகர் அவை, அடுத்த இரண்டும் வணிகப் பொருளாதாரக் கழகங்கள் ஆகும். நான்காவது கோவிலாட்சித் தொடர்பான அவையாகும். இவை நான்கும் ஊராட்சி மன்றத்துக்கு அடங்கித் தனித்தனி துறையில் பணியாற்றி வந்த கழகங்கள் ஆகும். ஊர்த்தலைவன் ஊராட்சி மன்றத்திற்கும் அரசாங்கத்திற்கும் இணைப்பை உண்டாக்கும் நிலையில் இருந்தான். அரசன் பிறப்பித்த ஆணைகள் அவனிடமே வந்தன. ஊரார் அவனை மிக்க மரியாதையுடன் நடத்தி வந்தனர். சில சமயங்களில் அரசன் ஆணைகள் ஊரவையார்க்கே வந்தன. சில ஊர்களில் அரசாங்க அலுவலன் ஊர்த்தலைவனுக்குப் பதிலாக பணியாற்றினான்.(22)

2.6.3 ஊர் சபைகளின் கடமைகள்

நிலங்களுக்கு வரி விதித்தல், தொழில் வரி விதித்தல், வரிகளை வசூலித்தல், அவற்றில் ஒரு பகுதியை அரசாங்கத்திடம் சேர்த்தல், மறுபகுதியை ஊர் நலத்திற்குப் பயன்படுத்தல், குறிப்பிட்ட கால அளவுக்குள் வரி செலுத்தாதவர்கள் நிலங்களைப் பறிமுதல் செய்து விற்றுப் பணத்தை அரசாங்கத்திடம் சேர்த்தல், தோட்டம்—ஏரி — வாய்க்கால் முதலியவற்றைக் கண்காணித்தல், ஊர்க்கோவில் ஆட்சியை மேற்பார்வையிடுதல் வழக்குகளை விசாரித்து நீதி வழங்குதல், ஊரார் நன்மை தீமைகளைக் கவனித்தல் முதலியன அவையினரின் கடமையாகும். இவை ஊர், சபை என்னும் அமைப்புகளுக்கும் பொதுவானவை (23).

2.7 ஆவணக் களரி

ஆவணம் என்பது பத்திரமாகும். களரி என்பது அலுவலகமாகும். அந்நாளில் ஊர்கள் தோறும் எழுதப்படும் ஆவணங்களை (பத்திரங்களைக்) பதிவு செய்ய ஆவணக் களரியும் (Registration office) இருந்தது. நிலத்தை விற்போரும் வாங்குவோரும் ஆவணத்துடன் அங்குச் சென்று நிலத்தின் விலையையும் நான்கு எல்லையையும் தெரிவித்துத் தம் உடன்பாட்டிற்கு உறுதிமொழி கூறி ஆவணம் பதிவுசெய்யப் பெற்ற பின்னர்த் திரும்புவர். இவ்வாவணம் என்றும் பயன்படக் கூடியதாயிருப்பின், அவ்வூரிலுள்ள கோயிற் சுவரில் அதனைப் பொறித்து வைப்பது வழக்கம் *(24).*

2.8 வரிவிதிப்புத் துறை

அரசாங்க வரவையும் செலவையும் கவனிக்கப் பொருள் துறை (இலாகா) ஒன்று தனியே இயங்கி வந்தது. சங்க காலத்தில் அந்த இலாகாவில் காவிதிகள் (வரியிலார்) என்பவர் உயர் அலுவலராக இருந்தனர் என்று சிலப்பதிகாரம் செப்புகிறது. காவிதி என்பதன் பொருள் அமைச்சன். அவனுக்குக் கீழ் ஆயக்கணக்கர் என்பவர் வேலை பார்த்தனர் *(25).* ஆயம், வருவாய், பிற்காலச் சோழர் காலத்தில் புரவு வரித்திணைக்களம் என்பது இந்த இலாகாவே ஆகும்.

சில நிலங்களுக்கு உரிய வரியை ஒரே தொகையாகச் செலுத்தி விடின் அந்நிலங்களுக்கு ஆண்டுதோறும் வரி விதிப்பதில்லை எனவே அவை இறையிலி எனப்படும் கோவிலுக்கோ, மடத்திற்கோ, வேறு தானம் செய்வதற்கோ நிலங்களை வாங்குவோர் அந்நிலங்களுக்குரிய தொகையையும் வரியையும் ஒரே முறையில் செலுத்தி விடுவது வழக்கம் அந்த வரித் தொகையிலிருந்து ஆண்டுதோறும் வரும் வட்டிப்பணம் எதிர்காலத்தில் வரிக்கு ஈடுசெய்ய முடியும். இந்த முறையால் அரசாங்கமோ ஊரவையோ வரியை இழக்கவில்லை என்பது இங்கு அறியத்தகும். சில பகுதிகளில் இவ்வாறு அறநிலையங்களுக்கு விடப்படும் நிலங்களுக்குரிய வரியை ஈடுசெய்ய அந்த ஊரிலுள்ள மற்ற நிலங்களுக்கு உயர்ந்த வரி விதிப்பதும் உண்டு.

நாட்டின் சில பகுதிகளில் தை மாதத்தில் வரி வசூலிக்கப்பட்டது. பெற்றுக் கொண்ட வரிக்கு இரசீது கொடுக்கப்பட்டது. வரியில் ஒரு பகுதி கட்டப்பட்டதுடன், அந்த ஆண்டுக்குரிய எச்சம் குறிக்கப்பட்டு அதனைப் பெறுகின்ற உரிமையையும் எழுத்து வடிவில் பெற்றுக் கொண்டு அவ்வாறே அத்தொகையை வசூலிப்பது அதிகாரிகள் பொறுப்பாக இருந்து வந்தது. சில பகுதிகளில் ஆண்டுக்கு மூன்று முறை வரி வசூலிக்கப்பட்டது.*(26)*

அரசனுக்குரிய நிலங்களுள்ள கிராமங்களில் அக்கிராமத்

தலைவர்கள் உழவர்களிடம் வரி வசூலித்து அரசாங்கத்திற்கு அனுப்புவர். சில கிராம நிலங்கள் உழவரால் விளைவிக்கப்பட்டன. கிராமத் தலைவர்களால் வரி வசூலிக்கப்பட்டது.

ஊரவை அல்லது சபை இருந்த கிராமங்களில் அந்த அவையினர் அல்லது சபையினர் சட்டப்படி வரிகளை வசூலித்து அரசாங்கத்திற்குச் செலுத்தி வந்தனர்.

குத்தகை, கட்டுக்குத்தகை, சித்தாயம் (சிற்றாயம்) என்ற முறையில் சில கிராமங்கள் சிலரிடம் ஒப்படைக்கப்பட்டு ஒரு குறிப்பிட்ட தொகையை அரசாங்கம் பெற்று வந்தது.

சோழப் பெருநாட்டுச் சிற்றரசர்கள் தங்கள் நிலப்பகுதிகளில் வரிகளை வசூலித்தனர், ஒரு பகுதியை நடு அரசாங்கத்திற்கு அனுப்பினர். மற்றொரு பகுதியைத் தங்கள் ஆட்சிக்கு வைத்துக் கொண்டனர். இத்தலைவர்கள் ஆண்டுதோறும் இவ்வாறு கப்பம் செலுத்தி வந்தனர். (27)

2.9 வரி வசூலிக்கும் முறைகள்

அரசாங்கம் தான் விதித்த வரியைத் தானியமாகவும் பணமாகவும் வசூலித்தது. தானியமாக வசூலித்தல் நெல் ஆயம், நெல் முதல் எனப் பெயர் பெற்றது. பின்னது 'காசாயம்' 'பொன்முதல்'எனப் பெயர் பெற்றது. சோழர் காலத்தில் நிலவரி தானியமாகவே வாங்கப்பட்டது. அவ்வாறு வாங்கப்பட்ட தானியம் ஒவ்வொரு கிராமத்திலும் இருந்த அரசாங்கக் குதிர்களில் சேர்க்கப்பட்டது. ஏனைய வரிகள் பணமாகவோ வசூலிக்கப்பட்டன, சில இடங்களில் நிலவரியும் பணமாகவே வசூலிக்கப்பட்டது (28).

2.9.1 வரி வாங்கும் முறைகள்

குடிகளிடம் வரிகளை வசூலிக்க ஏறத்தாழ நான்கு முறைகள் கையாளப்பட்டன.

அரசாங்கம் ஓர் இலாகாவையே அமைத்து அரசாங்கம் அலுவலரைக் கொண்டு நேரே வரியை வசூலித்தல்.

அரசாங்கத்திற்கும் குடிகளுக்கும் இடையில் ஒரு குழுவினர் இருந்து வரிகளை வசூலித்தல்.

குறிப்பிட்ட நிலப்பகுதியின் வருவாயை ஒருவரிடம் ஒப்படைத்து அதன் ஒரு பகுதியை அரசாங்கத்திடம் ஆண்டுதோறும் கொடுக்கச் செய்தல்.

ஒரு நாட்டைப் பல பகுதிகளாகப் பிரித்து ஒவ்வொரு பகுதியையும் ஒரு தலைவனிடம் ஒப்படைத்தல் அத்தலைவன் ஆண்டுதோறும் குறிப்பிட்டத் தொகையை அரசனுக்குச் செலுத்துவதோடு போர்க் காலத்தில் படை உதவியும் செய்வதாக ஒப்புக்கொண்டு நடத்தல் (29).

2.10 வருவாய் நிருவாகத்தில் பயன்படுத்தப்பட்ட அளவைக் கூறுகள்:

எண்ணல், எடுத்தல், முகத்தல், நீட்டல் ஆகிய நான்கு வகைப்பட்ட அளவைகளும் அக்காலத்தில் வழக்கிலிருந்தன. இவற்றுள், எடுத்தல் என்பது நிறுத்தல் ஆகும். விளைச்சல் நிலங்களைக் குழி, மா, வேலி ஆகிய அளவைகளால் அளந்திருக்கின்றனர். தங்கம், வெள்ளி, செம்பு முதலான உயர்ந்த பொருள்கள் குன்றி, மஞ்சாடி, கழஞ்சு, காணம், என்னும் நிறைகற்களாலும், சர்க்கரை, காய்கறிகள், புளி முதலான பொருள்கள் துலாம், பலம் என்னும் நிறைகற்களாலும் நிறுக்கப்பட்டு வந்தன.

நெல், அரிசி, உப்பு, நெய், பால், தயிர், மிளகு, சீரகம், கடுகு முதலியன செவிடு ஆழாக்கு, உழக்கு, உரி, நாழி, குறுணி என்னும் முகக்குங் கருவிகளால் அளக்கப்பட்டன.

2.10.1 எண்ணலளவை

கல்வெட்டுக்களில் ஆண்டுகள், பெயர்கள், தானியங்கள், ஆடுமாடுகள் பொன் முதலிய அணிகலன்கள் எண்ணிக்கையால் குறிக்கப்பட்டுள்ளன. சான்றாக,

"கலியுகக் கோட்டு நாள் பதினான்கு நூறாயிரத்து

நாற்பத்து ஒன்பதினாயிரத்து எண்பத்து ஏழு"

(பார்த்திவசேகரபுரச் செப்பேடு)

"ஏழரை இலக்கமும் ......பந்நீராயிரமும்" (தஞ்சைக் கல்வெட்டு)*(30)*

என்ற கல்வெட்டுச்சான்றிலிருந்து தொன்றுதொட்டுத் தமிழில் முழு எண் அளவையே அன்றி பின்ன இலக்கமான அரை, கால், முக்கால் போன்ற நுட்பமான எண்ணலளவையும் வழங்கி வந்ததைக் கல்வெட்டுகள் உணர்த்துகின்றன.

பண்டைத்தமிழகத்திலே எண்ணுப் பெயர்களில் சில மாற்றங்கள் இருந்துள்ளன. சான்றாக ஒன்பது என்பதைத் தொண்டு என வழங்கியுள்ளனர்.

''தொண்டு படு திலவின்"*(31)*

என்று மலைபடுகடாம் குறிப்பிடுவதில் தொண்டு என்பது ஒன்பதைக் குறிப்பிடுவதாகும். இவ்வாறே 'ஆம்பல்' (ஒரு பேரெண்)"

"தாமரை"(பதுமம் என்னும் ஒரு பேரெண்),"வெள்ளம்" (ஒரு பேரெண், *(32)*. இவற்றுக்கிடையே பேரெண்ணாகிய கோடி வழக்கத்தி லிருந்ததை,

“அடுக்கிய கோடி பெறினும் குடிப்பிறந்தார்

குன்றுவ செய்த லிலர்”(33)

என்ற குறள் வழி அறிந்து கொள்ளலாம்.

2.10.2 எடை அளவைகள்

2குறுனி	=	1 மஞ்சாடி
2மஞ்சாடி	=	1 பணத்தூக்கம்
20மஞ்சாடி	=	1 கழஞ்சு

2.10.3 கொள் அளவைகள்

360நெல்	=	1 செவிடு
2 செவிடு	=	1 பிடி (ஒரு கைப்பிடி)
5செவிடு	=	1 ஆழாக்கு
2ஆழாக்கு	=	1உழக்கு
2உழக்கு	=	1உரி
2உரி	=	1 நாழி
8 நாழி	=	1 குறுணி
2 குறுணி	=	1 பதக்கு
2 பதக்கு	=	1 தூணி
2 தூணி	=	8 குறுணி (மரக்கால்)
3 தூணி	=	1 கலம்
8 மரக்கால்	=	1 பரை
80 பரை	=	1 கரிசை
32 நாழி	=	1 காடி
3 காடி	=	1 கலம்
168 நாழி	=	1 கோட்டை

2.10.4 நீட்டல் அளவைகள்

8 தோரை	=	1 விரல்

12 விரல்	=	1 சாண்
2 சாண்	=	1முழம்(34)

2.10.5 எடுத்தல் அளவை

10காணம்	=	1 கழஞ்சு
100 பலம்	=	1 துலாம்(35)

2.10.6 முகத்தல் அளவைகள்

தானிய வகைகளையும், எண்ணெய் ஆகியவைகளையும் அளந்து கணக்கிட முகத்தல் அளவை பயன்படுத்தப்பட்டது. அந்த அளவைகள், மாகாணி, உழக்கு படி, நாழி, குறுணி, மரக்கால், கலம் என வழங்கப்பட்டன. நாழிகள் பலபெயர்கள் பெற்றிருந்தன. அவை 1. கருநாழி, 2. நால்வா நாழி 3. மாநாய நாழி, 4. பிழையா நாழி, 5. நாராயண நாழி முதலியன.(36) உப்பு அளங்களில் விளைந்த உப்பை அளக்க 'பொதி' 'கண்டி' என்ற நிறுத்தல் அளவு பயன்படுத்தப்பட்டது. அத்துடன் 'பலம்' 'வீசை' என்ற அளவீடுகளும் பயன்பாட்டில் இருந்தன. மேலும் இந்த அளவீடுகளில் அமையாத ஒரு அளவும் நடைமுறையில் இருந்தன.

மேலும் இந்த அளவீடுகளில் அமையாத ஒரு அளவும் நடைமுறையில் இருந்தது தெரியவருகிறது. அதாவது இரு உள்ளங்கைகளையும் இணைத்தவாறு தானியம் போன்றவைகளை அள்ளி எடுப்பதை 'கையெடுப்பு' என்று வழங்கினார்.(37)

2.10.7 நில அளவைகள்

நிலங்களை அளக்க நில அலகுகள் வழக்கிலிருந்துள்ளன. வரித்தீர்வை செய்வதற்காக நிலங்கள் அளக்கப்பட்டன என்பதை முதலாம் ஆதித்தன் காலத்துக் கல்வெட்டு ஒன்று குறிப்பிடுகிறது. இக்கல்வெட்டுப்படி, நிலமளந்து இறைகொள்க என்று சொல்லி நிலவரி தண்டியவர்கள் மீது தண்டனை விதிக்கப்பட்டது.இதனால் நிலவரி இறுதி செய்வதற்கு முன்பாக நிலங்களை அளவிடும் வழக்கமிருந்தமை புலனாகும்.(38)

சோழ மண்டலம் முழுவதிலும் வேலி என்ற நில அளவே வழக்கிலிருந்துள்ளது. இக்கால அளவுப்படி ஒரு வேலி 6.61 ஏக்கருக்குச் சமமானதாகும். மா, குழி என்ற உட்பிரிவுகளை வேலி கொண்டிருந்தது. ஒரு வேலி 20 மாவுக்குச் சமமாகும். பொதுவாக நிலப்பரப்பைக் குழி என்று குறித்தனர். நூறுகுழி கொண்டது ஒரு

மாவாகக் கருதப்பட்டது. சில இடங்களில் 128, 256, 410 குழிகளை மாவாகக் குறித்தனர். நிலங்களை அளக்கப் பயன்படுத்தும் அளவுகோல்களின் நீள மாறுதலுக்கேற்பக் குழியின் பரப்பளவு மாறுபட்டது. தொண்டை மண்டலத்தில் பட்டி, படாகம் ஆகிய நில அளவுகள் வழக்கிலிருந்தன. பின்னர் இப்பகுதிகளிலும் சோழ ஆட்சியாளரால் வேலி அளவு புகுத்தப்பட்டது.

நிலங்களை அளக்கக் கோல் என்ற நீட்டல் அளவைக்கோல் பயன்படுத்தப்பட்டது. இதன் நீளம் காலத்திற்குக் காலம் மாறுபட்டிருக்கிறது. இக்கோல் 24 அடியாகவும் இருந்திருக்கிறது. சில காலங்களில் 18 அடியாகவும் இருந்திருக்கிறது. முதலாம் மாறவர்மன் சுந்தர பாண்டியன் காலத்தில் ஒரு புதிய நீட்டல் அளவைக் கோல் அறிமுகப்படுத்தப்பட்டது. அக்கோல் ‘குடிதாங்கி’ என்ற பெயர் பெற்றிருந்தது. அதன் நீளம் 24 சாண்களாக இருந்தது. (39)

கல்வெட்டுகளில் பெரும்பாலும் தானமாகக் கொடுத்த நிலங்களை முந்திரிகை, மா, காணி, வேலி, தலைப்பாடகம், பட்டிகா போன்ற அளவைப் பெயர்களால் குறிப்பிட்டுள்ளனர்.

முந்திரி	—	1/320 வேலி (நிலம்)
2 முந்திரிகை	—	அரைக்காணி (1/80)
4முந்திரிகை	—	ஒரு காணி
100 குழி	—	1 மா
2 காணி	—	லு மா (1/40)
3 காணி	—	லு மா + காணி
4 காணி	—	1 மா(1/20)
20 மா	—	1வேலி
1 வேலி	—	5காணி
2000 செய்	—	1 குழி

இவைகளுடன் பல்லவர் காலத்தில் பட்டி அல்லது பட்டகா என்ற நில அளவைப் பெயர்களும் தலைப்பாடகம் என்ற அளவைப் பெயர்களும் வழக்கிலிருந்துள்ளன.

1 தலைப்பாடகம்	—	240 குழி
1 பட்டிகா	—	1200 குழி(40)

இவ்வாறு பல அளவை முறைகள் வழக்கிலிருந்துள்ளன.

2.10.8 நீட்டல் அளவைகள்

கலப்பை, நிவர்த்தனம், பட்டிகா, படாகம் என்னும் நான்கு அளவைகள் பல்லவர் ஆட்சியில் இருந்துள்ளன.

1. கலப்பை என்பது இரண்டு எருதுகள் பூட்டப் பெற்ற ஒரு கலப்பையைக் கொண்டு குறிப்பிட்ட ஒரு நேரத்தில் ஒருவன் உழும் நிலத்தின் அளவு கலப்பை எனப்பட்டது.
2. நிவர்த்தனம் என்பது ஒருவன் ஒரு குறிப்பிட்ட நிலப்பகுதியிலிருந்து குறிப்பிட்ட நேரத்திற்குள் நடந்து புறப்பட்ட இடத்தை அடைந்தவுடன் அவனால் எல்லை கோலப்பட்ட நில அளவே நிவர்த்தனம் எனப்பட்டது. பிற்காலத்தில் 200 சதுர முழம் கொண்ட நிலப்பரப்பே நிவர்த்தனம் எனப் பெயர் பெற்றது.
3. பட்டிகா (பட்டி) என்பது ஆட்டை ஓர் இடத்தில் கட்டி அதன் கயிற்றின் உதவியால் சுற்றும் அளவையுடைய நிலப்பகுதியே ஆகும்.
4. படாகம் என்பது 240 குழி கொண்ட நிலமாகும். குழி என்பது 144 சதுர அடிமுதல் 576 சதுர அடி வரை நாட்டுக்கேற்ப வழங்கப்பெற்றது.

இந்த அளவைகளோடு

1. நாலு சாண் கோல்
2. பன்னிரு சாண் கோல்
3. பதினாறு சாண் கோல் முதலிய நீட்டல் அளவைகள் இருந்தன என்பதும் கல்வெட்டுகளால் அறியத்தகும் செய்தியாகும்.(41)

அடிப்படை நீட்டளவை அலகாகச் சாண் மற்றும் அடி இருந்தன. சாண் அளவு, கை விரல் நீளத்தையும் , அடி அளவு, கால் பாத அளவையும் அடிப்படையாகக் கொண்டது. சில இடங்களில் இவ்வளவுகோல்களின் நீளத்தைக் கல்வெட்டுகள் குறிக்கின்றன. ஏறக்குறைய 40 விதமான அளவுகோல்களின் பெயர்கள் காணப்படுகின்றன. இவற்றுள் நிலமளவு கோல், திருவுலகளந்த கோல் என்பன சிறப்பானவை. இவ்விரண்டு கோல்களின் நீளம் தெரிந்திலது. ஆயினும், இவ்விரண்டு கோல்களும் நிலம் அளப்பதற்குப் பயன்பட்டன என்பதில் ஐயமில்லை. சில கோயில் பீடங்களில் நிலமளவு கோல்கள் வரையப்பட்டுள்ளன. சீயமங்கலம் கோயிலில் வரையப்பட்டுள்ள நில அளவுகோலின் நீளம் 12 அடி 9 அங்குலம். இடையாளத்துக் கோயிலில் வரையப்பட்டுள்ள அளவு கோலின்

நீளம் 12 அடியாகும். கோட்டூரில் வரையப்பட்டுள்ள கோலின் நீளம் 16 அடி ஆகும்.

மற்ற அளவுகோல்களில் பன்னிருசாண் கோல், பதினாறு சாண் கோல், பதினெண்சாண் கோல்கள் முக்கியமானவை. தற்கால அளவுகளின் படி இவ்வளவு கோல்களின் நீளங்கள் முறையே, 9 அடி, 12 அடி, 13அடி 5 அங்குலம் ஆகும். இக்காலத்தில் பயன்படுத்தப்பட்ட அடி (பாதம்) அளவு இன்றைய அடி அளவிலிருந்து மாறுபட்டது. கல்வெட்டுகள் குறிப்பிடும் அடி அளவு, காலடி அளவைக் கொண்டது. இன்றைய மதிப்பில் ஒரு காலடியை 10.46 அங்குலங்களுக்குச் சரியாகக் கொள்ளலாம். ஒன்பதடிக்கோல் (7 அடி 8 அங்குலம்) , 22 அடிகோல் (19 அடி 1 அங்குலம்) ஆகியனவும் பயன்படுத்தப்பட்டுள்ளன. இவ்வளவுகோல்கள் தவிர பிற அளவுகோல்களும் வழக்கிலிருந்துள்ளன. அவையாவன: அமைத்த நாராயணன் நிலவளவு கோல், சிற்றம்பலத்துக்கோல், கடிகைக்கோல், கண்டரகண்டன் கோல், கழனிகோல், இராசராசன்கோல், இராசவிபாடன் கோல், வாழவந்தான்கோல், விளந்தைகோல் போன்றவை. இவ்வகைக் கோல்களின் நீளம் எவ்வளவு என்று தெரிந்திலது.

2.10.9 நிறுத்தல் அளவைகள்

பொருள்களின் எடையை மதிப்பீடு செய்ய நிறுத்தலளவை பயன்பாட்டிலிருந்தது. தங்கம் போன்ற விலை மதிப்புடைய பொருள்களின் எடையை மதிப்பீடு செய்ய நிறுத்தல் அலகுகளைப் பின்பற்றினர். கழஞ்சு மஞ்சாடி என்பன நிறுத்தல் அளவைகளாகும். கழஞ்சின் பன்னிரண்டில் ஒரு பாகம் மஞ்சாடி ஆகும். கழஞ்சு விதையை மூல எடை அலகாகப் பயன்படுத்தினர். இதன் நிறை சாதாரணமாக 58 நெல் எடையுடையது. சில இடங்களில் 72 அல்லது 80 நெல் எடையாகக் கருதுவர். இதுவே ஒரு கத்தியாணம் என வழங்கப்பட்டு வந்துள்ளது. ஒரு கழஞ்சு 20 மஞ்சாடிகளுக்குச் சமமானது. தாமிரம், மளிகைப் பொருள்கள், அன்றாடம் பயன்படுத்தும் பொருள்கள் யாவும் பலம் என்ற எடைக்கல்லால் மதிப்பிடப்பெற்றன. எடையிடுவதற்கு இருதட்டுத் தராசைப் பயன்படுத்தியுள்ளனர். கோல் எனப்பட்ட ஒரு தட்டுத் தராசும் சில இடங்களில் பயன்பாட்டில் இருந்துள்ளது. எடைக்கற்களும் இருந்துள்ளன. (42)

இவ்வளவைகளின் அடிப்படையிலேயே வருவாய் நிருவாகத்தின் கீழ்க் கணக்கிடப்பட்டு வரி வசூலிக்கப்பட்டது.

2.11 முடிவுரை

வருவாய் நிருவாகம் என்னும் இவ்வியலின் கீழ் அரசுக்கு பெரும்பங்கு வருவாய் ஈட்டி தந்துள்ள வரிவிதிப்புத் துறை குறித்த

தகவல்கள் பதிவு செய்யப்பட்டுள்ளன. மேலும் அவ்வரிவிதிப்புத் துறை எவ்வகையில் செயல்பட்டது என்பதும் அத்துறையின் மூலம் மக்களிடமிருந்து எவ்வகையில் வரி வசூலிக்கப்பட்டுள்ளது என்பது குறித்தும் அறிந்து கொள்ளமுடிகின்றது. மேலும் வரிகளை விதிப்பதற்கு அடிப்படையாகப் பயன்பட்ட அளவைகள் குறித்தும் இவ்வியலின் மூலம் அறிந்துகொள்ள முடிகின்றது. இங்ஙனம் ஒரு நாட்டின் நிர்வாகம் செம்மையாக இருக்குமேயானால் அந்நாடு செழிப்பாக முன்னேறும் நிலையை அடையும்.

"படைகுடி கூழ்அமைச்சு நட்புஅரண் ஆறும்

உடையான் அரசருள் ஏறு" (43)

என்னும் திருக்குறளில் படை, குடி, கூழ், அமைச்சு, நட்பு, அரண் என்று கூறப்படும் ஆறு அங்கங்களையும் உடையவனே அரசருள் ஆண் சிங்கம் போன்றவன் என்று கூறப்படுதலுக்கு ஏற்ப அரசருக்கு கீழ் இயங்கும் நிர்வாகம் சிறப்பாக செயல்படுமேயானால் அந்நாட்டு மக்களின் முன்னேற்றமும் வளமும் சீரிய முறையில் செழிப்பாகும்.

அடிக்குறிப்புகள்

1. குறள் 385
2. பழந்தமிழாட்சி பக்.70
3. தமிழகச் சமூகப் பண்பாட்டு வரலாறு முதல்தொகுதி பக். 361
4. தமிழகவரலாறும் ஆட்சியும், டாக்டர் மா.இராசமாணிக்கனார் பக். 230 —231
5. தமிழ் நாட்டுச் செப்பேடுகள் தொகுதி —1 ச. கிருஷ்ண மூர்த்தி பக். 350
6. தமிழகச் சமூகப் பண்பாட்டு வரலாறு இரண்டாம் பாகம் கோ. தங்கவேலு பக் . 48
7. தமிழக வரலாறும் தமிழர் பண்பாடும் பக்.190—191
8. தமிழகச் சமூகப் பண்பாட்டு வரலர்று இரண்டாம் பாகம் பக். 13
9. தமிழக வரலாறு டாக்டர். மா. இராசமாணிக்கனார் பக். 45
10. பாண்டியர் வரலாறு டி. வி. சதாசிவ பண்டாரத்தார் பக். 116
11. ஏனாதி மோதிரம் இறையனார் அகம். சூத்.2 உரை
12. நன்னூல் 158 ஆம் சூத்திரம் —மயிலைநாதர் உரை,தொல்காப்பிய பொருள். 30 ஆம் சூத்திரம் நச்சினார்க்கினியர் உரை
13. தமிழ்நாட்டு வரலாறு பாண்டியப் பெருவேந்தர் காலம் ப.ஆ. ம. இராசேந்திரன் பக். 63
14. சோழர்கள் புத். 2 கே. எ. நீலகண்ட சாஸ்திரி பக். 676—677
15. தமிழ்நாட்டு வரலாறு சோழப் பெருவேந்தர் காலம் இரண்டாம் பகுதி கிபி 900—1300 பக் 84—85
16. தமிழக வரலாறும் தமிழர் பண்பாடும் ஸ்ரீகூஷ். ஆ. இராம கிருட்டினன் பக் 190—191
17. தமிழ்நாட்டுச் செப்பேடுகள் தொகுதி —1. ச. கிருஷ்ணமூர்த்தி பக். 350
18. பழந்தமிழாட்சி தேவநேயப்பாவாணர். பக்.27
19. பாண்டியர் வரலாறு டி. வி. சதாசிவ பண்டாரத்தார் பக். 120
20. பாண்டியர் வரலாறு டி. வி. சதாசிவ பண்டாரத்தார் பக். 121
21. அகநானூறு 77: 7 —8
22. தமிழக வரலாறும் ஆட்சியும் டாக்டர். மா. இராச மாணிக்கனார்.பக். 289

23. தமிழக வரலாறும் ஆட்சியும் டாக்டர். மா. இராசமாணிக்கனார்.பக். 290

24. தமிழகவரலாறும் ஆட்சியும்,டாக்டர் மா.இராசமாணிக்கனார் பக். 231

25. சிலம்பு காதை 22,28 வரி 9,205

26. தமிழக வரலாறும் ஆட்சியும் டாக்டர். மா. இராசமாணிக்கனார்.பக். 238

27. தமிழக வரலாறும் ஆட்சியும் டாக்டர். மா. இராசமாணிக்கனார்.பக். 237

28. தமிழக வரலாறும் ஆட்சியும் டாக்டர். மா. இராசமாணிக்கனார்.பக். 237

29. தமிழக வரலாறும் ஆட்சியும் டாக்டர். மா. இராசமாணிக்கனார்.பக். 237

30. குறள் : 392

31. மலைபடுகடாம் 21

32. தொல், எழுத்து, 393

33. குறள் 954

34. தமிழ்நாட்டு வரலாறு ,பாண்டியப் பெருவேந்தர் காலம் பக் 196 தமிழ்நாட்டு வரலாற்று வரைவுத் திட்ட வல்லுநர் குழு

35. பாண்டியர் வரலாறு டி.வி. சதாசிவ பண்டாரத்தார் பக்.119

36. பல்லவர் வரலாறு டாக்டர் மா. இராசமாணிக்கனார் பக்.247

37. தமிழில் ஆவணங்கள் பக். 90

38. சோழப்பெருவேந்தர் காலம் பக் 242 இரண்டாம் பகுதி, தமிழ் வளர்ச்சித்துறை

39. தமிழ்நாட்டு வரலாறு ,பாண்டியப் பெருவேந்தர் காலம் பக் 195

40. தமிழ் இலக்கியத்தில் கல்வெட்டியல் கூறுகள், ஜெகதீசன். ஆ. பக் 131. .பல்லவர் வரலாறு டாக்டர் மா. இராசமாணிக்கனார் பக 41.

41. சோழப்பெருவேந்தர் காலம் இரண்டாம் பகுதி, தமிழ் வளர்ச்சித்துறை பக் 245

42. குறள் எண் .381

இயல் 3

அரசு உருவாக்கம்

இயல் 3 அரசு உருவாக்கம்

3.1 முன்னுரை

அரசரின் ஆட்சி முறையை பொருத்தே மக்களின் வாழ்க்கை முறையும் அமையும். எனவே நீதி முறை செய்து குடிமக்களைக் காப்பாற்றும் மன்னவன், மக்களுக்குத் தலைவன் என்று தனியேக் கருதி மதிக்கப்படுவான் என்பதை

முறைசெய்து காப்பாற்றும் மன்னவன் மக்கட்கு

இறைஎன்று வைக்கப் படும் (1).

என்ற குறள் விளக்குகிறது. எனவே அரசனின் செங்கோலாட்சியே மக்களின் முன்னேற்றத்திற்கும் செழுமைக்கும் வழி வகுக்கும். அரசு இயங்குவதற்கும் செயல்களை நிறைவேற்றுவதற்கும் அனுபவமிக்க ஆட்சியாளர்கள் தேவை. அவர்கள் ஒரு குழுவாக செயல்பட்டு தனித்தனிப் பொறுப்புகளை ஏற்று அரசை இயக்கும் வலிமை படைத்தவர்களாக இருந்தனர். அரசரின் கருத்துக்கும் கடமைக்கும் முரண்படாமல் வேந்தன் எண்ணியதையே தாமும் எண்ணி அவன் செயலுக்கு உறுதுணையாயிருந்தனர்.

3.2 சங்க காலம்

சங்க கால அரசியல் நிலையை ஆராய்வதற்கு அடிப்படைச் சான்றுகளாக உள்ளவை சங்க இலக்கியங்களே ஆகும். அறத்திற்கு அஞ்சியும் மரபுகளுக்குக் கட்டுப்பட்டும் அரசர்கள் சங்க காலத்தில் முடியாட்சி நடத்தினர்.

அறிவுடையோன் ஆறு அரசு செல்லும் (2).

அறநெறி முதற்றே அரசின் கொற்றம் (3).

என்னும் தொடர்கள் சங்க கால அரசியல் செம்மையை விளக்கி நிற்கின்றன எனலாம்.

மாரி பெய்ப்பினும் வாரி குன்றினும்

இயற்கை யல்லன செயற்கையில் தோன்றினும்

காவலர் பழிக்கும் இக்கண்ணகன் ஞாலம் (4).

தான் தவறு செய்யாது இயற்கை தவறு செய்யினும் உலகம் தன்னைப் பழிக்கும் என அரசர்கள் உணர்ந்து வைத்திருந்தனர் என்பதை இக்கூற்று புலப்படுத்துகிறது. தமிழகத்தில் முடிமன்னர் மூவர் சங்ககாலத்தில் ஆட்சி புரிந்துள்ளனர். இவர்களைத் தவிர

பல குறுநில மன்னர்களும் நாட்டின் ஆட்சியைப் பகிர்ந்து கொண்டுவந்துள்ளனர்.

3.2.1 அரசுரிமை

அரசுரிமை வழிவழியாக வந்தது. தந்தைக்குப் பின் மகன் அரசுரிமை பெறும் மரபு இருந்ததை,

மூத்தோர் மூத்தோர் கூற்றம் உய்த்தெனப்

பால்தர வந்த பழவிறல் தாயம் (5).

என்னும் புறநானூற்று வரிகளின் மூலம் அறிய முடிகின்றது.

3.2.2 நிர்வாக அமைப்புகள்: அரசவை

சங்க கால அரசியல் நிலை பற்றி நாளும் அரசவை கலந்துரையாடுதல் மரபு. இவ்வவையில் அமைச்சர் குழுவும் ஆலோசனைக் குழுக்களும் இடம் பெற்றிருந்தன. அரசனது இவ்வவை காலையில் கூடுதலின் அது நாளவை எனப்பட்டது.

3.2.3 அமைச்சரவை

அமைதியும் அறமும் நிலவும் அரசு அமைய அரசனுக்குத் துணைநின்றது அமைச்சர் குழு. மன்னர்க்கும் மக்களுக்கும் நேரக்கூடிய தீமைகளை முன்கூட்டி அறியும் தொலைநோக்கு அறிவு நன்மைகளைப் பெருக்கும் செயல்திறன் ஆகியன அமைச்சரிடமிருந்து எதிர்பார்க்கப்பட்ட பண்பு நலன்கள். அரசர்க்கு அருந்துணையாகி நின்ற இக்குழு கொடுமையில்லாத சுற்றம் எனப் பெரும்பாணாற்றுப் படையிலும் மனம் பொருந்திய சுற்றம் எனப் பதிற்றுப்பத்திலும் பாராட்டப்படுகிறது.

அரசருக்கு அறிவுரை கூற நால்வர் குழு இருந்ததாக மதுரைக்காஞ்சி குறிப்பிடுகிறது. நச்சினார்க்கினியர் தம் உரையில் அந்நால்வர் குழுவுடன் அமைச்சரையும் உள்ளடக்கி ஐவர் குழுவாக்கி அதைச் சிலப்பதிகாரம் சுட்டும் ஐம்பெருங்குழுவுடன் பொருத்திப்பார்த்துள்ளார்.

3.2.4 அறங்கூறவையம்

நீதி வழங்குவதற்கென்று அமைக்கப்பட்ட ஒரு அமைப்பே அறங்கூறவையமாகும். இந்த அவையம் பேரூர்களில் செயல்பட்டுள்ளது என்பதை

மறங்கெழு சோழ ருறந்தை யவையத்

தறநின்று நிலையிற்று (6)

அறந்துஞ் சுறந்தை(7).

என்ற புறநானூற்றுப் பாடல் அடிகளின் மூலம் அறிந்துகொள்ளமுடிகின்றது. மதுரையில் இது போன்ற அறங்கூறவையம் இருந்தமையை மதுரைக் காஞ்சியால் அறிகின்றோம். இவ்வறங்கூறவையங்களில் சான்றோர்கள் இருந்து நீதி வழங்கியுள்ளனர்.

அச்சமும் அவலமும் ஆர்வமு நீக்கிச்

செற்றமும் உவகையுஞ் செய்யாது காத்து

ஞெமன்கோ லன்ன செம்மைத் தாகிச்

சிறந்த கொள்கை அறங்கூ றவையமும் (8).

அச்சம், துன்பம், பற்று இவற்றினின்று விடுபட்டு வெகுளாது விரும்பாது, துலாக்கோலையொத்த நடுநிலை பேணி, சிறந்த ஒழுக்கமுடையோராய் இச்சான்றோர்கள் விளங்கியுள்ளனர் என்பதனை மேற்கண்ட மதுரைக்காஞ்சி பாடல் வரிகளின் மூலம் அறிந்துகொள்ள முடிகின்றது.

இவ்வவையங்களின் மூலம் நீதி கேட்டுச் சென்ற மக்களுக்கு அவர்களது வழக்கினை விரைந்து தீர்த்து அவர்களின் துயரினைத் தீர்த்துவைத்துள்ளனர் என்பதற்கு

சான்றோர் இருந்த அவையத்து உற்றோன்,

ஆசாகு என்னும் பூசல் போல,

வல்லே களைமதி அத்தை உள்ளிய (9).

என்ற புறநானூற்றுப் பாடல் சான்றாகியுள்ளது.

இவ்வறங்கூறவையத்துக்குச் சான்றோரைத் தேர்ந்தெடுத்தல் வேந்தனின் கடமையாகும். அவர்கள் நீதியினின்று பிறழின் அப்பழி வேந்தனையேச் சாரும்.

அறன்நிலை திரியா அன்பின் அவையத்துத்

திறன் இல் ஒருவனை நாட்டி, முறை திரிந்து

மெலிகோல் செய்தேன் ஆகுக; (10).

அவையில் திறன் இல்லாத ஒருவனை நியமித்த மன்னனின் நெறிபிறழ்ந்து செய்த செயலால் வேந்தனின் செங்கோல் கொடுங்கோலாகும் என்று கூறுவதிலிருந்து அறங்கூறவையில் நீதி தவறினால் அப்பழி மன்னனைச் சேரும் என்பது ஐயமில்லாமல் புலப்படுகின்றது.

சிற்றூர்களில் ஏற்படும் குற்றங்களையும் சிக்கல்களையும் உடனுக்குடன் தீர்க்கவும், குறைகள் அனைத்தையும் அரசரே பார்ப்பின் அரசின் பிற பணிகள் தடைபடும் என்பதற்காகவும் இவ்வறங்கூறவையங்கள் ஏற்படுத்தப்பட்டன. அதனால் இவ்வறங்கூறவையங்கள் அரசுறுப்புகளுள் ஒன்றாகச் செயல்பட்டு அக்கால ஆட்சி முறைக்கு பெரிதும் உதவி புரிந்து வந்துள்ளன.

3.2.5 நாளவை

குடிகளின் குறைகளைக் கேட்டு முறைசெய்வதற்கும், தன்னை நாடி வரும் புலவர்களுக்கும் வறியவர்களுக்கும் பரிசில் வழங்குவதற்கும் என்று வேந்தன் வீற்றிருக்கும் அவையே நாளவையாகும். இத்தகைய அவை செயல்பட்டு வந்துள்ளதை நாம் அறிந்துகொள்வதற்கு இலக்கியங்கள் நமக்கு துணைநிற்கின்றன. சான்றாக,

செம்மல் நாளவை அண்ணாந்து புகுதல்

எம் அன வாழ்க்கை இரவலர்க்கு எளிதே: *(11).*

என்ற புறநானூற்றுப் பாடலின் மூலம் நாளவை செயல்பட்டுள்ளதை தெரிந்துகொள்ளமுடிகின்றது. மேலும் பொன்னால் செய்யப்பட்ட பொற்றாமரை மாலையினைத் தலையில் சூடிய பாணர்களின் சுற்றத்தோடு சோழன் நலங்கிள்ளி நாள் மகிழ் இருக்கையில் வீற்றியிருந்ததை

பாண் முற்றுகநின் நாள் மகிழ் இருக்கை *(12).*

என்னும் பாடல் அடிகள் நமக்கு உணர்த்தி நிற்கின்றது.

அரண்மனையுள் கூடும் புலவர் மற்றும் பாணர் முதலானோர்க்குப் பரிசில் வழங்குதலும், குறை களைதலும் நாளவையின் பணிகளாகும்.

3.2.6 ஊரவை

அம்பலம், அவை , பொதியில், மன்றம் என ஊரவை பல பெயர்களைக் கொண்டிருந்தது. ஊர் அவைகளுள் சில ஊரின் முதற்பகுதியில் இருந்ததாக

''முன்னூர்ப் பொதியில் சேர்ந்த மென்நடை*(13).*

என்ற புறநானூற்றுப்பாடலின் வழி அறிய முடிகின்றது. மன்றப்பலவு, மன்ற விளவு முதலான புறப்பாடல் அடிகள் பலா, விளா மரங்களின் அடியில் கூடிய கூட்டத்தைக் குறிப்பவனாகக் கொள்ளலாம். இம்மன்றங்கள் குடிமக்கள் ஒன்றாகக் கூடி மகிழ்வதற்கும், ஊர்ப் பொது நிகழ்ச்சிகள் நடைபெறுவதற்கும் பயன்பட்டதாகத் தெரிகின்றது. இவ் அவையின் உறுப்பினர்கள்

குடவோலை முறையால் தேர்ந்தெடுக்கப்பட்டனர். இக்குடவோலை குழிசி ஓலை எனப்பட்டது. ஓலைகள் இடப்பட்ட குடம் கயிற்றால் கட்டப்பட்டு இலச்சினை பொறிக்கப்பட்டிருந்தது. ஆவணமாக்கள் என்னும் அலுவலர் முன்னிலையில் குடவோலை முறைத் தேர்தல் நடைபெற்றதாக மருதனிளநாகனார் இதனை,

கயிறுபிணிக் குழிசி ஓலை கொண்மார்

பொறிகண் டழிக்கும் ஆவண மாக்களின் (14)

என்று குறிப்பிடுகின்றார். மக்களின் வழக்குகளைத் தீர்க்கும் பணியும் பொது நிர்வாகப் பொறுப்பும் இவ்வவையினரிடம் ஒப்படைக்கப் பட்டிருந்தன.

3.2.7 ஆலோசனைக் குழுக்கள்

ஐம்பெருங்குழு: அமைச்சர், புரோகிதர், படைத்தலைவர், தூதுவர், சாரணர் ஆகியோர் ஐம்பெருங்குழுவில் இடம் பெற்றவர்கள்

எண்பேராயம்: கரணத்தியலவர், கருமகாரர், கனகச் சுற்றம், கடைக்காப்பாளர், நகர மாந்தர், படைத்தலைவர், யானைவீரர்,குதிரை மறவர் ஆகியோர் எண்பேராயத்தில் இடம் பெற்றவர்கள்

இக்குழுக்கள் பற்றிய குறிப்புச் சிலம்பிலும், இக்குழுக்களைச் சார்ந்தவர்களின் பட்டியல் அரும்பத உரையாசிரியர், அடியார்க்கு நல்லார் ஆகியோர் உரைகளிலும் காணப்படுகின்றன. (15)

3.2.8 காவிதி மாக்கள்

வேந்தனுக்கு உறுதுணையாய் நின்றோருள் காவிதி மாக்களும் குறிப்பிடத்தக்கோர் ஆவர். காவிதிமாக்கள் வேந்தனிடத்துக் காணப்பெறும் நன்மை தீமைகளைத் தம் அறிவாலே கண்டு மேலும் ஆராய்ந்து தெளிந்து, அவர் தவறான வழியில் செல்லாது தடுத்து அன்பு நெறியையும், அறச் செயல்களையும் மேற்கொள்ளச் செய்து, வேந்தன் புகழை நிலைக்கச் செய்தவர்கள் என்பதை,

ஆவுதி மண்ணி அவிர்துகில் முடித்து

மாவிசும்பு வழங்கும் பெரியோர் போல

நன்றுந் தீதுங் கண்டாய்ந் தடக்கி

அன்பும் அறனும் ஒழியாது காத்துப்

பழியொரீஇ யுயர்ந்து பாய்புகழ் நிறைந்த

செம்மை சான்ற காவிதி மாக்களும் (16)

என்னும் பாடலடிகள் விளக்கி நிற்கின்றன.

3.2.9 காவலர்

குடிகளைக் கொலை, களவு முதலியவற்றிலிருந்து பாதுகாப்பது ஆட்சிப்பொறுப்பிலிருக்கும் அரசரது முக்கிய கடமையாகும். காத்தல் தொழிலை அடிப்படையாக வைத்தே அரசருக்கு காவலன் என்னும் பெயரும் அமைந்தது எனலாம். இதனை அறிந்திருந்த தமிழக வேந்தர்கள் தம் குடிகளைப் பாதுகாக்க வேண்டி நகர்க்காவலையும் ஊர்க்காவலையும் தெருக்காவலையும் ஏற்பாடு செய்திருந்தனர்.

3.2.10 நகர்க்காவல்

நகரை காவல் செய்வதும் ஒற்றறிந்து உரைப்பதும் நகர்க் காவலரின் கடமையாகும். இரவு நேரங்களில் நகரில் திரியும் கொள்ளையரைப் பற்றி மதுரைக்காஞ்சி பின்வருமாறு எடுத்துக் கூறுகிறது. கொள்ளையர் கரிய துடியின் தோலைப் போன்று கருநிறத்தர். அவர்கள் கல்லையும், மரத்தையும் அறுக்கும் கூர்மையான உளியும், நூலேணியும் வைத்திருப்பர். இடையில் வாள் தொங்கும். நுண்ணிய வேலைப்பாடுமிக்க ஆடை அணிந்திருப்பர்.

இரும்பிடி மேஎந் தோல் அன்ன இருள் சேர்பு
கல்லும் மரனும் துணிக்கும் கூர்மைத்
தொடலை வாளர் தொடு தோல் அடியர்
குறங்கிடைப் பதித்த கூர் நுனைக் குறும்பிடிச்
சிறந்த கருமை நுண் வினை நுணங்கு அறல்
நிறம் கவர்பு புனைந்த நீலக் கச்சினர்
மென் நூல் ஏணிப் பல் மாண் சுற்றினர்
நிலன் அகழ் உளியர் கலன் நசைஇக் கொட்கும்(17)

இக்கள்வரைப் பிடிப்பதற்கு , காவலர் நியமிக்கப்பட்டிருந்தனர். அவர்கள் துயில் கொள்ளாத கண்களையுடையவர்.

வயக் களிறு பார்க்கும் வயப்புலி போலத்
துஞ்சாக் கண்ணர் அஞ்சாக் கொள்கையர்
அறிந்தோர் புகழ்ந்த ஆண்மையர், செறிந்த
நூல் வழிப் பிழையா நுணங்கு நுண் தேர்ச்சி
ஊர் காப்பாளர் ஊக்கருங் கணையினர்
தேர் வழங்கு தெருவில் நீர் திரண்டு ஒழுக
மழை அமைந்து உற்ற அரை நாள் அமையமும்

அசைவிலர் எழுந்து நயம் வந்து வழங்கலின்(18)

இப்படிப் பட்ட காவலர் தேரோடும் நகர வீதிகளில் மழைபெய்து ஓய்ந்து போன நள்ளிரவிலும் உறங்காது கடமையாற்றும் திறத்தை மதுரைக்காஞ்சி குறிப்பிடுகிறது.

3.2.11 ஊர்க்காவலன்

ஊர்க்காவலர்கள் இரவு நேரங்களில் ஊரைக் காவல் செய்தனர். நள்ளிரவில் இவர்கள் சூலம் ஏந்திய கையுடன் திரிவர். இதனை

யாமம் கொள்பவர் சுடர் நிழல் கதூஉம் (19)

என்று புறநானூறு சுட்டுகின்றது. ஊர்க்காவலர் இவ்வாறு திரியும் பொழுது மக்களை எச்சரிக்கும் பொருட்டு நெடிய நாவமைந்த மணிகளை ஒலிப்பதுண்டு, இச்செய்தி,

நெடுநா வொண்மணி நிழத்திய நடுநாள் (20)

என்னும் முல்லைப்பாட்டு வரியால் விளங்கும்.

3.2.12 தெருக்காவலர்

தெருக்காவலர் என்போர் வழிப்போக்கர்களைக் கொள்ளையர்களிடமிருந்து காப்பாற்றுதலைத் தொழிலாகக் கொண்டவர்கள். இவர்கள் கடுமையான இயல்புடையவர்களாக இருந்தனர்.

3.2.13 சங்க காலத்தில் மண்டல ஆட்சி

மாகாணப் பிரிவுகள்

ஒரு நாட்டைப் பல பிரிவுகளாகப் பிரித்து, ஒவ்வொரு பிரிவுக்கும் ஒரு அதிகாரியை நியமித்து ஆளச் செய்வது ஆட்சியில் நல்ல பயனை உண்டாக்கும் என்பது இன்றளவும் இருந்துவரும் நல்ல கொள்கையாகும். நம் முன்னோர் இதனை நடைமுறையில் செய்து காட்டினர். முத்தூர்க் கூற்றம், மிழலைக்கூற்றம் என்ற நாட்டுப் பிரிவுகளை நோக்க, சோழ பாண்டிய நாடுகள் பல கூற்றங்களாகச் சங்க காலத்தில் பிரிக்கப்பட்டிருந்தன. தொண்டை நாட்டில் இருபத்து நான்கு பிரிவுகள் இருந்தன என்பது திட்டமாகத் தெரிகிறது(21). ஒவ்வொரு பிரிவும் கோட்டம் எனப்பட்டது. அக்கோட்டங்களாவன:—

புழல் கோட்டம்

ஈக்காட்டுக் கோட்டம்

மணவிற் கோட்டம்

செங்காடுக் கோட்டம்

பையூர்க் கோட்டம்
எயில் கோட்டம்
தாமல் கோட்டம்
ஊற்றுக்காட்டுக் கோட்டம்
களத்தூர்க் கோட்டம்
செம்பூர்க் கோட்டம்
ஆம்பூர்க் கோட்டம்
வெண்குன்றக் கோட்டம்
பல்குன்றக் கோட்டம்
இளங்காட்டுக் கோட்டம்
காலியூர்க் கோட்டம்
செங்கரைக் கோட்டம்
படுவூர்க் கோட்டம்
கடிகூர்க் கோட்டம்
செந்திருக்கைக் கோட்டம்
குன்றவட்டான கோட்டம்
வேங்கடக் கோட்டம்
வேலூர்க் கோட்டம்
சேத்தூர்க் கோட்டம்
புலியூர்க் கோட்டம்

சங்க காலத்தில் சோழ நாடானது பன்றி நாடு என்றும், தொண்டை நாடானது அருவா நாடு, அருவா வடதலை நாடு என்றும், சேர நாடானது கற்கா நாடு, வேள்நாடு, குட்ட நாடு, குட நாடு, பூழி நாடு என இவை பல நாடுகளை உட்பிரிவுகளாகப் பெற்றிருந்தது.

3.2.14 சங்க கால மன்றங்கள்

ஊரார் பொதுவாகச் சந்திக்கும் இடம் ஊர்மன்றம் எனப்பட்டது. அதுவே விழாக்களும் வேடிக்கைகளும் நடைபெறும் பொது இடமாகும். இங்கு ஊர்த் தெய்வங்களுக்கு உயிர்களைப் பலியிட்டு வழிபாடு நடைபெற்றது. இங்ஙனம் ஊரார்க்கு உயிர்நாடியாக இருந்த

மன்றம் பகை அரசரால் கைப்பற்றப் பட்டு கழுதைகள் பூட்டப்பெற்ற ஏர் கொண்டு உழப்படுமாயின் அச்சிற்றூர் பகைவர் கைப்பட்டது என்பது பொருளாகும்.

சிற்றூர் மன்றங்கள் ஊரார் வழக்குகளைத் தீர்க்கவும், தண்டனை விதிக்கவும், ஊர் நிலங்கள் வாங்கவும் அல்லது விற்கவும், ஊர்ப் பொதுவான விழாக்களையும் கொண்டாட்டங்களையும் நடத்தவும் பயன்பட்டன *(22)*.

3.2.15 உறுப்பினர் தேர்தல்

ஓர் ஊர் பல குடும்புகளாகப் (Wards) பிரிக்கப்படும். ஒவ்வொரு குடும்புமக்களும் ஒருவரைத் தேர்ந்தெடுப்பர். அங்ஙனம் தேர்ந்தெடுக்கப்படுபவர் கால்வேலி நிலமும் சொந்த மனையில் கட்டப் பெற்ற வீடும் பெற்றிருத்தல் வேண்டும். பல சாத்திர நூல்களைக் கற்றுப் பிறர்க்கு உணர்த்த வல்லவராய் இருத்தல் வேண்டும். முப்பத்தைந்துக்கு மேற்பட்டு எழுபத்தைந்து வயதுக்கு உட்பட்டவராய் இருத்தல் வேண்டும். நல்வழியில் சம்பாதித்த பொருளும் தூயவாழ்க்கையும் பெற்றிருத்தல் வேண்டும். மூன்று ஆண்டுகளுக்கு உட்பட்டு எந்த செயற்குழுவிலும் உறுப்பினராய் இருந்திருத்தல் ஆகாது.

அவையில் உறுப்பினராயிருந்து கணக்குக் காட்டாதவரும், ஐவகைப் பெருந்தீமைகள் செய்தவரும் ஊர்க் குற்றப்பதிவுப் புத்தகத்தில் பெயர்ப்பதிவு செய்யப்பட்டவரும், கள்ளக் கையெழுத்து இட்டவரும் பிறர் பொருளைக் கவர்ந்தவரும், குற்றங்காரணமாகக் கழுதைமீது ஏற்றப் பெற்றவரும் , கையூட்டு வாங்கினவரும் 'கிராமத்துரோகி' என்று கருதப்பட்டவரும் உறுப்பினராதற்குத் தகுதியற்றவர்.

தேர்தல் நடைபெறும் நாளில் அரசாங்க உயர் அலுவலர் ஒருவர் சபை கூடுவதற்கான இடத்தில் ஊரார் அனைவரையும் கூட்டுவர். கூட்டத்தின் நடுவில் ஒருகுடம் வைக்கப்படும் . அங்குள்ள நம்பிமாருள் (அர்ச்சகருள்) வயது முதிர்ந்த ஒருவர் அந்தக் குடத்துள் ஒன்றும் இல்லை என்பதை ஊரார்க்குக் காட்டிக் கீழே வைப்பார். பின்பு ஒரு குடும்பினர் தம் குடும்புக்கு ஏற்ற ஒருவர் பெயரைத் தனித்தனி ஓலையில் எழுதுபவர்.அவ்வோலைகள் சேர்த்து, அக்குடும்பின் பெயர் எழுதிய வாயோலையால் மூடப்பட்டுக் கட்டப்படும். அக்கட்டுக் குடத்துள் வைக்கப்படும். இங்ஙனமே பிற குடும்பினரும் ஓலை இடுவர். பின்பு அம்முதியவர் சிறுவன் ஒருவனை அழைத்து குடத்திலிருந்து ஓர் ஓலைக்கட்டை எடுப்பிப்பார்; அதனை அவிழ்த்து வேறொரு குடத்திலிட்டுக் குலுக்குவர். அவற்றுள் ஒன்றை அச்சிறுவனைக் கொண்டு எடுப்பிப்பர். அதனைக் கிராமக் கணக்கனிடம் தருவர்.

அவர் தன் கையில் ஒன்றுமில்லை என்பதைச் சபையோருக்குக் காட்டி, அவ்வோலையை வாங்கி, அதில் எழுதப்பட்டுள்ள பெயரை உரக்கப் படிப்பார். பின்பு அதனை அங்குள்ள பெரியோர் அனைவரும் படிப்பர். இதன் பின்னர் அப்பெயர் ஓர் ஓலையில் வரையப்படும். இங்ஙனம் தேர்ந்தெடுக்கப்பட்டவரே அக்குடும்பின் பிரதிநிதியாவார். இங்ஙனமே பிற குடும்புகளுக்கும் தேர்தல் நடைபெறும். இவ்வாறு தேர்ந்தெடுக்கப்பெற்றவரே சபை உறுப்பினராவர். என்ற செய்தியை வரலாற்று நூல்களின் மூலம் அறிந்து கொள்ள முடிகின்றது.

3.2.16 ஆட்சி மன்ற வேலைகள்

ஊர்மக்களுள் பெரும்பாலருக்கு நிலம் இருந்தால் அவர்கள் அனைவரும் ஊர் நலனைக் கருதும் ஊர் அல்லது சபை நடவடிக்கைகளில் ஒத்துழைத்தனர். ஊரார் நிலங்களுக்குத் தேவைப்படும்போது ஊர் அல்லது சபை விதித்த வரி ஒன்றும், அரசாங்கம் விதித்த நிலையான வரி ஒன்றும் இருந்தன. ஊர் அல்லது சபை விதித்த வரியைத் தள்ளும் அல்லது குறைக்கும் உரிமை ஊர் அல்லது சபைக்கு உண்டு. இத்தகைய உரிமை உடைமையால் ஊர் அல்லது சபை வரி வசூலில் சில சட்டங்களை ஏற்படுத்தவும் உரிமை பெற்றிருந்தது. சட்டங்களை ஏற்படுத்தவும் உரிமை பெற்றிருந்தது. சட்டங்களை பின்பற்றி வரி செலுத்தாதவர்கள் ஒரு நாளைக்கு ஒரு மஞ்சாடிப் பொன் தண்டம் விதிக்கப்பட்டனர் என்று நின்றவூர்க் கல்வெட்டுத் தெரிவிக்கிறது. உரிமையாளர் இல்லாத நிலங்கள் மன்றத்தைச் சேர்ந்தன. அந்நிலங்களுக்கு உரிய கடமை, குடிமை என்ற வரிகளை மன்றம் அரசாங்கத்திற்குச் செலுத்தியது. வரி வசூலிக்கும் உரிமையைச் சில ஊர் மன்றங்கள் கோவில் ஆட்சியாளரிடம் ஒப்படைத்தன.

ஊரில் உள்ள அறநிலையங்களை மேற்பார்த்தலும் மன்றத்தார் கடமை. சில ஊர்களில் மன்றத்தின் ஒரு பிரிவினரான தரும வாரியர் அவற்றைக் கவனித்து வந்தனர்.

சபை சில சமயங்களில் அரசன் ஆணையைச் செயற்படுத்த அவனது பிரதிநிதியாக அவ்வூரிலிருந்த அதிகாரியுடன் கலந்து ஊர்ச் செயல்களைக் கவனிப்பதும் உண்டு.

ஊர்க்காவலர் (பாடிகாவலர்) கோவிற் காவலராகவும் மன்றத்தார் மேற்பார்வையில் பணி செய்து வந்தனர்.

வயல்களின் எல்லை பற்றிய சண்டைகளை மன்றத்தார் மேற்பார்வையில் தீர்த்துவைத்தனர்.

குற்றவாளிகளின் நிலங்களைக் கைப்பற்றும் உரிமை மன்றங்களுக்கு உண்டு. அவ்வாறு கைப்பற்றப்பட்ட நிலங்களை மன்றத்தார் அவ்வூர்க்

கோவிலுக்கு அளித்து விடுவர். ஊரவையாரே நடு அரசாங்கத்தின் பிரதிநிதியாக இருந்து மன்றத்தில் பணியாற்றவும் வாய்ப்பு உண்டு. முதலாம் இராசராசன் ஆணைப்படி வீர நாராயண சதுர்வேதி மங்கலச் சபையார் அரசனால் துரோகிகள் என்று குறிக்கப்பட்டவர் நிலங்களைப் பறிமுதல் செய்தனர்.

ஊரில் வசூலாகும் பணத்தில் கோவிலுக்கென்று நடு அரசாங்கம் ஒதுக்கிய தொகையை மன்றம் கோவிலுக்குச் செலுத்தி வந்தது. கோவிலுக்கு வேண்டிய பணி மக்களையும் சில சமயங்களில் உதவி வந்தது. முதற்குலோத்துங்கன் காலத்தில் திரிபுவன மாதேவிச் சதுர்வேதி மங்கலச் சபையார் கூடித் திருநாராயண பட்டன் எழுதிய குலோத்துங்க சோழ சரிதை என்ற நூலைப் படிக்கக் கேட்டு அவனுக்கு நிலம் வழங்கினர்.

மன்றத்தில் கரணத்தான், மத்தியஸ்தன் ஆகலாம். ஊர்க்கணக்குகளை வைத்திருந்தவன் கரணத்தான் ஆவன். சில சபைகளில் இந்த இருவர் வேலைகளையும் ஒருவனே கவனித்தான்

சில ஊர்களில் வீரர்களே தங்கி இருந்தனர். அவை படைப்பற்று எனப்பட்டன. அத்தகைய ஊர்களின் ஆட்சியைப் படைவீரர் குழுவினரே கவனித்து வந்தனர் *(23)*.

3.2.17 சங்க காலப் போர் முறை

போரானது ஒரு நாட்டாரின் வீரத்தைப் பறைச்சாற்றுவதற்காக இருந்தால் பண்டைத் தமிழர்கள் போரினைப் பெரிதும் போற்றினர். போரானது மிக முக்கியத்துவம் பெற்றிருந்த காரணத்தினால் தமிழர்கள் போர்முறைகளைப் பலவாறாகப் பிரித்திருந்தனர். வெட்சி, கரந்தை, வஞ்சி, காஞ்சி, உழிஞை, நொச்சி, தும்பை, வாகை முதலியன போருக்குரிய புறத்திணைகளாக வகுத்தனர். ஒவ்வொரு திணையும் பல துறைகளைப் பெற்றிருந்தது.

வெட்சி : ஒருநாட்டின் மீது படையெடுக்க விரும்பும் வீரர்கள்முதலில் அந்நாட்டு ஆநிரைகளைக் கவரும் முயற்சி வெட்சி எனப்படும்.

கரந்தை : ஆநிரைகள் பகைவரிடம் சிக்காதவாறு காக்கும் முயற்சி கரந்தை எனப்படும்.

வஞ்சி : பகைவர் நாட்டின் மீது படையெடுத்துச் செல்லுதல் வஞ்சி எனப்படும்.

காஞ்சி : அங்ஙனம் படையெடுத்து வருவோரை எதிர்த்துப் போரிடுதல் காஞ்சி எனப்படும்.

உழிஞை : கோட்டையை முற்றுகையிடுதல் உழிஞை எனப்படும்.

நொச்சி : கோட்டைக்கு உள்ளிருந்து பகைவரை எதிர்த்தல் நொச்சி எனப்படும்.

தும்பை : இவை அனைத்திற்கும் அப்பால் வெட்ட வெளியில் போரிடுதல் தும்பை எனப்படும்.

வாகை : போரில் வெற்றி பெறுதல் வாகை எனப் பெயர் பெறும்.

ஒவ்வொரு திணை நிகழ்வையும் மேற்கொள்பவர்கள் அத்திணைப் பெயர் கொண்ட பூவைச் சூடிக்கொள்ளுதல் மரபாகும்.

3.2.18 போர்க்குரிய காரணங்கள்:

நாடு பிடிக்கும் வேட்கையே போருக்கு முக்கிய காரணமாகும். தம் ஆட்சிக்கு உட்பட்ட சிற்றரசர்கள் திறை செலுத்தத் தவறிய போது அரசன் போர் புரிய வேண்டிய நிலை ஏற்பட்டுள்ளது. மேலும் அரசர்கள் தங்கள் நாடுகளுக்கு இடைப்பட்ட நிலப் பகுதியைத் தம் ஆதிக்கத்தில் வைத்துக் கொள்ள வேண்டும் என்ற ஆவலாலும் போர்கள் நிகழ்ந்துள்ளன. அரசனது மண்ணாசையும் புகழ்வேட்கையும் போர்க்குரிய காரணங்களாகப் பெரிதும் சுட்டப்படுகின்றன.

3.2.19 போர் அறங்கள்

வீரமும் மானமும் கொண்டு போரிட்ட அரசர்கள் போர் அறங்களைக் கட்டிக்காத்தனர். படையெடுக்கும் முன் பறை அறைந்து தன் படையெடுப்பினைப் பகைவர்க்குத் தெரிவித்தல் மரபாகும். சான்றாக,

“ஆவும், ஆனியற் பார்ப்பன மாக்களும்,

பெண்டிரும், பிணியுடை யீரும் பேணித்

தென்புலம் வாழ்நர்க்கு அருங்கடன் இறுக்கும்

பொன்போற் புதல்வர்ப் பெறாஅ தீரும்

எம் அம்பு கடிவிடுதும், நும் அரண சேர்மின் ”(24). என்ற புறநானூற்றுப் பாடலின் வழி போரின் மரபினை அறிந்து கொள்ள முடிகின்றது. வன்மை உடையரோடு எதிர்த்துப் போரிடுவதே ஆற்றல் உடையவரின் இயல்பாகும். எனவே பாண்டியன் பல்யாக சாலை முதுகுடுமிப்பெருவழுதி தான் முற்றுகையிடும் நகர்களில் உள்ள வன்மையற்றாரைப் பாதுகாவலான இடத்தில் சேருமாறு முதலில் எச்சரிப்பான் என்கிறார் புலவர். அவ்வாறு எச்சரிக்கப்படுவோர் பயன் தரும் ஆவினம், அவ்வியல்புடைய பார்ப்பன மக்கள், பெண்டிர், பிணி உடையவர், புதல்வரைப் பெறாதோர் ஆவர். இத்தகு போர்

அறமானது சங்க கால மன்னரிடையே பின்பற்றப்பட்டு வந்துள்ளது என்பதனை இலக்கியங்கள் நமக்கு உணர்த்தி நிற்கின்றன.

3.2.20 படை அமைப்பு

படை பல பிரிவுகளாகப் பிரிந்து பல பெயர்களைப் பெற்றிருந்தது. அது அணி, உண்டை, ஓட்டு எனப் பல பெயர்கள் பெற்றிருந்தது. முதல் வரிசைப் படைகள் ஆக்கம், தார், தூசி, நிரை என்றும் பின் வரிசைப் படைகள் கூழை என்றும் பெயர் பெற்றிருந்தன. *(25).*

நாட்டின் காவலுக்குத் துணையாக நாற்பெரும்படைகளை மன்னர் பாதுகாத்து படை வலிமையினால் மிகுந்த செருக்குடன் வாழ்ந்தனர். யானைப் படை, குதிரைப்படை, காலாட்படை என்று படை பல பிரிவுகளைப் பெற்றிருந்தது.

"நெடுநல் யானையும், தேரும், மாவும்,

படைஅமை மறவரும், உடையம் யாம்" *(26)*.தான் பெரும் படை உடையவன் என்று மன்னர்கள் செருக்குற மொழிந்ததாக இப்புறநானூற்றுப் பாடலின் மூலம் நாம் அறிந்து கொள்ள முடிகின்றது.மேலும்,

கடுஞ்சினத்த கொல்களிரும்

கதழ்பரிய கலிமாவும்

நெடுங்கொடிய நிமிர்தேரும்

நெஞ்சுடைய புகழ்மறவரும், என

நான்குடன் மாண்ட தாயினும், மாண்ட

அறநெறி முதற்றே, அரசின் கொற்றம் (27).

என்ற புறநானூற்றுப் பாடல் அடிகளின் மூலம் அரசனுக்கு நாற்பெரும் படைகளும் சிறப்புடன் அமைந்திருந்தன என்று அறிந்து கொள்ள முடிகின்றது.

3.2.21 குதிரைப்படை

சங்க காலத்தில் பண்பட்ட குதிரைப் படைகள் இருந்துள்ளன. மேலும் ஆட்சி மன்றக் குழுவில் இவுளி மறவர் என்று குதிரைப் படைத் தலைவர் இருந்துள்ளனர். ஆகவே குதிரைப் படைகள் மிகச் சிறப்பாகப் போற்றப்பட்டுள்ளதை உணரமுடிகின்றது. மேலும் காற்றை விட விரைவாக செல்லும் குதிரைகளைப் பழக்கிப் போர்களில் ஈடுபடுத்தியுள்ளனர் என்று

"வளிதொழில் ஒழிக்கும் வண்பரிப் புரவி

பண்ணற்கு விரைதி , நீயே!"*(28)*.

இப்புறநானூற்றுப் பாடல் வரிகள் நமக்கு உணர்த்தி நிற்கின்றன. குதிரையைக் கொண்டு எதிரியின் படையை அழிப்பதற்கு குதிரை மறம் என்பர்.

3.2.22 யானைப்படை

சங்க காலத்தில் யானையை வெல்லுவதே வீரனது கடமையாகும்.

"களிறு எறிந்து பெயர்தல் காளைக்குக் கடனே" *(29)*. என்ற புறநானூற்று அடிகளால் உணர முடிகின்றது. சங்க காலத்தில் யானைப்போர் இருந்துள்ளது என்பதனை, "குன்றேறி யானைப்போர் கண்டற்றால்"(30). என்னும் குறளடிகள் நமக்கு விளக்கி நிற்கின்றது. மேலும், காட்டில் ஓடும் முயலை நோக்கிக் குறிதவறாமல் எய்த அம்பை ஏந்துதலைவிட, வெட்ட வெளியில் நின்ற யானை மேல் எறிந்து தவறிய வேலை ஏந்துதல் சிறந்தது என்று,

கான முயல் எய்த அம்பினில் யானை

பிழைத்தவேல் ஏந்தல் இனிது(31).

என்ற குறளில் வள்ளுவர் விளக்கியுள்ளார். இதன் மூலம் யானையை எய்வதே வீரனுக்கு அழகு என்பதை உணர்ந்து கொள்ள முடிகின்றது.

சௌ —ஜூ — குவா என்ற சீன யாத்திரிகர் சோழமண்டலக் கரையிலிருந்த போர் யானைகளைப் பற்றிப் பேசுமிடத்து அரசாங்கத்திடம் அறுபதாயிரம் போர் யானைகள் இருக்கின்றன. அவற்றின் உயரம் ஏழு அல்லது எட்டு அடி இருக்கும் ஒவ்வொரு யானையின் மீதும் ஓர் அம்பாரி உண்டு. அதில் வீரர் பலர் இருந்து கொண்டு நீண்ட தொலைவு வரையிலும் அம்புகளை விடுவர். பகைவரை நெருங்கியவுடன் ஈட்டிகளை எறிவர். போரில் வெற்றி பெற்றால் யானைகளுக்குச் சிறப்புப் பெயர் இடப்படும், என்று குறித்துள்ளார். ஒரு யானை முப்பது வீரர்களைச் சுமந்து செல்கிறது. ஒரு போர் யானை ஏறத்தாழ 1500 மனிதர்களுக்குச் சமம் என்று சொல்லலாம். "யானைகளின் தந்தங்களில் கூர்மையான போர்க் கருவிகள் கட்டப்படும். யானைகள் அவற்றைப் பகைவர்மீது பாய்ச்சிப் பகைவர் படைகளில் பெருங் குழப்பத்தை உண்டாக்கும்." என்று அயல் நாட்டு அறிஞர் ஜார்டனஸ் கூறியுள்ளார் என்று டாக்டர் மா. இராசமாணிக்கனார் தமது தமிழக வரலாறும் ஆட்சியும் என்ற நூலில் குறிப்பிட்டுள்ளார்.

3.2.23 காலாட்படை

சங்க காலப் போர் வீரர் மறவர் எனப்பட்டனர். அவர்கள் வில், வேல், வாள் முதலிய போர்க்கருவிகளைக் கொண்டு போரிட்டனர்.

அவர்கள் பசுக்களைக் கவர்தல், அகழி தாண்டிக் கோட்டையைப் பிடித்தல் வெட்ட வெளியில் போரிடல் முதலிய பலதிறப் போர்களில் வல்லுநர்களாய் இருந்தனர். அவர்கள் முன்படை வீரர், பின்படை வீரர், துணைப்படை வீரர் எனப் பல பெயர்களுடன் இருந்தனர்.

சோழர்கள் தம் ஆட்சிக்குட்பட்டிருந்த பாண்டி நாட்டில் நிலைப் படைகளை நிறுவிச் சென்றுள்ளனர். அத்தகு படைகள் பாண்டி நாட்டிலே இருந்தன. இத்தகு படைகளுக்கு மானியமாக ஊர்கள் விடப்பட்டிருந்தன. மறப்படையர், பெரும்படையர், வலங்கை மாசேனையர், மூன்று கை மகா சேனையர் முதலிய படைகள் இருந்தன. படைத்தலைவர்கள் தண்ட நாயகன், சேனாதிபதி, சாமந்தன் எனப்பட்டனர். உயர் தலைவர்கள் மகாசாமந்தன், மகா தண்ட நாயகன் எனப்பட்டனர். படைத்தலைவர்கள் ஆற்றலோடு அறிவும் படைத்திருந்தனர் (32). மேலும் பாண்டியர்களின் படைகளில் சிறப்புக் குழுக்களாக 'ஆபத்துதவிகள்' இருந்துள்ளனர். இவர்கள் பாண்டிய நாட்டிற்கும், அரசனுக்கும் ஆபத்து வரும் போது தங்கள் உயிரைக் கொடுத்து காப்பாற்றுவர் என்று பாண்டியர் செப்பேடுகள் என்னும் நூலில் டாக்டர் மு. ராஜேந்திரன் அவர்கள் குறிப்பிட்டுள்ளார்.

3.2.24 படைக்கருவிகள்

சங்க காலத்தில் வேல், வாள், வில் அம்பு முதலியன சிறந்த போர்க்கருவிகளாக இருந்தன.

வளைந்து தானே எய்யும் இயந்திரவில், கரிய விரலை உடைய குரங்குபோல் இருந்து சேர்ந்தாரைக் கடிக்கும் பொறி, கல்லை உமிழும் கவண், காய்ந்து இறைத்தலால் சேர்ந்தாரை வருத்தும் நெய், செம்பை உருக்கும் மிடா, உருகக்காய்ச்சி எறிவதற்கு எஃகு பட்டிருக்கும் உலைகள், கல் இட்டு வைக்கும் கூடை, தூண்டில் வடிவாகச் செய்து விடப்பட்டு வைத்து மதில் ஏறும் எதிரிகளைக் கோத்து வலிக்கும் கருவி, கழுக்கோல் போலக் கழுத்தில் பூட்டி முறுக்கும் சங்கிலி, ஆண்டலைப்புள் வடிவாகப் பண்ணி பறக்கவிட உச்சியைக் கொத்தி மூளையைக் கடிக்கும் பொறி வரிசைகள், மதில் மீது ஏறுவோரை மறியத் தள்ளும் இருப்புக்கவை, கழுக்கோல், அம்புக்கட்டு, ஏவறைகள், சிற்றம்புகள் வைத்து எய்யும் இயந்திரம், மதிலின் உச்சியைப் பிடிப்பவர் கைகளைக் குத்தும் ஊசிப் பொறிகள், பகைவர் மேல் சென்று கண்ணைக் கொத்தும் சிச்சிலிப் பொறி, மதில் உச்சில் ஏறினவர் உடலைக் கொம்பால் கிழிக்க இரும்பால் செய்து வைத்த பன்றிப் பொறி, மூங்கில் வடிவாகப் பண்ணி அடிப்பதற்கு அமைத்த பொறி, கதவுக்கு வலிமையாக உள்வாயிற் படியில் நிலத்தில் விழவிடும் மரங்கள், கனையமரம், விட்டேறு, குந்தம் , ஈட்டி, நூற்றுவரைக் கொல்லி, தள்ளி வெட்டி, களிற்றுப் பொறி, விழுங்கும்

பாம்பு, கழுகுப் பொறி, புலிப்பொறி, குடப்பாம்பு, சகடப் பொறி, தகர்ப்பொறி, ஞாயில் என்னும் குருவித்தலைகளும், பிற பாதுகாப்பு ஏற்பாடுகளும், மதுரைக் கோட்டையிலே மிகுதியாயிருந்தன என்று சிலப்பதிகார வரிகளின் (33). மூலம் படைக் கருவிகள் குறித்து அறிந்து கொள்ள முடிகின்றது.

3.3 பல்லவர் காலம் : பல்லவர் ஆட்சி

பல்லவப் பெருநாடு பல இராஷ்டிரங்களாகப் (மண்டலங்களாக) பிரிக்கப்பட்டிருந்தது. ஒவ்வோர் இராஷ்டிரமும் பல விஷயங்களாக (கோட்டங்களாக) பிரிக்கப்பட்டிருந்தது. பல்லவர் ஆட்சிக்கு உட்பட்ட ஆந்திர நாட்டில் முண்டகராஷ்டிரம், வேங்கிராஷ்டிரம் என்னும் மண்டலங்கள் இருந்தன. தொண்டை மண்டலம் தண்டகராஷ்டிரம் என்று சொல்லப்பட்டது. தொண்டை நாட்டில் கோட்டம், நாடு, ஊர் என்றும் பிரிவுகள் இருந்தன (34). தந்தைக்குப் பிறகு மூத்த மகனே பட்டத்தை அடைந்தான். அரசன் திடீரெனப் பிள்ளையின்றி இறந்தால் அமைச்சரும் நாட்டுப் பெருமக்களும் ஒன்று கூடி அரசமரபினர் ஒருவரைத் தேர்ந்தெடுத்து அரசராக்குதல் மரபு.

ஆட்சி செய்ய அமைச்சரும் பலவகை அரசாங்க அலுவலரும் இருந்தனர். சங்ககாலத் தமிழரசர் தம் அமைச்சருக்கும் தானைத் தலைவருக்கும் பட்டங்கள் வழங்கியது போலவே பல்லவரும் பட்டங்கள் வழங்கி வந்தனர். அரசாங்க உயர் அலுவலருள் உள்படு கருமத் தலைவர்(private secretaries)வாயில் கேட்பான்(secretaries)கீழ்வாயில் கேட்பான் (under secretaries) என்பவர் குறிக்கத்தக்கவர். பல்லவ நாட்டுத் தலைநகரமான காஞ்சியில் பெரிய நீதிமன்றம் இருந்தது. 'அதிகரணம்' என்பது அதன்பெயர். கரணம் என்பது சிற்றூரிலிருந்து அறங்கூறவை எனலாம். நீதிபதிகள் 'அதிகாரிகள்' எனப்பட்டனர். உயர் நீதிமன்றம் (Highcourt)தருமாசனம் எனப்பட்டது. அரசனுடைய பட்டயங்களை எழுதியவர் காரணிகர் எனப்பட்டனர்.

பல்லவரிடம் காலாட்படை, குதிரைப்படை, யானைப்படை, கடற்படை இருந்தன. கடற்படையால் பல்லவர் ஈழநாட்டில் செல்வாக்கை ஏற்படுத்தினர்; கடல் வாணிகத்தைப் பெருக்கினர்.

நாடு என்பது சிற்றூரைவிடப் பெரியது; கோட்டத்தை விடச் சிறியது; பல சிற்றூர்கள் சேர்ந்தது நாடு; பல நாடுகள் சேர்ந்தது ஒரு கோட்டம். நாட்டு அதிகாரிகள் நாட்டார் எனப்பட்டனர்.'ஊரார்' என்பவர் சிற்றூரைச் சேர்ந்த பெருமக்கள்(35).

3.3.1 அமைச்சியல்

சிவஸ்கந்தவர்மன் வெளியிட்ட ஹிரஹத கல்விப் பட்டயத்தில் ஆமாத்யர் (அமைச்சர்) கூறப்பட்டுள்ளனர். பிற்காலப் பல்லவருள்

மகேந்திரவர்மனான குணபரன் திருநாவுக்கரசரை அழைத்து வரத் தன் அமைச்சரை அனுப்பினான் என்பதை பெரியபுராணத்தைக் கொண்டு அறிகிறோம்.பெரியபுராணத்தைக் கொண்டு மகேந்திரன் காலத்தில் அமைச்சர் இருந்தனர் என்பதை அறிதல் போல இரண்டாம் நந்திவர்மன் காலத்திலும் பிற்காலத்திலும் பல்லவர் அரசியல் அமைப்பில் அமைச்சர் குழு இருந்தது என்பதைக் கல்வெட்டுகளால் நன்கறியலாம். இரண்டாம் நந்திவர்மனின் தலைமை அமைச்சன் பிரம்மஸ்ரீ ராஜன் எனப்பட்டான். எனவே, அவன் பிராமணன் என்பது வெளிப்படை. மூன்றாம் நந்திவர்மன் அமைச்சன் நம்பன் இறையூர் உடையான் என்பவன். அவன் முன்னோர் பல்லவர் ஆட்சியில் அமைச்சராக இருந்தவர் உத்தம சீலன் தமிழ்ப் பேரரையன் என்று ஓர் அமைச்சன் பெயர் காணப்படுகிறது. எனவே பிரம்ம ராஜன் (பிரம்ம ராயன்) 'பேரரையன்' என்பன அமைச்சர் பெறும் அரசியல் பட்டங்களாக் இருந்தன.'தென்னவன் பிரமராயன்' என்று மாணிக்கவாசகர் அழைக்கப்பட்டுள்ளார். இதனால் பண்டைத் தமிழ் அரசர் தம் அமைச்சருடைய சிறப்பியல்புகளை நோக்கிப் பிரம்மராயன், பேரரசன் என்று பட்டங்களை வழங்கிய முறையை பின்பற்றியே பல்லவரும் நடந்து வந்தனர் என்பது நன்கு விளங்குகின்றது. உத்தம சீலன், நம்பன் என்னும் அமைச்சர் ஆணையை நடைமுறையிற் கொணர்ந்தனர் என்பது தெரிகிறது. அமைச்சர் அரசர்க்கு ஆலோசனையாளராகவும் இருந்தனர் என்பது வைகுந்தப் பெருமாள் கோவில் கல்வெட்டால் அறியக்கிடக்கிறது *(36)*.

அறங்கூர் அவையம்

பல்லவப் பெருநகரங்களில் அறங்கூர் அவையங்கள் இருந்தன. அவை அதிகரணங்கள் எனப்பெயர் பெற்றிருந்தன. அறங்கூர் அவையத்துத் தலைவர் அதிகரண போசகர் எனப்பட்டனர். கரணம் என்பது சிற்றூரில் இருந்த அறங்கூர் அவையாகும். அதிகரணம் என்பது பெரிய அறங்கூர் அவையாகும். வழக்கை விசாரித்து நீதி வழங்க ஆட்சி, ஆவணம், அயலவர் சாட்சி ஆகிய மூன்றும் கையாளப்பட்டது. இவற்றுள் ஆட்சி என்பது அநுபோக பாத்தியமாகிய நீண்ட காலமாக கையாண்டுவரும் ஒழுக்கமாகும். ஆவணம் என்பது வழக்கை முடிவு செய்ய உதவும் சுவடி, ஓலை முதலிய எழுத்துச் சீட்டுகளாகும். அயலவர் சாட்சி என்பது வழக்கை காண்டார் கூற்றாகும். என்று இராசமாணிக்கனார் பல்லவர் வரலாறு என்னும் தமது நூலில் குறிப்பிட்டுள்ளார்.

3.3.2 நாடும் ஊரும்

நாடு என்பது சிற்றூரை விடப் பெரியது; கோட்டத்தை விடச் சிறியது, நாட்டார் என்பவர் அப்பகுதிக்கு உரிய சான்றோர். ஊரார்

என்பவர் சிற்றூரைச் சேர்ந்த அறிஞர். ஒரு நாட்டிற்கு உட்பட்ட எந்தச் சிற்றூரைப் பற்றிய செய்தியிலும் இம்முத்திறத்தாரும் கலந்தே தங்கள் கருத்தைத் தெரிவித்து வந்தனர் என்பது தெரிகிறது *(37)*. வெள்ளாண் வகை ஊர்களில் உள்ள வசதி மிக்க வேளாளர் சபையே நாட்டுச் சபையாகும்.

3.3.3 அரண்மனை அலுவலாளர்கள்

இவருள் பொற்கொல்லர், பட்டய எழுத்தாளர், புலவர் முதலியோர் சிறப்பாகக் குறிக்கத்தக்கவர்

அரண்மனைப் பொற்கொல்லர் அரண்மனைக்கு வேண்டிய அணிகலன்களைச் செய்ததோடு செப்புப்பட்டயங்களில் அரசர் ஆணைகளைப் பொறித்து வந்தவர் ஆவர். மாதேவியாகிய அரசிக்கு அணிசெய்த பொற்கொல்லர் மாதேவி பெருந்தட்டார் என்று பட்டயத்தில் குறிக்கப்பட்டுளனர். இப்பொற்கொல்லர் தம் மைந்தரும் பெயரரும் அரண்மனைப் பொற்கொல்லராகவே இருந்து வந்தனர் என்று பட்டயம் பகர்கின்றது. அரசனுக்கு அணிகள் முதலியன செய்து வந்த பொற்கொல்லன் அரசர் விருதுப் பெயருடன் பெருந்தட்டான் என்பது சேர்த்து வழங்கப்பட்டான்.

பொற்கொல்லர் அல்லாமல் செப்புப் பட்டயங்களைத் தீட்டப் பட்டய எழுத்தாளர் என்பவரும் இருந்தனர். அவர் அலுவலும் வழி வழி வந்ததாகும்.

அரசர் மெய்ப்புகழை நாளும் பாடும் புலவர் பல்லவர் அரண்மனையில் இடம்பெற்று இருந்தனர். அவர்கள் கல்வெட்டுகளிலும் பட்டயங்களிலும் வடமொழியிலும் தமிழ்மொழியிலும் கவிகளைப் பாடியுள்ளனர். உதயேந்திரப் பட்டயத்தில் அரசனது மெய்ப்புகழை வரைந்து புலவன், மேதாவிகள் மரபில் வந்தவனும் புகழ்பெற்ற சந்திரதேவன் மகனுமான பரமேசுவரன் எனப்பட்டவன். இத்தகைய புலவர் காரணிகர் எனப்பட்டனர் *(38)*.

3.3.4 ஊராட்சி

ஊரார், சிற்றூர்ச் சபையாருடன் (ஆள்வாருடன்) கலந்து வேலைகள் செய்ததாகக் கல்வெட்டுகள் கூறுகின்றன. ஊர் அவையார் பெருமக்கள் எனப்பட்டனர். இப்பெருமக்கள் உழவு, கோவிற்பணி, அறங்கூறல் முதலிய பல உட்பிரிவுகளாகப் பிரிந்து பல துறைகளிலும் நுழைந்து சிற்றூர் ஆட்சியைத் திறம்பெறச் செய்து வந்தது. அக்காலத்தில் இத்தகைய ஊர் அவைகள் ஏறக்குறைய இருபது இருந்தன என்று டாக்டர் இராசமாணிக்கனார் தமது பல்லவர் வரலாறு என்னும் குறிப்பிட்டுள்ளார். பல்லவரின் ஆட்சிக்குட்பட்ட நிலப்பகுதியானது கோட்டம், நாடு, ஊர்

என்று மூன்று பிரிவுகட்கு உட்பட்டிருந்தது. நாட்டின் ஆட்சிப் பொறுப்பு ஒப்படைக்கப்பட்டிருந்தவர்கள் நாட்டார் என்றும், ஊரின் ஆட்சிக்குப் பொறுப்பானவர்கள் ஊரார் என்றும் பெயர் பெற்றிருந்தனர். மன்னரின் ஆணையின் மேல் நிலங்களை ஒருவருக்கு உரியதாக்குவதும், ஒருவரிடமிருந்து நில உரிமைகளை பறிப்பதும் நாட்டாரின் கடமைகளில் சிலவாகும். மன்னர் பிறப்பித்த ஆணைக்குத் 'திருமுகம்' என்றும் "கோனோலை" என்றும் பெயர். ஒருவருக்கு மாற்றித் தர வேண்டிய நிலங்களின் பரப்பை வரையறை செய்து கொடுக்கும் கட்டளைக்கு 'வரையோலை' என்று பெயர் வழங்கப்பட்டது.

ஊரார் என்னும் சொல் சிற்றூர் ஒன்றின் மக்கள் அவையைக் குறிப்பிட்டு நின்றது. ஊர்க் குடிமக்கள் ஒன்று கூடித் தம் தம் ஊரின் நலத்தைப் பற்றிய ஆய்வுகள் செய்து ஒருமுடிவுக்கு வருவது ஊராரின் கடமையாகும். பிராமணர்களுக்குத் தானமாக அளிக்கப்பட்ட ஊர்களுக்குப் பிரம்மதேயம் என்று பெயர். பிரம்மதேயத்தை நிர்வகிக்கும் பொறுப்பு அக்கிராமத்தைத் தானமாகப் பெற்ற பிராமணரிடமே ஒப்படைக்கப்பட்டிருந்தது. அக்கிராமத்துக்குள் அரசாங்க அதிகாரிகளான நாடு காப்பானும் வியவனும் நுழையக் கூடாது. அவர்கள் செய்ய வேண்டிய பணியைத் தானம் பெற்றவர்களும் அவர்களுடைய வாரிசுகளுமே கவனித்து நிறைவேற்ற வேண்டும். என்பதே தானத்தின் நிபந்தனையாகும்.

3.3.5 ஊர் அவைப் பிரிவுகள்

ஊர் அவைக்குள் பல பிரிவுகள் இருந்தன. ஒவ்வொரு பிரிவும் வாரியம் எனப்பட்டது. ஏரிவாரியப் பெருமக்கள் தோட்ட வாரியப் பெருமக்கள் எனப் பல வகுப்புப் பெருமக்கள் கொண்ட முழு அவையே ஊரவை ஆகும். சிற்றூர்களை நேரே பொறுப்பாக அரசியலுக்குக்குட்பட்டு ஆண்டவர் ஆளுங்கணத்தார் எனப்பட்டனர். இவர் ஊரவையாரின் வேறானவர் இக்கால நகர அவையாரைப் போன்றவர் அக்கால ஊரவையார் ; இக்கால கமிஷனர் முதலிய அரசியல் அலுவலாளர் . அக்கால ஆளும் கணத்தார் ஆவர். கோவில் தொடர்புற்ற பலவகை வேலைகளையும் தவறாது கவனித்துக் கோவில் ஆட்சி புரிந்து வந்த கூட்டத்தார் அமிர்த கரணத்தார் எனப்பட்டனர். இவர்கள் கோவிலுக்கு வரும் தானங்களைப் பெறுவர் கோவில் பண்டாரத்திலிருந்து பொருள்களைக் குறித்த வட்டிக்குக் கடன் தருவர். இவை தொடர்பான பாத்திரங்களைப் பாதுகாப்பர்; கோவில் தொடர்புற்ற பிற வேலைகள் எல்லாவற்றையும் கவனிப்பர். இவர்கள் ஊர் அவையாருக்குக் கோவில் சம்பந்தமான செய்திகளில் பொறுப்புள்ளவர் ஆவர் (39).

3.3.6 பல்லவர் அரசாங்கப் பண்டாரம்

பல்லவர் வரலாற்றில் கண்ட போர்களையும், பல்லவர் கட்டிய — குடை வித்த உலகம் போற்றும் கோவில்களையும் நினைக்கும் பொழுது, அவர்தம் செல்வ நிலை நன்னிலையில் இருந்திருத்தல் வேண்டும் என்பதை அறியலாம். அரசியல் பண்டாரத்தைப் பொறுப்புள்ளவரே காத்து வந்தனர். தண்டன் தோட்டப் பந்தயத்தால் குமாரன் என்பவன் பண்டாரத் தலைவன்; அவன் சமயக்கல்வி உடையவன் அவா அற்றவன் நடுநிலையாளன் சிறந்த ஒழுக்கம் உடையவன் பகைவர்க்கும் உறவினர்க்கும் ஒரே படித்தானவன் என்பது தெளிவுறத் தெரிகிறது. இப்பேரரசுக்குரிய பண்டாரத் தலைவன் அன்றி, மாணிக்கப் பண்டாரம் காப்போர் பலர் இருந்தனர். பண்டாரத்திலிருந்து பொருள் கொடுக்கும் படி ஆணையிடும் அலுவலாளர் கொடுக்கப்பிள்ளை எனப்பட்டனர்.

3.3.7 பல்லவர் படைகள்:

பல்லவ மன்னர்கள் சிறந்த படையைப் பெற்றிருந்தனர். அதில் காலாட்படை, யானைப்படை, குதிரைப்படை, கப்பற்படை ஆகிய நான்குவகைப் படைகளும் இருந்தன. படைக்கு மன்னர் தலைமை வகித்தார். வீரமும் ஆற்றலும் மிக்க சேனைத் தளபதிகளும் இருந்தனர். மகாபலிபுரம் வழியாகக் குதிரைகள் இறக்குமதி செய்யப்பட்டன. மகாபலிபுரம், காவிரிப்பூம்பட்டினம், நாகப்பட்டினம் ஆகிய துறைமுகங்கள் கப்பற்படையை இயக்குவதற்கு உதவின. பல்லவர் படைகள் போரில் வன்மை பெற்றிருந்தன. இடைக்காலப் பல்லவர் காலத்தில் வடபகுதியில் மேன் மதுரை, தசனபுரம் முதலிய இடங்களுக்குச் சென்று போர் நடத்தி வெற்றி பெற்றன. பிற்காலப் பல்லவர் காலத்தில் கடம்பரை நிலைகுலையச் செய்தன. புகழ்பெற்ற சாளுக்கியரை அடக்கின என்பது போன்ற நிகழ்வுகளின் மூலம் பல்லவரின் படை வலிமையை அறிந்து கொள்ள முடிகின்றது.

3.4 சோழர் காலம் : சோழர் ஆட்சி முறை

சோழப் பெருவேந்தர் ஆட்சிமுறை பல சிறப்புகளைத் தன்னகத்தே கொண்டுள்ளது. தமிழ்நாட்டு ஆட்சிமுறை வரலாற்றில், சோழப்பெருவேந்தர் கால ஆட்சிமுறையை சிறப்பானதாகக் கருத வேண்டும். தம் வெற்றிகளால் சோழப் பேரரசின் எல்லைகளை விரிவாக்கியதோடு அப்பகுதிகளையும் நன்கு நிருவகித்தனர்.

3.4.1 மண்டல ஆட்சி

நிர்வாக வசதிக்காகப் பேரரசு பல மண்டலங்களாகப் பிரிக்கப் பட்டிருந்தது. அரசகுமாரர்கள் அல்லது நெருங்கிய உறவினர்கள் மாநில ஆளுநர்களாக நியமிக்கப்பட்டனர். மதுரையிலும்,

வெங்கியிலும் அரச குமாரர்கள் ஆளுநர்களாகவிருந்தனர் என்று சாசனங்கள் உணர்த்துகின்றன. மாநில ஆளுநர்கள் மத்திய அரசுடன் நெருக்கமான தொடர்புடையவர்களாக விளங்கினர். மண்டலங் களிலுள்ள நிதிநிர்வாகம், நீதிநிர்வாகம், அறப்பணி, ஆலயப்பணி ஆகியவற்றில் கீழ்மட்ட நிர்வாகப் பிரிவுகளையும் நிர்வாகிகளையும் கண்காணித்தனர் (40).

3.4.2 இடைக்காலத்தில்

பிற்காலச் சோழர் காலத்தில் சோழப் பெருநாடு என்பது மண்டலங்களாகப் பிரிக்கப்பட்டது. அவை அரசனது விருதுப் பெயரை தாங்கி நின்றன.

தொண்டை நாடு சயங்கொண்ட சோழ மண்டலம் எனவும்

பாண்டிய நாடு இராசராசப் பாண்டி மண்டலம் எனவும்

சேர நாடு மலை மண்டலம் எனவும்

சோழ நாடு சோழ மண்டலம் எனவும்

கங்க நாடு முடிகொண்ட சோழ மண்டலம் எனவும்

நுழம்பபாடி நிகிரிலி சோழ மண்டலம் ஏனவும்

கொங்கு நாடு அதிராசராச மண்டலம் எனவும்

வேங்கி நாடு வேங்கி மண்டலம் எனவும்

ஈழநாடு மும்முடிச் சோழ மண்டலம் எனவும் வழங்கப்பட்டன

ஒவ்வொரு மண்டலமும் பல வளநாடுகளாகப் பிரிக்கப்பட்டிருந்தது. ஒவ்வொரு வளநாடும் இரண்டு ஆறுகளுக்கு இடைப்பட்ட நிலப்பகுதியாகும் (41).

3.4.2 வளநாட்டின் பெயர்கள் ஆளும்

அரசன் பெயர்களைத் தாங்கி நின்றன:—

அருமொழி தேவ வளநாடு, சத்திய சிகாமணி வளநாடு, கேரளாந்தக வளநாடு (தென்கரை கேரளாந்தக வளநாடு) இராசேந்திரசிம்ம வளநாடு (வடகரை இராசேந்திர சிம்ம வள நாடு) இராசாஸ்ரய வளநாடு, நித்த விநோத வளநாடு, உய்யக் கொண்டான் வளநாடு, பாண்டிய குலோசனி வளநாடு(தென்கரை நாடு) வடகரை இராசராச வளநாடு. ஒவ்வொரு வள நாடும் பல நாடுகளாகப் பிரிக்கப்பட்டிருந்தது. ஒவ்வொரு நாடும் பல ஊர்களைப் பெற்றிருந்தது. சில ஊர்கள் தனியூர் எனப்பட்டன.

3.4.3 கோட்டம், கூற்றம், அல்லது வள நாடுகள்

மண்டலங்கள் பல கூற்றங்களாகப் பிரிக்கப்பட்டிருந்தன. நாடுகள் என்ற அரசியல் பிரிவுகள் பல சேர்ந்தது கூற்றம் அல்லது வள நாடுகள் எனப்பட்டன. கூற்றங்களின் நிர்வாகிகள் ஆளுநர்களுக்கு உறுதுணையாகவிருந்தனர். கீழ்மட்ட நிர்வாகத்துடன் இவர்களுக்கு நேரடித் தொடர்பிருந்தது. வரிவசூலில் சிறிய நாட்டார்களும், பெரிய நாட்டார்களும்,நாட்டவைகளும் ஆற்றி வந்த பணியைக் கோட்டாட்சியர் கண்காணித்தனர். அமைதி காத்தலும், அறப்பணி, ஆலயப்பணி ஆகியவற்றை நேரடி கண்காணிக்கும் வாய்ப்பும் இவர்களுக்கிருந்தது *(42).*

3.4.4 சோழர் ஊராட்சி

சோழர் ஊராட்சி பற்றி செங்கல்பட்டு மாவட்டத்தில் உள்ள உத்திரமேரூர்க் கல்வெட்டு, திருப்பனந்தாள் கல்வெட்டு, தஞ்சை மாவட்டத்தில் உள்ள தழையனூர்க் கல்வெட்டு ஆகியவை விரிவாக எடுத்துரைக்கின்றன. இவற்றுள் முதல் பராந்தக சோழனது உத்தரமேரூர்க் கல்வெட்டுக்கள் இரண்டில் ஊரவையின் அமைப்பு, தேர்தல் நடைபெற்ற முறை, உறுப்பினர்க்குரிய தகுதிகள், தகுதியிழந்தோர், ஊரவையின் செயற்பாடுகள், அதிகார வரம்புகள் ஆகியன விளக்கமாகக் குறிக்கப்பட்டுள்ளன. காஞ்சிபுரம் மாவட்டம் செங்கல்பட்டு வட்டம் மதுராந்தகம் பகுதியில் உள்ள உத்திரமேரூர் எனும் கிராமத்தில் குடவோலை முறையில் தேர்தல் நடத்திய செய்தியை விளக்கும் கல்வெட்டுக்கள் காணப்படுகின்றன. இதில் அவ்வூரில் நடைபெற்று வந்த ஊராட்சித் தேர்தல் முறைப் பற்றியும் , உறுப்பினர்கள் தகுதி பற்றியும் உறுப்ப்பினர்களைத் தேர்ந்தெடுக்கும் குடவோலை முறைப்பற்றியும் விரிவாகப் பொறிக்கப்பட்டுள்ளது. சோழ நாட்டில் மக்கள் அமைதியாகவும் எல்லா வளங்களைப் பெற்றும் வாழ்வதற்கு இவ்வூராட்சி தேர்தல் முறை பெருந்துணை புரிந்தது. அனைத்துக் கிராமங்களிலும் ஊர், சபை என இரு அமைப்புகள் இருந்தன. ஊர் என்பது ஊர் பொதுமக்கள் அனைவரும் இடம்பெற்றிருந்த மன்றமாகும். சபை என்பது பிராமணர்கள் மட்டும் பங்கு பெறக்கூடிய மன்றமாகும். கல்வெட்டுக்கள் தரும் இச்செய்திகளின் அடிப்படையில் சோழர் ஊராட்சியைப் பற்றி ஆய்வு செய்தோருள் சதாசிவ பண்டாரத்தார் குறிப்பிடத்தக்கவர் ஆவர்.

3.4.5 ஊரவை வகைகள்

சோழர் காலத்தில் இருந்த ஊரவைகளை நான்காக வகைப்படுத்துவர் சதாசிவ பண்டாரத்தார்

கிராம அவை — அந்தணர் வாழ்ந்த சதுர்வேதிமங்கலத்தில் இருந்த அவை. பிரமதேய அவை எனவும் இது அழைக்கப்பட்டது.

தேவதான அவை — கோவிலுக்குரிய தேவதானங்களில் இருந்த அவை.

ஊர் அவை — அந்தணர் அல்லாத பிற வகுப்பினர் வாழ்ந்த ஊர்களில் இருந்த அவை.

நகரவை — வாணிகர் வாழும் ஊர்களில் இருந்த அவை.

3.4.6 ஊரவை அமைப்பு

ஊர் பெரும்பாலும் 30 தொகுதிகளாகப் பிரிக்கப்பட்டது. மக்கள் தொகை மிகுந்திருந்த ஊர்களில் தொகுதிகளின் எண்ணிக்கை இரட்டிப்பாக்கப்பட்டிருந்தது. தொகுதி குடும்பு என அழைக்கப்பட்டது. இம்முப்பது குடும்புகளிலிருந்து 30 உறுப்பினர்கள் தேர்ந்தெடுக்கப்படுவர். ஊர்ப்பொதுமக்கள் அடங்கிய பேரவையால் குடவோலைமுறை மூலம் இத்தேர்தல் நடைபெறும். பேரவையினர் பெருமக்கள் என அழைக்கப்பட்டனர். உறுப்பினர்கள் வாரியப் பெருமக்கள் அல்லது ஆளும் கணத்தார் என அழைக்கப்பட்டனர்.

இவ்வுறுப்பினர்கள் மூன்று வாரியங்களாகப் பிரிக்கப்படுவர். சம்வத்சர வாரியம், தோட்ட வாரியம், ஏரிவாரியம் என்பன அவை. சம்வத்சர வாரியமும், தோட்ட வாரியமும் 12 உறுப்பினர்களைக் கொண்டது; ஏரிவாரியம் 6 உறுப்பினர்களைக் கொண்டது(43).

ஊராட்சி நடத்தி வந்த ஊர்ச்சபைகளும், கிராம சபைகளும், நகர சபைகளும் சோழ மன்னர்களின் ஆட்சிக்காலத்தில் மிகச் சிறந்த நிலையில் அமைந்திருந்தது.

3.4.7 கிராம சபை

கிராம காரியங்கள் அனைத்தையும் கவனிப்பதே கிராம சபையின் கடமையாகும். இதனை நிறைவேற்றுவதற்காகவே உட்கழகங்கள் அமைத்து வைத்திருந்தனர். இவ்வுட்கழகங்களுக்கு வாரியங்கள் என்று பெயர். அவற்றுள் நியாய விசாரணை செய்து முடிவு கூறுவதும், அறங்களை ஏற்று நடத்துவதும், அறநிலையங்களைக் கண்காணிப்பதும் சம்வற்சரவாரியரது கடமையாகும். ஏரி, குளம், ஊருணி முதலிய நீர் நிலைகளைப் பாதுகாத்தலும் விளைவிற்கு வேண்டும் நீரைப் பாய்ச்சுவித்தலும் ஏரிவாரியரது கடமைகளாகும். புன்செய் நிலங்களையும் தோட்டங்களையும் பற்றிய எல்லாவற்றையும் பார்த்துக் கொள்ளுதல் தோட்ட வாரியரது கடமையாகும். ஊரில் வழங்கும் பொன்நாணயங்களை ஆராய்வது

பொன்வாரியரது கடமையாகும். அரசனுக்குக் குடிகள் செலுத்த வேண்டிய நிலவரியையும் பிற வரிகளையும் வாங்கி அரசாங்கத்திற்கு ஆண்டு தோறும் அனுப்பும் கடமையை மேற்கொண்டிருந்தவர்கள் பஞ்சவாரியர்கள் ஆவார்கள். இவ்வாரியங்கள் மட்டுமின்றி கழனி வாரியம், கணக்கு வாரியம், கலிங்கு வாரியம், தடிவழி வாரியம், குடும்பு வாரியம் ஆகிய வாரியங்களும் குறிக்கப்பட்டுள்ளன. அவற்றுள் நீர் நிலங்களாகிய நன்செய் நிலங்களைக் கவனித்து வேண்டியவற்றைச் செய்தல் கழனி வாரியரது கடமையாகும். ஊர்க் கணக்கரும் மத்தியஸ்தரும் எழுதும் கணக்குகளை ஆராய்ந்து உண்மை காண்பது கணக்கு வாரியரது கடமையாகும். குடிமக்கள் பயிரிடும் நிலங்களை அளந்து விளை நிலங்களின் பரப்பையும் விளையும் பொருளையும் கிராமக் கணக்கில் எழுதி வைப்பது தடிவழி வாரியாரது கடமையாகும்.

இவ்வாரியங்கள் யாவும் எல்லா ஊர்களிலும் அமைப்பதில்லை. மாறாக ஒவ்வோர் ஊரின் சூழ்நிலைக்கேற்ப இன்றியமையாத வாரியங்கள் மட்டும் அமைக்கப்பட்டிருந்தன.

3.4.8 கிராம சபையின் அமைப்பு

கிராம சபையின் அமைப்பைப் பற்றி மூன்றாம் குலோத்துங்க சோழன் கி.பி. 1185 ஆம் ஆண்டில் அனுப்பிய உத்தரவு ஒன்றில்,

1. இவ்வாண்டுமுதல் சபை வாரியத்திற்கு உறுப்பினர்களாகத் தேர்ந்தெடுக்கப் பெறுவோர் இதற்கு முன் பத்து ஆண்டுகள் அதில் உறுப்பினராக இருந்திருத்தல் கூடாது.
2. சிறந்த கல்வி அறிவு உடையவர்களாகவும் நடுவு நிலைமை யுடையவர்களாகவும் நாற்பது வயதுக்கு மேற்பட்டவர்களாகவும் இருத்தல் வேண்டும்.
3. கடந்த ஐந்தாண்டுகள் சபையின் உறுப்பினராக இருந்தவர்களின் உறவினர்கள் உறுப்பினராகத் தேர்ந்தெடுத்தற்குரியரல்லர்.
4. உறுப்பினராகத் தெரிந்தெடுக்கப் பெற்றோர் ஊர்மக்களிடம் வரி வாங்குதலில் முறை தவறி நடப்பின் தண்டிக்கப் பெறுவர் என்ற விதிகள் இடம் பெற்றுள்ளன, என்று கல்வெட்டில் குறிப்பிட்டுள்ளதாக தி. வை. சதாசிவ பண்டாரத்தார் தமது பிற்காலச்சோழர் வரலாறு என்னும் நூலில் குறிப்பிட்டுள்ளார்.

3.4.9 சபை கூடும் இடங்கள்

சபை உறுப்பினர்கள் பெருமக்கள் எனவும் நிருவாகக் குழுவினர் வாரியப் பெருமக்கள் எனவும் அழைக்கப்பட்டனர். இப்பெருமக்கள்

ஒன்றாக கூடி காரியங்களை ஆற்ற சில ஊர்களில் தனியாக மண்டபங்கள் இருந்தன. வேறு சில ஊர்களில் குளக்கரை, மரத்து நிழல், கோவில் போன்ற ஏதேனும் ஓரிடத்தில் கூடிச் சபை நடவடிக்கை குறித்து விவாதித்துள்ளனர். சான்றாக தென்னார்க்காடு மாவட்டத்தில் உள்ள பிரம்மதேசத்துச் சபை புளிய மரத்தின் கீழ்க் கூடியதாக அவ்வூர்க் கல்வெட்டுக் கூறுகிறது. சங்கு ஊதியும், முரசறைந்தும் இரவு, பகல் வேறுபாடின்றிச் சபையினைக் கூட்டுவதும் வழக்கமாக இருந்துள்ளது. இதனை முனைவர் ஆ. ஜெகதீசன் தமது தமிழ் இலக்கியத்தில் கல்வெட்டியல் கூறுகள் என்ற நூலில் குறிப்பிட்டுள்ளார்.

3.4.10 கிராம ஆட்சிக்குரிய விதிகள்

தி.வை. சதாசிவ பண்டாரத்தார் தமது பிற்காலச் சோழர் வரலாற்று நூலில் கிராம ஆட்சிக்குரிய விதிகளாக குறிப்பிட்டுள்ளவை:

1. ஓராண்டில் ஊரி வாரியத்தின் உறுப்பினராகத்தேர்ந்தெடுக்கப் பெற்றுத் தம் கடமைகளை நிறைவேற்றியவர்கள் மறுபடியும் பழைய விதியின் படி ஐந்தாம் ஆண்டில் தான் வாரிய உறுப்பினராகத் தேர்ந்தெடுக்கப்பெறுதல் வேண்டும். அவர்களுடைய புதல்வர்கள் நான்காம் ஆண்டிலும் உடன்பிறந்தார் மூன்றாம் ஆண்டிலும் அதில் உறுப்பினராகத் தேர்ந்தெடுக்கப் பெறலாம்.

2. நாற்பது வயதுக்குக் குறையாதவர்களே வாரியப் பெருமக்களாகத் தேர்ந்தெடுக்கப் பெறுதல் வேண்டும்.

3. இவ்வாறு உறுப்பினர்களைத் தேர்ந்தெடுக்குமிடத்து அரசாங் கத்தால் குறிப்பிடப்பட்ட நாளில் ஊர்ச்சபையார் ஒருங்கே திரண்டு, முன்னோர்கள் மேற்கொண்ட முறைகளைப் பின்பற்றி நடப்போமென்று உறுதி கூறியவர்களையே தேர்ந் தெடுத்தல் வேண்டும்.

4. அரசியல் அதிகாரிகளின் துணைகொண்டு மறைமுகமாக உறுப்பினர்களாகளானவர்களும் விதிகளுக்கு முரணாக உறுப்பினராக அமர்ந்தவர்களும் இருந்தால் அவர்கள் கிராம துரோகிகள் ஆவர். அவர்களுடைய எல்லாவகையான பொருள்களும் பறிமுதல் செய்யப்படுதல் வேண்டும்.

5. தேர்ந்தெடுக்கப் பெற்ற உறுப்பினர்கள் விதிப்படி ஓராண்டு முடிய அலுவல் பார்த்தல் வேண்டுமாதலின் ஆண்டுதோறும் வாரியத்திற்குப் புதிய உறுப்பினர் தேர்ந்தெடுத்தல் வேண்டும். ஓராண்டிற்கு மேல் உறுப்பினராயிருப்பதற்கு முயலுவோர் கிராம துரோகிகளாகி அக்குற்றத்திற்குரிய தண்டனைக்கு உட்பட வேண்டும்.

6. இங்ஙனம் தேர்ந்தெடுக்கப் பெற்ற வாரியப் பெருமக்கள், ஊரில் கடமை, குடிமை, சபா விநியோகம், ஆகிய வரிகளை வாங்குமிடத்து, அவரவர்கள் நியாயமாகக் கொடுக்க வேண்டிய வரித்தொகைக்கு மேல் அதிகமாக் எதனையும் வாங்குதல் கூடாது.

7. சபா விநியோகம் என்ற வரியைக் குடிமக்கள் கொடுக்க வேண்டிய பிற வரிகளோடு சேர்த்து வாங்காமல் தனியாக வாங்கி ஊர்க்கணக்கனுக்கு எழுத்து மூலமாக உத்தரவு அனுப்பி செலவிடல் வேண்டும்.

8. ஒரு காரியம் பற்றி இரண்டாயிரம் காசுக்கு மேல் அதிகமாகச் செலவிட நேருமாயின், மகாசபையாரின் அனுமதியை முன்னரே பெறுதல் வேண்டும்.

9. இவ்விதிகளின் படி செலவழிக்காமல் இவற்றிற்கு முரண்படச் செலவழித்ததுண்டாயினும், நியாயமாக வாங்க வேண்டிய வரிக்கு மேல் அதிக வரி வாங்கியிருப்பினும் அவற்றிற்குக் காரணவரான வாரியப் பெருமக்கள் அத்தொகைக்கு ஐந்து மடங்கு தண்டம் கொடுத்தல் வேண்டும்.

10. குடிமக்கள் கொடுக்க வேண்டிய கடமை, குடிமை ஆகிய வரிகளுள் எஞ்சி நிற்கும் தொகையை ஒன்றுக்கு இரண்டாகத் தண்டம் சேர்த்து வசூலித்தல் வேண்டும்.

11. மேலே குறிப்பிட்ட தண்டத் தொகைகள் எல்லாவற்றையும் வாங்கி, சபாவிநியோகத்தோடு சேர்த்துக்கொண்டு செலவிடுதல் வேண்டும்.

12. ஊர்க்கணக்கனும் வாரியப் பெருமக்களும் குடும்பின் பிரதி—நிதிகளும் மகா சபையாரின் உத்தரவின் படி ஆண்டுதோறும் மாறி நிற்றல் வேண்டும்.

இவ்விதிகள் யாவும் முன்னோர்கள் நடத்திவந்த பழைய முறையைப் பின்பற்றி அமைக்கப்பெற்றவையே எனினும், ஊரின் சூழ்நிலைக்கேற்ப அனுபவத்தால் உணர்ந்து சில மாறுதல்களும் செய்யப்பட்டு உள்ளன.

3.4.11 மைய ஆட்சி முறை : நாட்டுப் பரப்பும் எல்லைகளும்

ஒரு சிறு வட்டத்துக்குள் இருந்த சோழ அரசின் எல்லைகள், பல போர் வெற்றிகளின் விளைவால் பிற்காலங்களில் விரிவடைந்தன. சோணாட்டிற்கு வடக்கே அமைந்த தொண்டைநாடும், மேற்கில் அமைந்த கொங்குநாடும், தெற்கில் அமைந்த பாண்டிநாடும் முதலாம் பராந்தகன் காலம் முதல் சோணாட்டோடு இணைக்கப்பட்டு

சோழப் பேரரசு விரிவாக்கப்பட்டது. பின்னர் முதலாம் இராசராசன் , முதலாம் இராசேந்திரன் காலங்களில் சேரநாடு, தகடூர், நுளம்பபாடி, கங்கபாடி, குடகு, மற்றும் வேங்கி ஆகிய பகுதிகள் வெற்றி கொள்ளப்பட்டன. இலங்கையின் சில பகுதிகளும், லட்சத்தீவின் பல தீவுகளும் கூட இக்காலத்தில் கைப்பற்றப்பட்டன. வடதிசைக் கங்கையும் தென்திசை இலங்கையும் குடதிசை மகோதையும் குணதிசைக் கடாரமும் என்று சோழப் பேரரசின் எல்லைகளைக் குறிப்பிடும்.

3.4.12 நாட்டுப்பிரிவுகள்: நாடு, மண்டலம்

நிருவாக வசதிக்காக இப்பெரும் நிலப்பரப்பு பல பகுதிகளாகப் பிரிக்கப்பட்டது. இப்பகுதிகளுள் முதன்மைப் பெரும் பிரிவு 'நாடு' ஆகும். சோணாடு, தொண்டைநாடு, பாண்டிநாடு, கொங்குநாடு, வேணாடு என்பவை, இப்பெரும் நாடுகள். கருநாடகப் பகுதியில் தடிகைபாடி, நுளம்பாடி, கங்கபாடி, குடமலை நாடு, இரட்டபாடி என்ற பெருநாட்டுப் பிரிவுகள் இருந்தன.

3.4.13 உட்பிரிவுகள் : வளநாடு மற்றும் கோட்டம்

சோழ மண்டலம், பாண்டி மண்டலம் , கொங்கு மண்டலம் ஆகிய ஒவ்வொன்றும் பல வள நாடுகளாகப் பிரிக்கப்பட்டன. செழிப்பு மிக்க பகுதி என்பதே வள நாடு என்பதன் பொருள்.வள நாடுகளுக்கு அரசர்களின் பட்டப் பெயர்கள் இடப்பட்டு அப்பெயர்களில் அவை அழைக்கப்பட்டன. முதலாம் இராசராசன் காலத்தில் ஒன்பது வளநாடுகள் இருந்தன. அவையாவன: 1. அருமொழிதேவ வளநாடு 2. கேரளாந்தக வளநாடு 3. சத்ரியசிகாமணி வள நாடு 4. நித்தவிநோத வளநாடு 5. பாண்டி குலாசனி 6. இராசராச வள நாடு 7. இராசேசுவர வளநாடு 8. இராசேந்த்ரசிம்ம வள நாடு 9. உய்யக் கொண்டார் வளநாடு 10. உம்பள நாடு ஆகியவற்றையும் சேர்த்துப் பத்து வள நாடுகள் இருந்தன. முதலாம் குலோத்துங்கன் காலத்திற்குப் பின் சோழமண்டலத்தில் 15 வள நாடுகள் இருந்தன (44).

3.4.14 நாடு, கூற்றம்

சோழர் ஆட்சிப்பிரிவில் நாடு என்னும் பிரிவு தலையானது. நாடுகள் ஒரே அளவான நிலப்பரப்பைக் கொண்டிருக்கவில்லை. இருபது சதுர கிலோமீட்டரிலிருந்து நூறு சதுர மீட்டர்கள் வரை நாடுகளின் பரப்பு மாறுபட்டுள்ளது. ஆறுகள் மற்றும் இயற்கை எல்லைகளை ஒட்டி நாடுகள் பிரிக்கப்பட்டன என்ற கருத்து உண்டு.

3.4.15 ஊர்கள்

ஆட்சி முறையின் அடித்தளத்தில் ஊர்கள் கிராமங்கள் இருந்தன.

நீர்ப்பாசனம், நிலச்செழிப்பு, ஆகிய தன்மைகளைக் கொண்டு ஊர்களின் எண்ணிக்கை பகுதிக்குப் பகுதி மாறுபட்டது. பாசனவசதி மிக்கிருந்த கீழ்க்காவிரி வடிநிலப்பகுதியில் அதிக ஊர்களும், இவ்விதச் செழிப்பற்ற பகுதிகளில் ஊர்களின் எண்ணிக்கை குறைவாகவும் இருந்தன. ஊர்களைப் பொதுவாக மூன்று வகையாகப் பிரிக்கலாம். அவையாவன: 1. வெள்ளான்வகை ஊர்கள் : நிலச் சொந்தக்காரர்களுக்கு உரிமையுடைய ஊர்கள் 2. பிரமதேய ஊர்கள் : பிரமதேய ஊர் நிலங்கள் பெரும்பாலும் பிராமணர்களுக்கு உரிமை உடையவை. 3. வணிக நகரங்கள்: வணிகர் குடியிருப்புகளைக் கொண்ட மற்றும் வணிகர்களுக்குச் சொந்தமான நிலங்களுடைய ஊர்கள் வணிக நகரங்களாகும்.

இவைகளைத் தவிர தனித்தியங்கும் வல்லமை படைத்த தனியூர்களும் இருந்துள்ளன.

3.4.16 வட்டார ஆட்சிமுறை : மண்டல நிருவாகம்

மண்டல முதலி என்னும் அலுவலர் முதலாம் குலோத்துங்கன் காலத்தில் மண்டலங்களை ஆட்சி செய்ய அமர்த்தப்பட்டார். ஆயினும் குலோத்துங்கன் காலத்திற்குப் பின்னர், இம்முறை வழக்கொழிந்தது. இவ்வலுவலர் சோழ மண்டலத்தில் காணப்படவில்லை. எனவே அரசனின் நேரடி ஆட்சிப்பொறுப்பில், சோழ மண்டலம் இருந்தது எனலாம். மண்டலங்கள் செலுத்த வேண்டிய திறைப் பொருட்களை இவர்களே செலுத்தினர். முடிகொண்ட சோழ மண்டலத்து மண்டல முதலியான தொண்டைமானார்க்கு முதலாம் குலோத்துங்கன் பிரமதேயம் ஒன்றை ஏற்படுத்தவும் அது தொடர்பாகப் புரவுவரிப் பதிவேடுகளில் தேவையான விவரங்களைப் பதிவு செய்யவும் ஆணை விடுத்துள்ளார்.

3.4.17 வளநாடு மற்றும் கோட்டம் நிருவாகம்

வளநாடும் கோட்டமும் வருவாய்த் துறையின் பெரும்பிரிவாகச் செயற்பட்டன. ஆயினும் வளநாடுகளின் தலைவர் எனப்பட்ட அலுவலர் யாரும் இதுவரை காணப்படவில்லை. நாடுகளின் வருவாய்ப் பொறுப்புகள் அனைத்தும் வளநாடுகளின் தலைவர்களால் நடைபெற்றிருக்கலாம். தொண்டை மண்டலத்தில் மட்டும் கோட்டம் வகை எனும் உயர் அலுவலர், கோட்டப் பணிகளைச் செய்தார்.

3.4.18 நாட்டு நிருவாகம்

நாட்டை நிருவாகம் செய்தவர் நாட்டார் ஆவர். இவர்கள் ஒரு குழுவாக இருந்து செயற்பட்டனர். ஒரு நாட்டின் கீழ் உள்ள பிராமணரல்லாதார் ஊர்களின் தலைவர்கள் சேர்ந்த குழுவே நாட்டார் என கருதப்படுகின்றனர். இவர்களோடு பிரமதேயக் கிழவர்கள் கொடையளிக்கப்பட்ட ஊர்களின் தலைவர்கள்

ஆகியோரோடு இணைந்து பணியாற்றியுள்ளனர். பெரும்பாலும் கொடைகளைப் பெற்றுக் கொண்டு அதற்கு ஈடாக வரிசெல்த்தும் பணியையும் இவர்கள் மேற்கொண்டனர். நாடாட்சி, நாட்டு விநியோகம் போன்ற வகையில் வருவாய் வசூலித்தலையும் செய்துள்ளனர். கோயில் நிருவாகத்துடன் இணைந்து கோயில் சொத்துக்களை நிருவகிப்பதற்கான நடைமுறைகளையும் மேற்கொண்டுள்ளனர்.

3.4.19 அரசுரிமை

சோழப்பேரரசர்கள் தங்களது ஆட்சிக் காலத்திலேயே தன்னுடைய மூத்தமகனுக்கு இளவரசு பட்டம் கட்டும் வழக்கத்தைக் கொண்டிருந்தனர். அரியணை அமர்ந்து ஆளுதற்குரிய அரசியல் பயிற்சி அளிப்பது அதன் நோக்கமாகும்.

3.4.20 நிர்வாக அமைப்புகள் : அமைச்சர் குழு

தலைநகரில் அரசனோடு உடனிருந்து நாட்டை ஆட்சி புரிவதில் துணை புரிந்தவர்கள் அமைச்சர்களேயாவர். அவ்வமைச்சர்களுள் தலைவனாயிருந்தவன் முதல் மந்திரி என்று வழங்கப்பெற்றான். சோழர் காலத்தில் முதலமைச்சர் உள்ளிட்ட ஒரு அமைச்சர் குழு இருந்தமை பற்றி "பலர் முடிமேல் — ஆர்க்குங் கழற்கால் அனகன் தனதவையுள் — பார்க்கும் மதி மந்த்ர பாலகரின்" என்ற விக்கிரம சோழன் உலா அடிகளாலும்,'அவனிருந்துழியறிக வென்றனன் அபயன் மந்திரி முதல்வனே' என்ற கலிங்கத்துப்பரணியாலும் குறிப்பிடுகின்றன.

சோழ மன்னனது தலைநகரில் அமைச்சர் குழுவினரேயன்றி நால்வகைப் படைகளுக்கும் தனித்தனியே தலைவர்களாக படைத்தலைவர்களும், அவர்களுக்குத் தலைவர்களாக மாசாமந்தரும் இருந்தனர்.

3.4.21 அரசு அதிகாரிகளும் அவர்களது கடமைகளும்:

திருமந்திர ஓலை, திருமந்திர ஓலை நாயகம், விடையில் அதிகாரி, அரசியல் கருமங்களை ஆராயும் அதிகாரிகள், நாடு காவல் அதிகாரி ஆகியோர் அரசு அதிகாரிகளுள் குறிப்பிடத்தகுந்தோர் ஆவர். அவர்களது கடமைகளாவன:

அரசனது உத்தரவுகளையும் செய்திகளையும் நேரில் கேட்டு வந்து அவ்வப்போது ஓலையில் எழுதும் ஓர் அதிகாரி திருமந்திர ஓலை என அழைக்கப்பட்டுள்ளார்.

திருமந்திர ஓலை நாயகம் என்போர் ஓலையில் எழுதியவற்றை மேற்பார்வையிட்டு கையொப்பம் இடும் அதிகாரியாவார். மேலும்

அரசனது நிகழ்ச்சிக் குறிப்பினை நினைவூட்டி அவற்றைத் தவறாமல் நிறைவேற்றி வைப்பவரும் இவரே ஆவர்.

விடையில அதிகாரி என்பார் அரசனுடைய திருமுகங்களை உரியவர்களுக்குப் பணிமக்கள் மூலம் சேர்ப்பித்தலும் விடையளித்தலும் ஆகிய கடமைகளை மேற்கொண்டவர்களாவர்.

அரசாங்கத்தில் அமைந்த பல துறைகளிலும் நிகழும் நிகழ்ச்சிகளை அரசனது ஆணையின்படி ஆங்காங்குச் சென்று ஆராயும் அலுவல்களை மேற்கொண்டவர்களே கருமம் ஆராயும் அதிகாரிகள் ஆவர்.

நாடு காவல் அதிகாரி என்போர் தன் நாட்டிலுள்ள ஊர்களில் களவு, கலகம் முதலான தீய செயல்கள் நிகழாமல் காத்து உள்நாட்டில் அமைதி நிலவுமாறு கண்காணித்து வருபவர்களாவர்.

3.4.22 அரசு அலுவலர்கள்

அரசியலை நடத்துவதற்கு அக்காலத்தில் அதிகாரிகள் பலர் இருந்தனர். அவர்கள் எல்லோரும் ஒழுக்கம், அறிவு, ஆற்றல், குடிப்பிறப்பு இவை பற்றிச் சோழமன்னர்களால் தேர்ந்தெடுக்கப்பெற்ற நல்லறிஞர் ஆவர். அரசு அலுவலர்கள் பெருந்தரம், சிறுதரம் எனப்பகுக்கப்பட்டிருந்தனர். உயர்நிலை ஊழியர் பெருந்தரம் என அழைக்கப்பட்டனர்; துணைநிலை ஊழியர் சிறுதரம் என அழைக்கப்பட்டனர்.

அரசு அலுவலர்களுக்கு அவர்களின் தகுதிற்கேற்ப நிலங்கள் 'சீவிதம்' என்ற பெயரில் இறையிலியாக அளிக்கப்பெற்று, வாழ்நாள் முழுவதும் 'அனுபவபாத்தியம்' அளிக்கப்பட்டிருந்தது. அவர்களின் வழித்தோன்றல்கள் அந்நிலத்தில் உரிமை கொண்டாட முடியாது (45). அதிகாரிகள் சிலர் நாட்டிற்கு புரிந்த அருந்தொண்டுகளின் காரணமாக அன்னோர்க்குச் சோழ அரசர்கள் இறையிலி நிலங்கள் வழங்கியுள்ளனர். அத்தகைய நிலங்களை அரசிறையின்றி அவர்கள் வழியினரும் என்றும் அனுபவித்துக் கொள்ளும் உரிமை பெற்றிருந்தனர். அரசு அதிகாரிகளைச் சிறப்பிக்க விருதுபெயர்கள் அளிக்கப்பட்டன. அவை அரசனது பெயர் அல்லது சிறப்புப்பெயருடன் இணைத்து அளிக்கப்பட்டன. விருது வழங்கிய அரசனின் பெயரை அறிய இது துணைநின்றது.

3.4.23 சோழர் படைகள்

சோழர்களிடம் ஆற்றல் மிக்க தரைப்படையும் கப்பற்படையும் இருந்தன. எல்லா படைகளுக்கும் தலைவனாக மன்னன் செயல்பட்டு வந்தான். யானைப்படைகளும் குதிரைப்படைகளும் சோழரின் அணிவகுப்பில் சிறப்பிடம் பெற்றிருந்தன. காலாட்படையில்

சிறப்பிடம் பெற்றிருந்தது கைகோளப் பெரும்படையாகும். கைக்கோளர் என்ற பெயர் வெற்றியைக் கைக்கொள்ளும் சிறந்த வீரர் என்ற பொருளில் வழங்கி வந்தது. கைகோளப்படை மட்டுமில்லாமல் வில் வீரர்களையும் வாள் வீரர்களையும் கொண்ட படைகளும் நிறுவப்பட்டிருந்தன. வலங்கை இடங்கை என்னும் பாகுபாடுகள் தமிழகத்தில் முதன்முதலில் சோழர் ஆட்சியில் தான் உருவானது. வலங்கை இடங்கை வேளைக்காரப்படை என்ற அணிகளும் சிறப்புற்றுக் காணப்பட்டன.

முதலாம் இராசராசன் , முதலாம் இராசேந்திரன் ஆகியவர்கள் காலத்தில் மூன்று கை மகாசேனை என்று ஒரு படையும் திரட்டப் பட்டிருந்தது. இப்படை வைணவ ஈடுபாடு உடையதாக இருந்தது. அது கடல் கடந்து சென்று ஈழநாட்டு மாதோட்டத்தை அழித்துப் பல வீரச் செயல்கள் புரிந்து சோழ மன்னனுக்கு மாபெரும் வெற்றிகளை ஈட்டித் தந்துள்ளது.

சோழ நாடு முழுவதிலும் ஆங்காங்குப் படைகள் நிறுத்தப் பட்டிருந்தன. படைகள் தங்கியிருந்த தண்டுகளுக்குக் 'கடங்கள்' என்று பெயர்(46). .எந்தெந்த ஊர்களில் படைகள் தங்கியிருந்தனவோ அந்த ஊர்களில் இருந்த கோயில்களின் பாதுகாப்பும் கோபுரங்களின் பாதுகாப்பும் அப்படைகளின் கையில் ஒப்படைக்கப் பட்டிருந்தன. மேலும் கப்பல் படையின் வலிமையினால் அரபிக்கடல் தீவுகளையும் ஈழத்தையும் , கடாரத்தையும் , பிற தென்கிழக்காசியத் தீவுகளையும் வென்றனர்.

படைகளின் தளபதியாகவிருந்தவர்கள் சேனாதிபதிகள், மாதண்டநாயகர் என்ற பெயர்களில் அறியப்பட்டனர். சிறந்த போர்வீரர்கள் சத்திரிய சிகாமணிகள் எனப்பட்டனர். அரசரின் மெய்காப்புப் பொறுப்பிலிருந்தவர்கள் வேலைக்காரர்கள் எனப்பட்டனர். அவர்கள் தங்களுடைய உயிரையும் அழித்து அரசரைக் காப்பது என்ற உறுதி மொழி எடுத்துப் பணியாற்றினர். சோழர் காலத்தில் தோற்கடிக்கப்பட்ட மன்னர் அல்லது தளபதிகளின் தலையை வெட்டிக் கொணர்ந்து தலைநகரில் கம்பத்தில் கோத்து வைக்கும் பழக்கமிருந்தது. இதை பல்லவராயன் பேட்டை கல்வெட்டாலும், ஏசாலம் செப்பேடுகளாலும் அறிந்து கொள்ள முடிகின்றது இதனை பேராசிரியர் வே.தி. செல்லம் அவர்கள் தமது தமிழக வரலாறும் பண்பாடும் என்ற நூலில் பதிவு செய்துள்ளார்.

3.4.24 சோழமன்னர்கள்

தம் அரசியல் அதிகாரிகளுக்கு வழங்கிய பட்டயங்கள்:

மாராயன், பேரரையன், அரையன், மூவேந்தவேளான், தொண்டைமான், பல்லவராயன், காலிங்கராயன், காடவராயன்,

கச்சிராயன், சேதிராயன், வாணகோவரையன், மாவலிவாணராயன், கேரளராசன், விழுப்பரையன், மழவராயன், நாடாள்வான், பிரமாதிராசன், பிரம்மராயன், சோழகோன் முதலியனவாகும். இப்பட்டங்களைப் பெரும்பாலும் தம் இயற்பெயர் அல்லது சிறப்புப் பெயர்களோடு இணைத்தே சோழமன்னர்கள் தம் அரசியல் தலைவர்க்கு அளித்து வந்தமை குறிப்பிடத்தக்கதாகும். மேலும் இவ்வுண்மையை இராசராச மாராயன், விக்கிரமசோழ மாராயன், வாணகோவரையன், சனநாதக் கச்சிராயன், வீரராசேந்திர மழவராயன், குலோத்துங்க சோழ கேரளராசன், இராசராசக் காடவராயன், வீரராசேந்திர பிரமாதிராசன் என்று வழங்கப்பட்டுள்ள பட்டங்களினால் தெளிவாக உணர்ந்து கொள்ள முடிகின்றது(47).

மேலே குறிப்பிட்டுள்ள பட்டங்களுள் மாராயன், பேரரையன் ஆகிய இரண்டும் அரசாங்க அலுவலாளர்கள் அன்றி வேறு துறைகளிலும் உயர் பதவியில் உள்ளவர்களுக்கு சோழ அரசர்களால் அளிக்கப்பெற்றுள்ளன. இதனை வாச்சிய மாராயன், கடிகை மாராயன், நாடகப் பேரரையன், நிருத்தப் பேரரையன் என்ற பட்டங்களால் நன்கு அறிய முடிகின்றது. அக்காலங்களில் மாராயன் என்னும் பட்டம் பெற்றவனுடைய மனைவி மாராசி என்று வழங்கப் பெற்றுள்ளனள். அங்ஙனமே, அரசியல் அதிகாரியின் மனைவி அதிகாரிச்சி என்று கூறப்பெற்றுள்ளனள். அன்றியும் சோழ மன்னரின் தேவிமார்களிடம் அலுவல் பார்த்து வந்த பெண்டிர்களுள் சிலருக்கு அதிகாரிச்சி என்ற பட்டம் வழங்கப்பட்டுள்ளது குறித்து டி.வி. சதாசிவ பண்டாரத்தார் தமது பிற்காலச் சோழர் சரித்திரம் என்ற நூலில் முழுமையாக குறிப்பிட்டுள்ளார்.

3.5 முடிவுரை

ஒரு நாட்டை ஆளும் அரசாங்கம் தனது ஆட்சிக்குட்பட்ட சமுதாயத்தின் நல்வாழ்வுக்காகவே செயல்படுகின்றது. அத்தகு அரசாங்கம் சீரிய முறையில் செயல்படுவதற்கு காரணமாக இருப்பவை அதன் ஆட்சிமுறையாகும்.

படையும் கொடியும் குடையும் முரசும்

நடை நவில் புரவியும் களிறும் தேரும்

தாரும் முடியும் நேர்வன பிறவும்

தெரிவு கொள் செங்கோல் அரசர்க்கு உரிய (48)

கொடி, குடை, முரசு, பூ, வாள் முதலிய தனிச்சின்னங்களும் நால் வகைப்படைகளும் அரசருக்கு உரியவைகளாக இருந்தவைகளாகும். அதனோடு அரசியலில் மன்னருக்கு உதவியாக அமைச்சர் உள்ளிட்ட குழுக்களாக இருந்து செயல்பட்டு வந்துள்ளனர். மேலும் மைய

ஆட்சி , மண்டல ஆட்சி, வட்டார ஆட்சி, ஊராட்சி, கிராம சபை எனப் பல பிரிவுகளின் கீழ் ஆட்சி அமைப்பு செயல்பட்டு வந்துள்ளது. வேந்தர் தம் அவையில் நீதி கேட்டு வருவோர்க்கு அறங்கூறு அவையத்தின் மூலம் நீதி வழங்கியும், பகைவரால் தம் நாட்டிற்கு துன்பம் வரும் நேரங்களில் படைகளுடன் பாசறையில் தங்கி பெரும் போர்களில் ஈடுபட்டு மக்களை காத்து வந்துள்ளனர். இங்ஙனம் சங்க காலம் தொடங்கி பிற்காலச் சோழர் காலம் வரை தமிழகத்தின் அரசு உருவாக்கமும் அதன் செயல்முறைகளும் எவ்வகையில் செயல்பட்டு வந்தது என்பதை இவ்வியலின் மூலம் அறிந்துகொள்ளமுடிகின்றது.

அடிக்குறிப்புகள்

1. குறள் எண் 388
2. புறம் 183
3. புறம் 55
4. புறம் 35
5. புறம் 75
6. புறம் 39 : 8—9
7. புறம் 58 : 9
8. மதுரைக்காஞ்சி 489 — 492
9. புறம் 266 : 8—10
10. புறம் 71: 7—9
11. புறம் 54: 3—4
12. புறம் 29: 6
13. புறம் 390:19
14. அகம் 77: 7—8
15. சிலம்பு 5:157
16. மதுரைக்காஞ்சி 494 —499
17. மதுரைக்காஞ்சி 634 —641
18. மதுரைக்காஞ்சி 643 — 650
19. புறம் 37 : 9
20. முல்லை 50
21. தமிழக வரலாறும் ஆட்சியும் டாக்டர் இராசமாணிக்கனார் பக் 282.
22. தமிழக வரலாறும் ஆட்சியும் டாக்டர் இராசமாணிக்கனார் பக். 288.
23. தமிழக வரலாறும் ஆட்சியும் டாக்டர் இராசமாணிக்கனார் பக்.293.
24. (புறம் 9 :1—5)
25. தமிழக வரலாறும் ஆட்சியும் டாக்டர் மா.இராச மாணிக்கனார். பக். 263

26. புறம் 72: 4—5
27. புறம் 55 : 7 —12
28. புறம் 304 : 3—4
29. புறம் 312:6
30. குறள் 758
31. குறள் 772
32. தமிழ் நாட்டு வரலாறு பா. இறையரசன் பக் 266
33. சிலம்பு காதை 15: 207 — 217
34. தமிழக வரலாறும் ஆட்சியும் டாக்டர் இராசமாணிக்கனார் பக். 82.
35. தமிழக வரலாறும் ஆட்சியும் டாக்டர்.மா.இராசமாணிக்கனார். பக்.84
36. பல்லவர் வரலாறு மா. இராசமாணிக்கனார் பக் . 231.
37. பல்லவர் வரலாறு மா. இராசமாணிக்கனார் பக் . 235
38. பல்லவர் வரலாறு மா. இராசமாணிக்கனார் பக் .233
39. பல்லவர் வரலாறு மா. இராசமாணிக்கனார் பக் .237
40. தமிழக வரலாறும் பண்பாடும் வே. தி. செல்லம் பக். 294
41. தமிழக வரலாறும் ஆட்சியும் டாக்டர் இராசமாணிக்கனார் பக்.284
42. தமிழக வரலாறும் பண்பாடும் வே. தி. செல்லம் பக். 295
43. தமிழக வரலாறும் தமிழர் பண்பாடும் டாக்டர் ஆ. இராமகிருட்டிணன் பக். 188.
44. தமிழ்நாட்டு வரலாறு சோழப்பெருவேந்தர் காலம் முதல் தொகுதி தமிழ் வளர்ச்சித் துறை பக். 409
45. தமிழக வரலாறும் தமிழர் பண்பாடும் டாக்டர் ஆ. இராமகிருட்டிணன் பக். 193.
46. என்.ஜி. மணி தமிழகச் சமுதாய வரலாறு பக் 125
47. பிற்காலச் சோழர் வரலாறு தி. வை. சதாசிவ பண்டாரத்தார் பக். 320
48. தொல்காப்பியம் மரபு 72.

இயல் 4
இலக்கியங்களின் வழி வருவாய்

4.1 முன்னுரை

பண்டைத் தமிழரின் வாழ்க்கைமுறை, நாகரிகம், பண்பாடு, கலாச்சாரம், அரசியல், பழக்கவழக்கங்கள் என எல்லாவற்றையும் நாம் அறிந்து கொள்வதற்கு நமக்குச் சான்றாதாரங்களாக கிடைப்பவை இலக்கியங்களும் அக்காலம் குறித்து எழுதப்பட்டுள்ள வரலாற்று நூல்களுமேயாகும். எனவே சங்க காலம் தொடங்கி கி.பி. 13 ஆம் நூற்றாண்டு வரை தோன்றியுள்ள இலக்கியங்களில் காணக்கிடைக்கின்ற தமிழகத்தின் வருவாய் குறித்தத் தகவல்களை இனி காண்போம்.

4.2 ஆய்விற்கு எடுத்துக் கொள்ளப்பட்ட இலக்கியங்கள்

சங்க காலம்: எட்டுத் தொகை, பத்துப்பாட்டு நூல்கள்

சங்கம் மருவிய காலம்: பதினெண்கீழ்க்கணக்கு நூல்கள், முத்தொள்ளாயிரம், இரட்டை காப்பியங்கள்

பல்லவர் காலம்: பக்தி இலக்கியம்

பிற்காலச் சோழர் காலம்: சீவக சிந்தாமணி, வளையாபதி, குண்டலகேசி, ஐஞ்சிறு காப்பியங்கள், கலிங்கத்துப்பரணி, மூவருலா.

மேற்குறிப்பிட்டுள்ள இலக்கியங்களில் இடம் பெற்றுள்ள வருவாய் குறித்த தகவல்களை அவ்விலக்கியச் சான்றுகளின் வழி ஆய்வோம்.

4.3 சங்க இலக்கியத்தில் வரி பெறும் இடம்

அரசின் வருவாய்களுள் முக்கியமான வருவாயாக வரி திகழ்கிறது. இவ்வரியை அரசர்களோ அரசனின் சார்பாளர்களுள் ஒருவரோ பிறமன்னர்களிடமிருந்தோ, மக்களிடமிருந்தோ பெற்றுள்ளனர். சங்க இலக்கியத்தில் வரி என்ற சொல் இடம் பெற்றிருப்பினும், இது இன்று வழக்கிலுள்ள வரிப்பொருளைக் குறிப்பிடவில்லை. மாறாக திறை, உல்கு, புரவு ஆகிய சொற்களே சங்க இலக்கியங்களில் வரிப் பொருளைக் குறிப்பிடும் சொற்களாக இடம்பெற்றுள்ளன.

4.3.1 அகப்பாடல்களில் திறை

சங்க இலக்கியத்தில் அகநானூறு, கலித்தொகை மற்றும் ஐங்குறுநூறு முதலிய அகநூல்களில் திறை குறித்த செய்திகள் இடம்பெற்றுள்ளன.

அகநானூறில் 13, 44 மற்றும் 334 ஆகிய பாடல்களின் மூலம் அரசர் தம் பகைவரை வென்று திறை பெறுதல் விளக்கப்பட்டுள்ளது. 124 ஆம் பாடல் திறையாகச் செலுத்திய பொருள்களை விளக்குகிறது. மேலும் 84 வது பாடல் பகை மன்னர் திறை செலுத்தியும் அதனை ஏற்காது

போரிடுதல் பற்றிய செய்தியை விளக்கியுள்ளது. 127 ஆவது பாடல் தோழி தலைவியை ஆற்றுவிக்கும் பொருட்டு தலைவன் பெற்றுள்ள திறைப்பொருள்களை விளக்கிக் கூறுவதாக அமைந்துள்ளது.

4.3.2 பகைவரை வென்று திறை பெறுதல்

சங்க காலத்தில் அரசர்கள் பகை மன்னர்களை எதிர்த்துப் போரிட்டு வெற்றி பெற்று தோல்வியுற்ற மன்னரிடமிருந்து திறைப் பொருட்களைப் பெற்று வருதல் வழக்கமாகயிருந்தது. அவ்வகையில் அகநானூற்றுப் பாடல்களில் 13, 44 மற்றும் 334ஆம் பாடல்களின் மூலம் அரசர் தம் பகைவரை வென்று திறை பெறுதல் விளக்கப்பட்டுள்ளன.

“தான் கடற் பிறந்த முத்தின் ஆரமும்

முனை திறை கொடுக்கும் துப்பின் தன்மலைத்

தெறல் அரு மரபின் கடவுட் பேணி” *(1)*

எனும் அகநானூற்றுப் பாடலில், பாண்டியன் தனது தென்கடலில் பிறந்த முத்தாகிய ஆரத்தை அணிந்தவன், பகைவர் திறை கொடுக்கும் போர் வலிமையைப் பெற்றவன் போன்ற செய்திகள் விளக்கப்பட்டுள்ளன. மேலும்

‘வந்துவினை முடித்தனன் வேந்தனும், பகைவரும்

தம் திறை கொடுத்துத் தமர் ஆயினரே

முரண் செறிந்திருந்த தானை இரண்டும்

ஒன்று என அறைந்தன பனையே *(2)*

என்ற பாடலில் அரசன் போர் முனை வந்து தான் மேற்கொண்ட வினையை வெற்றியுடன் முடித்தான். பகையரசரும் தமக்கென விதிக்கப்பட்ட திறைப்பொருளைக் கொடுத்து நம் அரசனுக்குச் சுற்றத்தார் ஆயினர், எனவே முன்பு மாறுபாடு கொண்டிருந்த இரு சேனைகளும் ஒரே சேனையாக முரசு அறையப்பட்டன, போன்ற செய்திகள் விளக்கப்பட்டுள்ளன. மேலும்

“ஆடுகொள் முரசம் இழுமென முழங்க

நாடுதிறை கொண்டனம் ஆயின் பாக” *(3)*

என்ற அகநானூற்றுப் பாடலின் வழி புறங்காட்டி ஓடாது கொல்லும் தொழிலையுடைய வீரமிக்க ஏற்றினது தோலை மயிர் சீவாமற் போர்த்த முரசம் ஒலிக்க பகைவரை வென்று அவர் தம் நாட்டினைத் திறையாகக் கொண்டான், என்று வினைமுற்றிய தலைமகன் தேர்ப்பாகற்குச் சொல்லிய செய்தி மேற்கூறிய பாடலில்

விளக்கப்பட்டுள்ளது. இதன் வழி நாட்டுவளம் முழுமையும் திறையாகப் பெற்றுள்ள செய்தியை அறியமுடிகிறது.

அகநானூற்றைத் தொடர்ந்து கலித்தொகை மற்றும் ஐங்குறுநூற்றுப் பாடல்களிலும் பகைவரை வென்று திறை பெறும் செய்திகள் விளக்கப்பட்டுள்ளன.

"பகை வென்று திறை கொண்ட பாய்திண்தேர் மிசையவர்

வகைகொண்ட செம்மல் நாம் வனப்பு ஆர விடுவதோ" (4)

எனும் கலித்தொகைப் பாடலில் பகையை வென்று திறை பெற்று மீண்டு வரும் தலைவனைப் பற்றி விளக்கிக்கூறப்பட்டுள்ளது. மேலும்

"ஏற்றவர் புலம் கெடத் திறை கொண்டு

மாற்றாரைக் கடக்க, எம்மறம் கெழுகவே" (5)

எனும் கலித்தொகைப் பாடலில், வீரம் மிகுந்த பாண்டிய மன்னன், எதிர்த்த பகைவரின் நிலம் தம் பெயர் நீங்கி பாண்டியன் நிலம் என்று பெயர் பெறுமாறு, தம்மை எதிர்த்தவர் நாடு அழிய அவரை வென்று, திறை கொண்டு பகைவரை வெற்றி பெறும் வீரம் மிகுந்தவன் என்று ஆய்ச்சியர் அவனைப் புகழ்ந்து பாடும் செய்தி விளக்கப்பட்டுள்ளது. அதனைத் தொடர்ந்து

....அங்கே

பொருந்தாதார் போர்வல் வழுதிக்கு அருந்திறை

போல, கொடுதார் தமர்" (6)

என்ற கலித்தொகைப்பாடலில் பகைவரிடத்தில் போர்த் தொழிலில் சிறந்த வழுதிக்கு திறைப் பொருளைப் பகைவர் தாமே கொண்டு வந்து கொடுத்தனர் எனும் செய்தி இடம்பெற்றுள்ளது.

"பகைவெங் காதலர் திறை தரு முயற்சி " (7)

எனும் ஐங்குறுநூற்றுப் பாடலில் தலைவன் தன் பகையை எதிர்த்து வெற்றி கொண்டு திறை பெறுவதில் செலுத்தும் ஈடுபாட்டினைத் தன் மேல் செலுத்தாதது குறித்துப் பருவங்கண்டு வருந்திய தலைமகள் கூறியுள்ள செய்தி வழியாக மன்னன் பகைவரை வென்று திறை பெறுதல் விளக்கப்பட்டுள்ளது.

4.3.3 திறையாகப் பெற்றுள்ள பொருட்கள்

அகநானூற்றில் 124 மற்றும் 127 ஆவது பாடல்களின் மூலம் பகைமன்னர்களிடமிருந்து பெற்றுள்ள திறைப்பொருட்கள் எவை என்பது குறித்து அறிய முடிகிறது.

"நன்கலம் களிற்றொடு நண்ணார் ஏந்தி
வந்து திறை கொடுத்து வணங்கினர் வழிமொழிந்து
சென்றீக"   (8)

எனும் பாடலின் மூலம் பிரிவுத்துயரால் வருந்தும் தலைவியை ஆற்றுவிக்க விரும்பும் தோழி, வேந்தனுக்குத் துணையாகப் பகைமேற்சென்ற நம் தலைவன் தோற்ற பகைவர்களின் அணிகலன்களைக் களிற்றோடு கொண்டு வந்து வணங்கி திறையாகக் கொடுக்க வேந்தனுடன் நம் தலைவன் விரைவில் ஊர்க்குத் திரும்புவான் என விளக்கப்பட்டுள்ளது. மேலும்,

"பணிதிறை தந்த பாடுகால் நன்கலம்
பொன்செய் பாவை வயிரமொடு ஆம்பல்" (9)

எனும் பாடலில் பகைவரை வெற்றி கொண்ட சேரலாதன் மீண்டு வந்து, ஆம்பல் என்னும் எண்ணளவு தம் பகைவர் பணிந்து கொடுத்த பெருமைமிக்க நல்ல அணிகலன்களோடு பொன்னாற்செய்த பாவையினையும் வயிரங்களையும் கொண்டு வந்து குவித்தான் எனும் செய்தி விளக்கிக் கூறப்பட்டுள்ளது. மேற்கூறப்பட்டுள்ள இரு பாடல்களிலும் அரசருடன் போருக்குத் துணையாகச் சென்றுள்ள தலைமகனை நினைத்து வருந்துகிற தலைவியை ஆற்றுவிக்க முற்படும்போது தோழி வரித் தொடர்பான செய்தியை இடையிட்டு குறிப்பிடப்பட்டுள்ளது.

4.3.4 திறை செலுத்தியும் அதனை ஏற்காது போரிடுதல்

"அருந்திறை கொடுப்பவும் கொள்ளான் சினம் சிறந்து
வினைவயின் பெயர்க்கும் தானை' (10)

எனும் அகநானூற்றுப்பாடல் மருத நிலம் சூழப்பெற்ற கொடிகள் அசைந்தாடும் இவ்வரிய எயிலைப் பகைவர் அரிய திறையாகக் கொடுப்பவும் அதனை ஏற்றுக்கொள்ளாதவனாய் சினம் மிகுந்து பின்னரும் போர்த்தொழிலில் செலுத்தப்படும் சேனைகளையும் அணிந்த மாலையையும் உடைய அரசனது பாசறையிடத்து யாமோ இருக்கின்றோம் என்று தலைமகன் பாசறையிருந்து தலைவியை நினைத்து வருந்தி சொல்லியதாகும். இதன் மூலம் ஒருசில மன்னர்கள் பகைநாட்டுத் திறைப் பொருட்களை மட்டும் வாங்கிக்கொண்டு மனநிறைவு பெறவில்லை எனும் செய்தியை அறிய முடிகிறது.

4.3.5 புறப்பாடல்களில் திறை : திறை செலுத்தும் பகைவரை மன்னித்தல்

சங்க கால மன்னர்கள் பகைவரிடத்தில் போரிட்டு வெற்றி கொண்டு திறை பெறுதல் வழக்கமான செயலாக இருந்துள்ளது.

போருக்கு அஞ்சி தாமே திறை செலுத்த பகை மன்னர் முன்வரின் அவர்களின் திறைப் பொருட்களைப் பெற்றுக் கொண்டு அவர்களை மன்னித்து விடும் குணம் மன்னவரிடையே இருந்ததைச் சங்க இலக்கியங்களின் மூலம் அறிய முடிகிறது. சான்றாக,

... பகைவர்

பணிந்து திறை பகரக் கொள்ளுநை ஆதலின்

துளங்கு பிசிர் உடைய " *(11)*

எனும் பதிற்றுப்பத்துப் பாடலில் பகைவர் பொறுத்தற்கரிய பிழைகளைச் செய்தவராயினும் அவர் மன்னரைப் பணிந்து திறை தருவாராயின் அவர்களுடைய குற்றங்களை மன்னித்து அவர் தரும் திறைப்பொருட்களை ஏற்றுக் கொள்ளும் பெருந்தன்மை உடையவன் எனும் செய்தி இடம்பெற்றுள்ளது.

மேலும்,

"பணிந்து திறை தருப, நின் பகைவர் ஆயின்

சினம் செலத் தணியுமோ"*(12)*

எனும் பாடல் பகை மன்னர் பணிந்து திறைகளைத் தருவாராயின் உன் கோபம் தணியுமோ என்று பாடலாசிரியர் வினவுவதாக அமைந்துள்ளது. அதன் மூலம் திறை பெறின் கோபம் குறையும் எனும் செய்தியை உணரமுடிகிறது.

"பெருங்களிற்று யானையோடு அருங்கலம் தராஅர்

மெய்பனி கூரா, அணங்கு எனப் பராவலின்

பலி கொண்டு பெயரும் பாசம் போல

திறை கொண்டு பெயர்தி வாழ்க நின் ஊழி " *(13)*

என்ற பதிற்றுப்பத்துப் பாடலின் மூலம் திறை தராத பகை மன்னருடன் எதிர்த்துப் போரிடுதல் கண்டு அஞ்சி அப்பகைமன்னர் நடுங்கி நின்னை வணங்கி திறை செலுத்தியதால் மன்னர் போரை விடுத்து சென்றார் எனும் செய்தியை அறிய முடிகிறது.

மேற்கண்ட பாடல்களின் மூலம் பகைமன்னர் பணிந்து திறை செலுத்தினால் அவர்களை மன்னிக்கும் பழக்கம் சங்ககால மன்னர்களிடையே இருந்ததை அறிந்துகொள்ள முடிகின்றது.

.3.6 பகைவரை வென்று திறை பெறுதல்

புறப்பாடல்களில் பகைவரை வென்று திறை பெறுதல் குறித்த செய்திகள் விளக்கப்பட்டுள்ளன. சான்றாக,

நிறையருந் தானை வேந்தரைத்

திறை கொண்டு பெயர்க்குஞ் செம்மலும் உடைத்தே *(14)*

எனும் புறநானூற்றுப் பாடலில் பகை வேந்தரை வென்று திறை கொண்டு வரும் செய்தி விளக்கப்பட்டுள்ளது. மேலும் மதுரை காஞ்சியில்

"பணியார் தேஎம் பணித்துத் திறை கொண்மார்" *(15)*

எனும் அடியின் மூலம் பகைவர்கள் பணியாதிருந்தால் அவர்களுடன் போரிட்டு அவர்களை பணிய வைத்து திறை பெறுதல் வழக்கத்தில் இருந்துள்ளது என்பதை அறிந்துகொள்ள முடிகின்றது.

4.3.7 பகைவர் அஞ்சி திறை செலுத்துதல்

பகை மன்னர் போருக்கு அஞ்சி தாமே தேடி வந்து திறை செலுத்தினர் எனும் செய்தி

"பகைப்புல மன்னர் பணிதிறை தந்து நின்" *(16)*

என்ற புறநானூற்றுப் பாடல் அடியின் மூலம் அறியமுடிகிறது. அவ்வாறு பகைவர் அஞ்சவில்லை என்றால், பகைவரை பயமுறுத்தி திறை செலுத்த வற்புறுத்தியுள்ளனர் என்பதை

...நெல்லின் செம்மல் மூதூர்

நுமக்கு உரித்து ஆகல் வேண்டின் சென்றவற்கு

இறுக்கல் வேண்டும் திறையே" *(17)*

எனும் புறநானூற்றுப் பாடல் விளக்குகிறது. அரசரது இயல்பைக் கூறும் வகையில் தங்கள் ஊர் தங்களுக்கே வேண்டுமெனில் பணிந்து வந்து திறை செலுத்துக என்று கூறுவதிலிருந்து பகைவர் அஞ்சி திறை செலுத்தியுள்ளனர் என்னும் செய்தியை அறிய முடிகிறது.

4.3.8 திறைப் பொருட்கள்

திறையாகப் பெற்ற பொருட்கள் குறித்து

"வென்று கலம் தரீஇயர் வேண்டு புலத்து இறுத்து அவர்

வாடா யாணர் நாடு திறை கொடுப்ப '' *(18)*

எனும் பதிற்றுப்பத்துப் பாடல் விளக்குகிறது. இதில் ஆபரணங் களுக்காக போரிட்டதன் விளைவாக நாட்டையே திறையாகப் பெற்ற செய்தி விளக்கப்பட்டுள்ளது.

இதனைத் தொடர்ந்து சங்க இலக்கியத்தில் இடம் பெறும் உல்கு,

புரவு எனும் வரியைக் குறிக்கும் சொல் விளக்கும் பொருளைக் காண்போம்.

4.3.9 உல்கு

உல்கு என்பது வணிக வரியைக் குறிக்கும் சுங்க வரியாகும். அதாவது ஏற்றுமதி இறக்குமதி செய்யப்படும் பொருட்களின் மீது விதிக்கப்படும் வரியாகும். அத்தகு சுங்க வரியும் அரசுக்கு பெருமளவு வருவாயைத் தேடித்தந்துள்ளது.

'அணர்ச்செவிக் கழுதைச் சாத்தொடு வழங்கும்

உல்குடைபெருவழிக் கவலை காக்கும்

வில்லுடை வைப்பின் வியங்காட்டியவின் *(19)*

என்ற பெரும்பாணாற்றுப்பாடலின் வழி உல்கு எனும் சொல் சுங்கவரியைக் குறித்துள்ளமையை அறிய முடிகிறது. இப்பாடலின் வழி சுங்க வரி கொள்ளும் இடங்களைப் பாதுகாக்க காவலர்கள் இருந்துள்ள செய்தியை அறிய முடிகிறது. மேலும், பட்டினப்பாலையில் காவிரிப்பூம்பட்டினத்தின் செழிப்பினை சொல்லும் நிலையில் ஏற்றுமதி இறக்குமதி வாணிகம் எந்நேரமும் நடைபெற்றது என்றும் அப்பொருட்களுக்கு சுங்கச்சாவடியில் சுங்க வரியாகிய உல்கு பெறப்பட்டதும் அதற்கு அடையாளமாக புலி சின்னத்தை இலச்சினையாக இட்டு அனுப்பியுள்ளனர்.

"உல்கு செயக் குறைபடாது

வான் முகந்த நீர் மலைப்பொழியவும்' *(20)*

என்ற பட்டினப்பாலைப் பாடலின் வழி சுங்கவரியைக் குறிக்க உல்கு எனும் சொல் பயன்பட்டுள்ளமைய் அறிய முடிகிறது.

4.3.10 புரவு

புரவு என்னும் சொல் பொதுவான வரியைக் குறிப்பிடுவதற்காக இலக்கியங்களில் கையாளப்பட்டுள்ளது. சான்றாக,

குடிபுரவு இரக்கும் கூர் இல் ஆண்மைச்

சிறியோன் பெறின், அது சிறந்தன்று மன்னே *(21)*

என்ற புறநானூற்றுப் பாடலில் மூத்தோர் இறந்ததும் அரசுரிமையை ஏற்று குடிகளை காப்பது அவரவரின் மன இயல்பினால் இருவகைப்படும் என்றும் அதில் குடிமக்களிடம் வரி வேண்டி இரக்கும் சிறுமை உடையவனுக்கு பாரமாக இருக்கும் என்ற வழி புரவு எனும் சொல் மக்களிடமிருந்து மன்னர் பெறும் வரிப் பொருளைக் குறித்துள்ளமையை அறிய முடிகிறது.

4.3.11 வரி பெறுதலுக்குரிய நெறி

அரசன் நெறிமுறைப்படி வரி பெறுவானாயின் அது நீடித்து நிற்கும் அங்ஙனமின்றி நெறிபிறழ்ந்து வரி பெறுவானாயின் அது அழிந்தொழியும். என்ற செய்தியை

"அறிவுடை வேந்தன் நெறி அறிந்து கொளினே

கோடியாத்து நாடுபெரிது நந்தும்

மெல்லியன் கிழவன் ஆகி வைகலும்

வரிசை அறியாக் கல்லென் சுற்றமோடு

பரிவுதப எடுக்கும் பிண்டம் நச்சின்

யானை புக்க புலம் போல

தானும் உண்ணான் உலகமும் கெடுமே" *(22)*

அஃதாவது அறிவுடைய அரசன் நெறிமுறைப்படி குடிமக்களிட மிருந்து வரி கொண்டால் அவன் நாட்டுமக்கள் கோடிக்கணக்கான பொருள்களை ஈட்டி அவனுக்கு கொடுத்துத் தாமும் தழைப்பர். அறநெறி அறியும் அறிவு குறைந்தவனாய் தரமறியாமல் சுற்றத்தோடு குடிமக்களிடமிருந்து நாள்தோறும் வாங்கும் வரிப் பொருளை விரும்பினால் யானை புகுந்த நிலத்தைப் போலத் தானும் முழுப்பொருளை அடையமாட்டான்.

உலகத்தாரும் பயன் அடையாமல் கெடுவர். என்று பிசிராந்தையார் தம் புறநானூற்றுப் பாடலின் வழி மன்னருக்கு வரி பெறும் நெறியை அறிவுறுத்தியுள்ளார். சங்க காலத்தில் தோன்றிய சங்க இலக்கியங்களான எட்டுத் தொகையிலும் பத்துப்பாட்டிலும் அரசின் வருவாய்களுள் முக்கிய இடம் பிடிக்கும் திறை குறித்த செய்திகள் பரவலாக காணக்கிடைக்கின்றன. அவற்றுள் திறையாகப் பெறப்பட்ட பொருட்கள் பற்றியும், திறை செலுத்தியதற்கான காரணங்கள் பற்றியும், திறை செலுத்துபவர்கள் குறித்தும், திறை பெறுபவர்கள் குறித்தும் கண்டோம். மேலும் உல்கு என்னும் சுங்க வரியைக் குறித்தும் புரவு என்னும் பொது வரியைக் குறித்தும் வரிபெறுதலுக்குரிய நெறி குறித்தும் சங்க இலக்கியங்களில் பதிவு செய்துள்ளவற்றை இத்தலைப்பின் கீழ் அறிந்து கொள்ள முடிகின்றது.

4.4 சங்கம் மருவிய காலத்தின் வருவாய் குறித்த செய்திகள்

சங்க இலக்கியத்தினைத் தொடர்ந்து சங்கம் மருவிய கால இலக்கியமான பதினெண்கீழ்க்கணக்கு நூல்களில் கூறப்பட்டுள்ள வருவாய் தொடர்பான செய்திகளைக் காண்போம். இதில் நாட்டின்

முக்கிய வருவாய்களுள் ஒன்றான திறை குறித்த செய்திகளும் பிற வரிகள் குறித்த செய்திகளும் இடம்பெற்றுள்ளன.

4.4.1 மன்னர்க்குரிய பொருள்கள்

அரசரை சேரவேண்டிய பொருள்கள் எவை என்பது குறித்து

உறுபொருளும் உல்கு பொருளும் ஒன்னார்த்

தெறுபொருளும் வேந்தன் பொருள் *(23)*

என்ற திருக்குறளில் வள்ளுவர் தெளிவாகக் குறிப்பிட்டுச் சென்றுள்ளார். அஃதாவது

1. உடையார் இன்மையால் வந்த பொருள்
2. சுங்கத்தீர்வையால் வரும் பொருள்
3. பகைவரை வெல்லுதலால் அவர்கள் தீர்வையாகக் கொடுக்கும் பொருள் ஆகிய மூன்று நிலையில் அரசனுக்குப் பொருட்கள் வரும் என்று வருவாய்க்குரிய முக்கிய மூன்று வழிகளை வள்ளுவர் இக்குறளின் மூலம் விளக்கிக் கூறியுள்ளார்.

4.4.2 திறை பொருட்கள்:

கொல்யானை வெண்மருப்பும், கொல்வல்புலி அதளும்

நல்யானை நின் ஐயர் கூட்டுண்டு செல்வார்தாம்

ஓர் அம்பினான் எய்து போக்குவர்யான் போகாமல்

ஈர் அம்பினால் எய்தாய், இன்று. *(24)*

என்ற பாடலின் வழி கொல்லும் தன்மையுடைய யானையின் தந்தங்களையும் கொலைபுரியும் தொழிலைச் செய்யும் புலியின் தோள்களையும் திறையாகக் கொடுத்துள்ளனர் எனும் செய்தியை அறியமுடிகிறது.

4.4.3 சுங்கப்பொருள்

நீதி நூல்களில் ஒன்றாகிய பழமொழியில் ஏற்றுமதி இறக்குமதி செய்யும் வணிகத்திற்காகப் பெறப்பட்ட சுங்கவரி குறித்து விளக்கப்பட்டுள்ளது.

ஆற்றும் இளமைக்கண் கல்லாதான் மூப்பின்கண்

போன்றும் எனவும் புணருமோ? ஆற்றச்

சுரம்போக்கி உல்கு கொண்டார் இல்லை, மற்றுஇல்லை

மரம்போக்கிக் கூலி கொண்டார். *(25)*

என்ற பாடலின் மூலம் நீர்வழிப்போக்குவரத்து வெகுதூரம் போனபின்பு சுங்கவரி வாங்கியவர் எவரும் இல்லை என்று கூறுவதிலிருந்து சுங்க வரியானது ஏற்றுமதி இறக்குமதி வாணிகம் நடக்கும் இடங்களிலேயே பெறப்பட்டுள்ளது என்பதனை அறிந்துகொள்ளமுடிகின்றது.

4.4.4 மன்னர் கடைபிடிக்க வேண்டிய நெறிகள்

அரசர்கள் எங்ஙனம் குடிமக்களிடமிருந்து வரி பெற வேண்டும் என்று

வேலொடு நின்றான் இடு என்றது போலும்

கோலொடு நின்றான் இரவு (26)

என்ற குறளின் மூலம் விளக்கமளித்துள்ளார். அதாவது குடிமக்களைத் துன்புறுத்தி பொருள் பெறக் கூடாது மாறாக அங்ஙனம் பெறுவது வழிப்பறித் திருடர்கள் வேலொடு நின்று பொருள் கொடு என்று கொள்ளையடிப்பதை ஒக்கும் என்று கூறியுள்ளார். மேலும் அரசன் வரி பெறவேண்டிய முறை குறித்து பழமொழியில்

அடைய அடைந்தாரை அல்லவை செய்து

கொடைவேந்தன் கோல் கொடியன் ஆகி குடிகள்மேல்

கூட்டு இறப்பக் கொண்டு, தலையளிப்பின் அஃது அன்றோ

சூட்டு அறுத்து வாயில் இடல். (27)

என்ற பாடலின் வழி அறிந்து கொள்ள முடிகிறது. அதாவது கொடைச் சிறப்பினை உடைய மன்னன், தம்மை நெருங்கி வந்த குடிமக்களுக்குத் தீமைகள் பலவும் செய்து கொடுங்கோல் வேந்தனாக அளவுக்கு மேல் பெற்று பின்னர் நன்மையைச் செய்வானாயின் அச்செயல் மயிலின் உச்சிக் கொண்டையை அறுத்துப் பின்னர் அதன் வாயிலேயே விடுவது போன்று துன்பமுடையது என்று வரிபெறும் முறை குறித்து விளக்கப்பட்டுள்ளது.

4.4.5 மக்கள் கடைபிடிக்க வேண்டிய நெறிகள்:

உயிரினங்கள் ஒரு நாட்டில் மிகுதியாக வளர்ந்து வரி கொடுக்க இயலாத நிலையிலும் அவ்வுயிர்களைப் பாதுகாத்து தன் அரசனுக்கு உரிய வரிப்பொருள் அனைத்தையும் பெற்றுக் கொடுப்பதே நல்ல நாடு என்ற கருத்தினை

பொறை ஒருங்கு மேல்வருங்கால் தாங்கி இறைவற்கு

இறை ஒருங்கு நேர்வது நாடு (28)

என்ற குறளின் மூலம் விளக்கியுள்ளார். மேலும் இறுதி வரை இடையூறு இன்றி வாழ்தல் வேண்டும் என்று எண்ணிச் செயலாற்றுபவர் அரசனுக்குக் கொடுக்க வேண்டிய இறைப் பொருளை மறந்தும் கொடுக்காமல் இருக்கமாட்டார் என்று ஆசாரக் கோவையில்,

கடைவிலக்கின், காயார், கழிகிழமை செய்யார்

கொடை அளிக்கண் பொச்சாவார், கோலம்நேர் செய்யார்

இடை அறுத்துப் போகி, பிறன் ஒருவற் சேரார்

கடை போக வாழ்தும், என் பார் (29)

என்ற பாடல் வரிகளின் வழி அறக்கருத்துக்களை எடுத்துக் கூறும் இடத்து குடிமக்கள் அரசுக்கு செலுத்த வேண்டிய வரிப் பொருள் குறித்தும் எடுத்துக் கூறப்பட்டுள்ளது.

4.4.6 வரி பெறும் நெறி

மன்னன் ஆணைக்கு கட்டுப்பட்டு வாழ்ந்து வருபவர் ஆயினும் குடிமக்களிடம் வரிப் பொருட்களை அதிக அளவிலும் காலம் தாழ்த்தியும் பெறக்கூடாது. முயற்சியால் வருகின்ற நெல்லின் அளவு சிறிதாயினும் உடனே பெற்று விடுதல் நல்லது. ஆய்ந்து பார்க்கும் போது சேர்ந்து பால் கறக்கலாம் என்று விட்டு வைத்தால் பசுவின் மடியில் மிகுதியான பால் சுரப்பதில்லை. என்ற செய்தியை

"பாற்பட்டு வாழ்வர் எனினும் குடிகள்மேல்

மேற்பட்ட கூட்டு மிகை நிற்றல் வேண்டாவே

கோல்தலையே ஆயினும் கொண்டீக! காணுங்கால்

பால்தலைப் பால் ஊறல் இல்." (30)

என்ற பழமொழி பாடலின் வழி அறியமுடிகிறது. மேலும் நீதிநூல்களுள் ஒன்றாகிய திரிகடுகத்தில்

கொள்பொருள் வெஃகிக் குடி அலைக்கும் வேந்தனும்

உள்பொருள் சொல்லாச் சலமொழி மாந்தரும்

இல் இருந்து எல்லை கடப்பாளும் இம்மூவர்

வல்லே மழை அருக்கும் கோள்" (31)

தான் கொள்ளவேண்டிய வரிப்பொருளை விரும்பி குடி மக்களை வருத்தும் மன்னவனும் உறவினருடன் உண்மைப் பொருளைச் சொல்லாது பொய் சொல்கின்ற மாந்தரும் வீட்டில் இருந்து வரம்பு மீறி நடந்து கொள்ளும் மனைவியும் இம்மூவராலும் மழை பெய்வது

குறையும் என்ற செய்தியின் வழி மன்னர் மக்களை வருத்தி வரி பெறுதல் கூடாது என்று வரி பெற வேண்டிய முறையை குறித்து விளக்கப்பட்டுள்ளது.

4.5 ஐம்பெருங்காப்பியங்களின் வழி

அறியலாகும் வருவாய் குறித்த செய்திகள்

"காதொளிரும் குண்டலமும் கைக்குவளையா பதியும்

கருணை மார்பின் மீதொளிர் சிந்தாமணியும்

மெல்லிடையில் மேகலையும் சிலம்பார் இன்பப்போது

ஒளிரும் திருவடியும்" (32)

என்றுகவியோகிசுத்தானந்தபாரதிதமிழ்த்தாயின் அணிகலன்களாக விளங்குபவை ஐம்பெருங்காப்பியங்கள் என்று வருணித்துப் பாடியுள்ளார். அத்தகு சிறப்புமிகுந்த ஐம்பெருங்காப்பியங்களின் வழி அறியலாகும் வருவாய் குறித்த செய்திகளை இனி அறிவோம்.

சிலப்பதிகாரம், மணிமேகலை, சீவகசிந்தாமணி, வளையாபதி, குண்டலகேசி ஆகிய ஐம்பெருங்காப்பியங்களுள் வளையாபதியும், குண்டலகேசியும் முழுமையாகக் கிடைக்கப்பெறாததால் அவற்றை விடுத்து மீதமுள்ள மூன்றிலிருந்தும் பெறப்பட்டுள்ள வருவாய் குறித்த செய்திகளை ஆராயுமிடத்து சிலப்பதிகாரத்திலும், சீவகசிந்தாமணியிலும் திறை குறித்தும் வரி குறித்தும் பல தகவல்கள் பதிவு செய்யப்பட்டுள்ளன. மணிமேகலையில் திறை குறித்த செய்திகள் கிடைக்கப்பெறவில்லை.

4.5.1 திறையாகச் செலுத்தியப் பொருட்கள்:

புகார் காண்டத்தில் இந்திரவிழவு ஊர் எடுத்த காதையில் திறையாகப் பெற்றுள்ளப் பொருட்களைக் குறித்து அறிய முடிகிறது.

மாநீர் வேலி வச்சிர நல்நாட்டுக்

கோன் இறை கொடுத்த கொற்றப் பந்தரும்,

மகதநல் நாட்டு வாள்வாய் வேந்தன்

பகைபுறத்துக் கொடுத்த பட்டி மண்டபமும்,

அவந்தி வேந்தன் உவந்தனன் கொடுத்த

நிவந்து ஓங்கு மரபின் தோரண வாயிலும்,

பொன்னினும் மணியினும் புனைந்தன ஆயினும்,

நுண்வினைக் கம்மியர் காணா மரபின; (33)

மிக்கநீர் உடைய கடலையே தன்நாட்டின் அரணாகக்கொண்டிருந்த, வச்சிர நல் நாட்டின் கோமான் முத்துப் பந்தரைக்கொடுத்தான். வாட்போரிலே வல்லவனாகி மகத நாட்டு மன்னன், முதலிற் பகையாகப் பொருதானாயினும், பின்னர் தோல்வியுற்று, வித்தியா மண்டபம் ஒன்றைத் திறையாகச் செலுத்தினான். அவந்திநாட்டு வேந்தன் மிகவும் உயர்ந்த வேலைப்பாடுகள் அமைந்த, தோரண வாயில் ஒன்றை உவப்புடன் தந்தான். இம்மூன்றும் பொன்னாலும் மணியாலும் புனையப்பட்டனவே ஆயினும் நுண்மையான தொழில்வல்ல கம்மியரும் பார்த்திராத கைவினைத் தொழிற் சிறப்பின. என்ற வழி திறையாகப் பெற்றுள்ள பொருட்கள் குறித்து அறிய முடிகிறது. மேலும், மதுரை காண்டத்தில் ஊர் காண் காதையில் ,

ஆங்கு அது அன்றியும், ‘ஓங்குஇரும் பரப்பின்

வங்க ஈட்டத்துத் தொண்டியோர் இட்ட

அகிலும், துகிலும்,ஆரமும், வாசமும்,

தொகுகருப் பூரமும் சுமந்துடன் வந்த

கொண்டலொடு புகுந்து கோமகன் கூடல்

வெங்கண் நெடுவேள் வில்விழாக் காணும்

பங்குனி முயக்கத்துப் பனி அரசு யாண்டுளன்? (34)

என்ற பாடலில் தொண்டிப் பகுதியிலுள்ளோர் திறையாக அகிலும், துகிலும், ஆரமும், வாசமும், கருப்பூரமும் கொடுத்துள்ளனர் என்பதை அறிய முடிகிறது. இதனைத் தொடர்ந்து யானையின் வெண்மையான தந்தங்கள் ; அகிற்கட்டைக் குவியல்; மான் மயிரால் கட்டிய கவரி; சந்தனக் கட்டை;சிந்துரக் கட்டி; அஞ்சனத் திரள்; அழகிய அரிதாரம் ;ஏலக்கொடி;கருமிளகுக் கொடி; கூவை நூறு; கொழுமையான கவலைக் கொடியின் கிழங்குகள் தென்னை நெற்றுகள் இனிதான மாம்பழங்கள்; பச்சிலை மாலை; பலாப்பழம் ; வெள்ளுள்ளி; கரும்பு; பூக்கள் நிறைந்த கொடிகள் ; கொழுமையான அடிமரத்தையுடைய கமுகின் செழுமையான குலைத்தாறுகள் ; பெரிய தாற்றினை ஈனும் வாழையின் பழம் நிறைந்த குலைகள்; ஆளி, சிங்கம், புலி, யானை , குரங்கு, கரடி என்பவற்றின் குட்டிகள் ; வரையாடுகள் ; வருடை மான்கள் ; இளமை பொருந்திய மான் குட்டிகள் ; கத்தூரி மான்கள் ; குற்றமற்ற கீரிப்பிள்ளைகள்; ஆண்மயில்கள்; புனுகுப் பூனைக்குட்டி; கானக்கோழி ; தேன் மொழி பேசும் கிளிகள் ஆகியவற்றை எல்லாம் மலைமேல் வாழும் மக்கள்

தத்தம் தலைமேற்கொண்டவராக வந்து, திறையாகத் தருவதற்குச் சுமந்தபடியே நின்றனர், என்னும் செய்தியினை,

அளந்துடை அறியா அருங்கலம் சுமந்து,
வளந்தலை மயங்கிய வஞ்சி முற்றத்து
இறைமகன் செவ்வி யாங்கணும் பெறாது,
திறைசுமந்து நிற்கும் தெவ்வர் போல
யானைவெண் கோடும், அகிலின் குப்பையும்
மான்மயிர்க் கவரியும், மதுவின் குடங்களும்,
சந்தனக் குறையும், சிந்துரக் கட்டியும்,
அஞ்சனத் திரளும், அணி அரி தாரமும்;
ஏல வல்லியும், இருங்கறி வல்லியும்,
கூவை நூறும், கொழுங்கொடிக் கவலையும்'
தெங்கின் பழனும், தேமாங்கனியும்,
பைங்கொடிப் படலையும், பலவின் பழங்களும்,
காயமும், கரும்பும், பூமலி கொடியும்
கொழுந்தாட் கமுகின் செழுங்குலைத் தாறும்
பெருங்குலை வாழையின் இருங்கனித் தாறும்
ஆளியின் அணங்கும், அரியின் குருளையும்;
வாள்வரிப் பறழும், மதகரிக் களபமும்,
குரங்கின் குட்டியும், குடாவடி உளியமும்,
வரையாடு வருடையும், மடமான் மறியும்,
காசறைக் கருவும், மாசறு நகுலமும்,
பீலி மஞ்ஞையும், நாவியின் பிள்ளையும்,
கானக் கோழியும், தேன்மொழிக் கிள்ளையும்,
மலைமிசை மாக்கள் தலைமிசைக் கொண்டு *(35)*

என்ற சிலப்பதிகார அடிகள் நமக்கு விளக்கி நிற்கின்றன.

4.5.2 மகளிரைத் திறையாக செலுத்துதல் :

விலை உயர்ந்த பொருட்களைத் திறையாகச் செலுத்துவதோடு

நில்லாமல் பெண்களையும் திறைப் பொருட்களாக செலுத்தியுள்ளனர் என்பதை,

நாடக மகளிர் ஈர் ஐம்பத் திருவரும்,

கூடிசைக் குயிலுவர் இருநூற்று எண்மரும்,

தொண்ணூற்று அறுவகைப் பாசண்டத்துறை

நண்ணிய நூற்றுவர் நகைவே ழம்பரும்,

கொடுஞ்சி நெடுந்தேர் ஐம்பதிற்று இரட்டியும்,

கடுங்களி யானை ஓரைஞ் ஞூறும்,

ஐஈராயிரம் கொய்யுளைப் புரவியும்,

எய்யா வடவளத்து இருபதினாயிரம்

கண்ணெழுத்துப் படுத்தன கைபுனை சகடமும்

சஞ்சயன் முதலாகத் தலைக்கீடு பெற்ற

கஞ்சுக முதல்வர் ஈர்ஐஞ்ஞூற் றுவரும்,

சேயுயர் விற்கொடிச் செங்கோல் வேந்தே! *(36)*

என்ற சிலப்பதிகார வரிகளின் வழி அறிந்து கொள்ள முடிகின்றது. அதில் நாடக மகளிர்கள் நூற்று இருவர் ; கூட்டிசைக் குயிலுவக் கருவியாளர்கள் இருநூற்று எண்மர்; தொண்ணுற்றாறு வகையான பாசண்டத்துறையினையும் தேர்ந்த நகைவேழம்பர் நூற்றுவர்; தாமரை வடிவாகிய நெடுந்தேர்கள் நூறு; கடுமையும் மதமும் கொண்ட யானைகள் ஐந்நூறு; பிறர்கண்டறியாத வடதிசை வளங்களைக் கொண்டவாகவும், சரக்கின் அளவும் பெயரும் குறித்த கண்ணெழுத்துக்களை உடையவாகவும் விளங்கிய பொதிகளை ஏற்றிய கைவேலைத் திறன் செறிந்த வண்டிகள் இருபதினாயிரம் ஆகியவற்றைக் கொண்டவராகச் சஞ்சயனைத் தலைவனாகக் கொண்ட, தலைக்கீடு பெற்ற கஞ்சுக முதல்வர் ஆயிரவர் நம் வாயிலின் கண் வந்துள்ளனர். மிகவுயர்ந்த விற்கொடியும் செங்கோலும் உடைய வேந்தனே ! என்று, வாயிற்காவலர் வந்து உரைத்ததிலிருந்து திறையாகச் செலுத்தியுள்ளப் பொருட்களில் மகளிரும் இருந்துள்ளனர் என்பதை அறிய முடிகிறது.

4.5.3 திறை செலுத்திய பின் ஒப்புகைச் சீட்டு பெறுதல்

— கஞ்சுக மாக்கள்,

எஞ்சா நாவினர், ஈரைஞ் ஞூற்றுவர்,

சந்தின் குப்பையும் தாழ்நீர் முத்தும்

தென்னவர் இட்ட திறையொடு கொணர்ந்து,

கண்ணெழுத் தாளர் காவல் வேந்தன்

மண்ணுடை முடங்கலம் மன்னவர்க்கு அளித்தாங்கு,

ஆங்கு, அவர் ஏகிய பின்னர் ***(37)***

சொற்பிழையாத நாவன்மையினை உடையவரான கஞ்சுக மாக்கள் ஆயிரவர், சந்தனக் குவியலும், ஆழ்கடல் முத்தும் , தென்னவர் இட்ட திறைப் பொருளுடன் கொணர்ந்தனர். 'திருமுகமெழுதுவோர் தம் காவல் வேந்தனைடைய இலாஞ்சினையிட்ட திருமுகத்தினை அம்மன்னவர்க்குத் தருக! என, வேந்தனாணையின் படி எழுதித் தந்ததும், அவர்களும் தம் நாடு சென்றனர். இதிலிருந்து திறை செலுத்தியப்பின் அதற்குண்டான ஒப்புகைச் சீட்டைப் பெற்றுச் சென்றுள்ள செய்தியை அறிய முடிகிறது.

4.5.4 திறை செலுத்த அழைத்தல்

ஞாலம் காவலர் நாள்திறை பயிரும்

காலை முரசம் கடைமுகத்து எழுதலும்,

நிலவுக் கதிர் முடித்த நீளிருஞ் சென்னி ***(38)***

என்ற பாடலின் வழி நாட்டினைக் காவல் செய்யும் பிற மன்னர்கள் இடுகின்ற திறையினை இட வருக! என அழைக்கும் காலை முரசமானது வஞ்சி நகரின் கடைவாயிலிலே எழுந்தது, எனும் செய்தியை அறிய முடிகிறது. இதிலிருந்து அக்காலத்தில் மன்னர்கள் திறை செலுத்தினர் என்பதும் அதற்காக காத்திருந்ததும் அவர்களை அழைப்பதற்கு முரசு அறையப்பட்டதையும் அறிய முடிகிறது.

சிலப்பதிகாரத்தினைத் தொடர்ந்து சீவகசிந்தாமணியின் மூலம் அறியலாகும் வருவாய் குறித்த தகவல்களை அறியலாம்.

4.5.5 அரசு வருவாயினுள் திறை:

அரசு வருவாயினுள் திறை முக்கியத்துவம் பெற்றிருந்தது என்பதனை

திறை மன்னர் உய்ப்பத் திரு நிற்பச் செங்கோல் நடப்பக்

குறைவு இன்றிக் கொற்றம் உயரத் தெவ்வர் தேர் பணிய

உறைகின்ற காலத்து அறம் கேட்டு உரும் உற்ற பாம்பின்

அறிவன் அடிக் கீழ் அரசு அஞ்சித் துறந்த வாறும் ***(39)***

என்ற பாடலின் வழி அறியமுடிகின்றது. குறைவின்றி அரசர்கள் கப்பம் செலுத்த செல்வம் நிறைந்திருந்தது என்று கூறுவதிலிருந்து

கப்பம் என்பது அரசின் வருவாயினுள் முக்கிய இடம் பிடித்திருந்ததை அறிந்து கொள்ள முடிகின்றது.

4.5.6 திறைப்பொருட்கள்

அரு மணி வயிரம் வேய்ந்த அருங் கலப் பேழை ஐந்நூறு

எரிமணி செம்பொன் ஆர்ந்த ஈர் ஆயிரம் யவனப் பேழை

திருமணி பூணினாற்குச் சினம்தலை மழுங்கல் இன்றிக்

குரு மணி முடியின் தேய்த்த தரன் தமர் கொள்க என்றான் (40)

அருமையான மணிகளும் வயிரமும் இழைத்த சிறந்த அணிகலப் பெட்டிகள் ஐந்நூறும் ஒளிமிகும் இரத்தினக் கற்களும் செம்பொன்னும் நிறைந்த யவன நாட்டுப் பெட்டிகள் இரண்டாயிரமும் கொடுத்து, அழகிய மணிப்பூண் அணிந்த கலுழ வேகனுக்குப் பகைவரிடம் சினம் தொலைதல் இல்லாமையால் அவர்களுடைய அழகிய மணி முடிகளை அவன் அடியிலே தேய்ப்பித்த தரனுடைய சுற்றத்தையும் கொள்க என்று கொடுத்தான். மேலும்,

பல் வினைப் பவளப் பாய் கால்பசுமணி இழிகை வம்பு ஆர்

நல் அகில் விம்மு கட்டில்தவிசொடு நிலைக் கண்ணாடி

மெல்லிய தூபமுட்டிமேதகு நானச் செப்போடு

அல்லவும் கொள்க என்றான்அணங்கு உடை நிணம் கொள்

வேலான் (41)

என்ற பாடலில் பல வேலைப்பாடுகள் உடைய பவளத்தால் செய்தமைந்த கால்களையும் புதிய மணியிழைத்த வாளுறையையும் உடைய நல்ல அகிற் புகை மணம் பரவும் கட்டிலும் இருக்கையும் நிலைக்கண்ணாடியும் மென்மையான நெருப்பிடும் கலமும் (தூப அகல்) பெருமை மிகுந்த புனுகுச் செப்பும் பிறவும் கொள்க என்று கொடுத்தான் என்ற செய்தியின் மூலம் திறையாக கொடுக்கப்பட்டுள்ளப் பொருட்கள் எவை என்பதை அறிய முடிகின்றது.

4.5.7 திறை பொருட்கள் வைப்பதற்கான இடம்

பகை மன்னர் கொடுக்கும் பொருட்களை வைப்பதற்கென்று தனி இடங்கள் இருந்துள்ளதை

கவ்வை அம் கருவி சூழ்ந்து கண் படுக்கும் மாடமும்

தெவ்வர் தந்த நீள் நிதி செம் பொன் மாடமும்

மவ்வல் அம் குழலினார் மணிக்கலம் பெய் மாடமும்

இவ் வலந்த அல்லவும் இடங்கள் எல்லை இல்லையே (42)

என்ற பாடலின் வழி அறிந்துகொள்ள முடிகின்றது. மனச் செருக்கால் ஆரவாரமுடைய வீரன் திரள், அரசனது பகையை மனத்தால் எண்ணி யாமந்தோறும் காத்துத் துயில்கொள்ளும் மாடமும் பகையரசர்கள் கப்பமாகக் கொடுத்த பெருஞ்செல்வம் இருக்கும் செம்பொன் மாடமும், முல்லை மலர் அணிந்த கூந்தலையுடைய பெண்கள் தம் அணிகலன்களை வைத்திருக்கும் மாடமும், ஆயுத சாலை இடங்களும் அளவற்று இருக்கும் என்பதிலிருந்து திறை பொருட்கள் வைப்பதற்கான தனி இடம் இருந்துள்ளதை அறிந்துகொள்ள முடிகின்றது.

4.5.8 வரி நீக்கம்

அரசின் வருவாய் குறித்த செய்திகள் பலவாறாக சீவக சிந்தாமணியில் இடம்பெற்றுள்ளது. அவற்றுள் சீவகன் காட்டில் பிறந்ததும் அவன் தாய் விசயை மகனது நிலையினை எண்ணி வருந்தி கூறுகையில் மக்களிடமிருந்து பெறும் வரிப் பொருளைப் பற்றி கூறப்பட்டுள்ளது.

கறை பன்னீர் ஆண்டு உடன் விடுமின் காமர்சாலை தளி நிறுமின்

சிறை செய் சிங்கம் போல் மடங்கிச் சேரா மன்னர் சினம் மழுங்க

உறையும் கோட்டம் உடன் சீமின் ஒண் பொன் குன்றம் தலை திறந்திட்டு

இறைவன் சிறுவன் பிறந்தான் என்று ஏற்பார்க்கு ஊர்தோறு உய்த்து ஈமின் (43)

என்ற பாடலில் மகனது நிலைக்கு இரங்கிய விசயை முறைப்படி அரண்மனையில் மகவு பிறந்திருந்தால் பன்னீராண்டு வரை சேர இறைப்பொருளை நீக்குமின் என்று கூறுவதிலிருந்து மக்களிடமிருந்து பெறும் வரிப் பொருளை நீக்கும் நிலை இருந்துள்ளதை அறிந்து கொள்ள முடிகின்றது. இதனைத் தொடர்ந்து

வார் பிணி முரசம் நாண வான் அதிர் முழக்கம் ஏய்ப்பத்

தார் பிணி தாம மார்பன் தம்பியை முகத்துள் நோக்கி

ஊர் பிணி கோட்டம் சீப்பித்து உறாதவன் ஆண் ட நாட்டைப்

பார் பிணி கறையின் நீங்கப் படா முரசு அறைவி என்றான் (44)

என்ற பாடலின் வழி வானத்து இடி முழக்கம் போலவும் சீவகன், மாலைகள் தங்கிய ஒளி மார்புடைய தம்பி நந்தட்டனை நோக்கி ஊரில் உள்ளவர்களைப் பிணித்து வைத்திருக்கும் சிறைக் கோட்டங்களை இடித்துத் தள்ளி, நம் பகைவனான கட்டியங்காரன் ஆண்ட நாட்டு மக்களை வருத்தும் வரி வசூலைப் பதினாறு ஆண்டுக்காலம் விலக்க, ஒலி அடங்காத முரசை அறையச் செய்வாய்

என்று முழங்கினான்.மேலும்,

ஒன்றுடைப் பதினை யாண்டைக்கு உறுகடன் இறைவன் விட்டான்

இன்று உளீர் உலகத்து என்றும் உடன் உளீர் ஆகி வாழ்மின்

பொன்றுக பசியும் நோயும் பொருந்தல் இல் பகையும் என்ன

மன்றல மறுகு தோறும் அணி முரசு ஆர்த்தது அன்றே *(45)*

என்ற பாடலின் வழி இன்று முதல் பதினாறு ஆண்டுகளுக்கு உரிய வரிகளை விலக்கி விட்டன். இன்று போல் நீங்கள் என்றும் உலகத்துடன் ஒட்டி வாழ்வீராக என்றும், மக்களைத் துன்புறுத்தும் பசியும், பிணியும், பொருந்தாத பகையும் ஒழிக என்று அப்போதே மணம் கமழும் இராசமாபுரத்தின் தெருக்கள் தோறும் அழகிய முரசு முழங்கியது. என்பதிலிருந்து வரி நீக்கம் குறித்து மக்களுக்கு தெரியப் படுத்த முரசறையப்பட்டுள்ள செய்தியினை அறிந்து கொள்ள முடிகின்றது.

4.5.9 இறையிலி நிலம்

மக்களிடமிருந்து பெற்றுள்ள வரிப்பொருட்களில் நிலவரியானது முதன்மைப் பெற்றிருந்தது. அவற்றுள் கோயில்களுக்கும் அந்தணர்களுக்கும் நிலங்கள் இறையிலியாக விடப்பட்டிருந்ததை

கடவுளர் இடனும் காசு இல் கணி பெறு நிலனும் காமர்

தடவளர் முழங்கும் செந்தீ நான் மறையாளர் தங்கள்

இடவிய நிலத்தோடு எல்லாம் இழந்தவர்க்கு இரட்டி ஆக

உடன் அவை விடுமின் என்றான் ஒளி நிலா உமிழும் பூணான் (46)

என்ற பாடலின் வழி அறிந்து கொள்ள முடிகின்றது. ஒளிவிடும் பொன்னணி அணிந்த சீவகன் அமைச்சரை நோக்கி தேவாலயங்களுக்கு இறையிலியாக விட்ட நிலத்தையும் குற்றமற்ற சோதிடர் பெற்ற இறையிலி நிலத்தையும் ஓம குண்டலத்திலே அழகிய தீயை வளர்க்கும் அந்தணர்களுக்கு அளித்த இறையிலி நிலத்தையும் முன்பு போலவே இறையிலியாக விடுங்கள்.

அதுவும் இன்றி முன்னர் கட்டியங்காரனால் பறிக்கப் பட்ட நிலங்களை இழப்பீட்டுடன் இரு மடங்காகத் திரும்பவும் விடுமின் என்று ஆணையிட்டான். இதன்மூலம் மக்களிடமிருந்து பெற்ற வரிப் பொருளை நீக்கியும், பகைமன்னனால் ஏற்பட்ட இழப்புக்கு ஈடு கட்டியும் சலுகைகள் வழங்கப்பட்டுள்ளதை அறிந்து கொள்ள முடிகின்றது. மேலும்,

அடிசில் வைகல் ஆயிரம் அறப் புறமும் ஆயிரம்

கொடி அனார் செய் கோலமும் வைகல் தோறும் ஆயிரம்

மடிவு இல் கம்மியர்களோடும் மங்கலமும் ஆயிரம்

ஒடிவு இலை வேறு ஆயிரம் ஓம்புவாரின் ஓம்பவே (47)

என்ற சீவக சிந்தாமணி பாடலின் வழி அவ்வூர்களில் நாள்தோறும் காணப்பெறும் நிலையான உணவுச்சாலைகள் ஆயிரம், அறத்திற்காக விட்ட இறையிலி நிலங்களும் ஆயிரம், கொடி போலும் மகளிர் கோலஞ்செய்து கொள்ளும் இடமும் ஆயிரம் இருந்தன. செய்தொழில் ஒரு சிறிதும் சோம்பலில்லாத கம்மியர் ஆயிரவர், ஆங்காங்கே நிகழும் மங்கலங்களும் ஆயிரம், இவ்வாறே வெவ்வேறாகிய ஆயிரக்கணக்கான நிகழ்ச்சிகள் குறைவின்றி நடைபெறும் என்ற செய்தியின் வழி வரி நீக்கம் பெற்ற நிலங்கள் இருந்துள்ளதை உறுதியாக அறிந்து கொள்ள முடிகின்றது.

4.5.10 வரி பெறுவதற்குரிய நெறி

வாய்ப்படும் கேடும் இன்றாம் வரிசையின் அரிந்து நாளும்

காய்த்த நெல் கவளம் தீற்றின் களிறு தான் கழனி மேயின்

வாய்ப்படல் இன்றிப் பொன்றும் வல்லன் ஆய் மன்னன் கொள்ளின்

நீத்த நீர் ஞாலம் எல்லாம் நிதி நின்று சுரக்கும் அன்றே (48)

என்ற இப்பாடலின் வழி வரி பெறும் நெறி குறித்து அறிந்து கொள்ள முடிகின்றது. முற்றிய நெற்கதிர்களை நாள்தோறும் முறைப்படி அரிந்து சோற்றுக் கவளமாக்கி யானைக்குத் தந்தால் அதற்கும் உணவாகும் சேதமும் இராது. அப்படிச் செய்யாமல் தானே மேயுமாறு யானையை நெற்கழனியிலே விட்டால் வாயில் உணவாகச் செல்வதைக் காட்டிலும் அதன் காலால் மிதிபட்டு அழிவது அதிகமாகும்.

அதுபோல் அரசன் முறையாகக் கொள்வதில் வல்லவனாகிக் குடிமக்களிடமிருந்து வரிவசூல் செய்தால் கடல் சூழ்ந்த இவ்வுலகமெல்லாம் அவன் ஏவல் கேட்டு வேண்டிய செல்வத்தைத் தரும். என்று ”காய்நெல் லறுத்துக் கவளங் கொளினே” என்னும் புறநானூற்று பாடலைப் போன்றே வரி பெறும் நெறியை மன்னர்க்கு அறிவுறுத்துவதனை தெரிந்து கொள்ள முடிகின்றது.

4.6 ஐஞ்சிறுகாப்பியங்களின் வழி அறியலாகும் வருவாய் குறித்த செய்திகள்

அரசின் வருவாயினுள் முக்கியப் பங்கு வகிப்பது திறைப் பொருளாகும். எனவே திறை குறித்த செய்திகள் பலவும் ஐஞ் சிறுகாப்பியங்களில் விரவி காணக்கிடைக்கின்றன.

4.6.1 திறை பொருட்கள்:

ஒளிவீசும் பவளத் துண்டுகளும், மின்னல்கள் பாய்ந்தது போன்று ஒளிவீசும் சங்குகள் ஈன்ற முத்து மாலைகளும், மிக்க அழகுடைய அகில்களும், யானைக்கோடுகளும், கவரிமான் மயிர்க்கற்றைகளும், மகரமீன் வடிவில் செய்யப்பட்ட அணிகலன்களையும் திறையாகக் கொடுத்துள்ளனர் என்பதை,

காய்ந்தொளிர் பவழச் சாதிக் கடிகைகள் காண மின்னுப்

பாய்ந்தெழு சுடர்ச்சங் கீன்ற பருமணித் தரளக் கோவை

யேந்தெழிற் காக துண்ட மருப்பினை கவரிக் கற்றை

யாய்ந்தெழின் மகரப்பூணா னுவப்பன வனைத்து மீந்தான் (49)

என்ற சூளாமணி பாடலின் மூலம் அறிந்து கொள்ளமுடிகின்றது. மேலும்,

தெண்டிசை சிந்திய சங்கொடு செங்கதி

ரெண்டர ளம்பவ ழக்கொடி யீட்டமும்

கண்டிரள் முத்தொடு காழகி லந்து இல்

பண்டரு நீரன வும்பல் பண்டமும்

வெண்கதிர் முத்தகில் வேழ மருப்பொடு

கண்கவர் சாமரை வெண்மயிரின் கணம்

தண்கதிர் வெண்குடை யாய்தரல் வேண்டுமி

தொண்சுட ராழிய னானுரை யென்றார். (50)

என்ற வரிகளின் வழி அலைகளையுடைய தெளிந்த கடல் நீர் தந்த சங்குகளுடன் சிவந்த ஒளியையுடைய பவழக் கொடியையும், ஆராய்ந்த முத்துக்களின் தொகுப்பையும், மூங்கில் கணுக்களில் தோன்றிய முத்துக்களுடன் நிறமமைந்த அகில் கட்டையும், அழகிய ஆடைகள் இசைக்கருவிகள் இன்னும் பலவகைப் பண்டங்களையும் வெள்ளிய ஒளியையுடைய முத்தும் அகிலும் யானைக் கொம்பும் ஆகிய இவற்றோடு , கண்கவர் சாமரை செல்வதற்குத் தேவையான கவரிமானின் மயிர்க்கற்றையும் ஆகிய இப்பொருள்கள் அனைத்தையும் குளிர்ந்த திங்கள் குடையை உடைய வேந்தே நீ எம் அரசர்க்கு திறைப் பொருளாகக் கொடுத்தல் வேண்டும் . என்று கூறுவதிலிருந்து திறையாகப் பெற்றுள்ளப் பொருட்கள் குறித்து அறிய முடிகிறது.

4.6.2 மகளிரை திறையாக செலுத்துதல்:

திறையாகப் பெற்றுள்ள பொருட்களில் மகளீரையும் திறையாக செலுத்தியுள்ளது குறித்து ஐஞ்சிறு காப்பியங்களில் ஒன்றான சூளாமணியில் விளக்கப்பட்டுள்ளது.

ஊடக மோடி யெரிந்தொளி முந்துறு

மாடக மாயிர கோடியு மல்லது

சூடக முன்கையர் தோடக மெல்லடி

நாடக ராயிர நாரியர் தம்மையும் (51)

மாடெலா மெரிந்து மின்னும் வயிரக்குண்டலத்தோ டம்பொற்

றோடுலாந் துளங்கித் தோன்றுஞ் சுடிகை வாண் முகத்து நல்லார்

பாடலா னரம்பின் தெய்வப் படிவங்கொண்டனைய நீரா

ஆடலா லரம்பை யொப்ப ரவாயிரலா யிரவரை யீந்தான் (52)

என்ற பாடல்களின் வழி அகத்தில் ஒளியுடன் திகழும் செம்பொன் ஓர் ஆயிரங்கோடியும், வளையலணிந்த முன்கையை உடையவரும் மென்மையான அடிகளைக் கொண்டவருமான நாடக இயல் அறிந்த ஓராயிரம் விறலியர்களையும் திறையாகச் செலுத்தியுள்ள செய்தியினை அறிய முடிகிறது.

4.6.3 திறை பெறுவதை பதிவு செய்தல்

வத்தவன் கையைப் பற்றி மன்னவன் இனிது கூறி

வத்தவன் ஓலை தன்னுள் வளமையில் புள்ளி இட்டும்

வத்தவ நாட்டுக் கேற வள்ளலைப் போக என்ன

வத்தவ நாளை என்றே மறையவர் முகிழ்த்தமிட்டார். (53)

மதம் கொண்ட யானையை அடக்குதலாகிய முன்னர் நடந்த நிகழ்வுகளால் பெரிதும் மகிழ்ந்த மன்னன், உதயணனின் இருகைகளையும் தன் கைகளால் அன்புடன் பற்றி, இனிய வார்த்தைகளைக் கூறினான். பின்பு அவன் செலுத்த வேண்டிய திறைப் பொருளைத் தன் கணக்கு ஓலையில் வரவு வைத்துக் கொண்டு பெருந்தகையாளனே ! நீ உமது வத்தவ நாட்டிற்கு மகிழ்ச்சியோடு புறப்படலாம்.என்று மன்னன் கூறினான். இதனைத் தொடர்ந்து

திறை செலுத்துவதனை குறித்துவைத்து கணக்குப் பார்க்கும் வழக்கம் இருந்துள்ளது. என்பதனை

பொருவின் மன்னன் பொன்றிறை கேட்புழித்

திருவ மன்னர் திறைதெரி ஓலையுள்

ஒரும கன்புள்ளி இட்டது அறிந்திலன்

மருவிக் கூறலும் மன்னன் வெகுண்டனன். (54)

என்ற உதயண குமார காவியம் பாடலின் வழி அறிய முடிகிறது.

4.6.4 திறை செலுத்துவதை எதிர்த்தல்

திறை செலுத்துவதை எதிர்த்து மன்னர்கள் போரிட்டுள்ளனர். இச்செய்தியினை

அறைகழ லரவத் தானை யச்சுவக் கீரிவ னென்பா

னிறைபுக ழாழி தாங்கி நிலாமலாம் பணிய நின்றான்

திறை தர வேண்டும் என்று விடுதரச் செருவந் தானை

யிறைவனு மருளிச் செய்தானிது விங்கு விளைந்த தென்றான். (55)

திறைக்கட னென்னுமத் தீச்சொற் கேட்டலு

திறைக்கட னிரம்பிய நெஞ்சத் தீக்கலுண்

முறைக்கெட முனைப்பதோர் முனிவி னொள்ளெரி

கனைப்படு படையவன் கனல் மூட்டினான். (56)

என்ற பாடலின் வழி நும் தந்தை அச்சுவக்கண்டனுக்கு செலுத்தும் திறையாகிய கடமைப்பொருள் என்று அக்குறளன் கூறிய கொடுஞ்சொல்லைக் கேட்டவுடனே , கடல்போல் கல்வி கேள்விகளால் நிரம்பிய திவிட்டனுடைய நெஞ்சமாகிய சூரிய காந்திக் கல்லில் தன் மரபின் முறைமை கெடுவதால் உண்டாகிய சினமாகிய நெருப்பினை மேன்மேலும் கனன்று எரியும் படி வளர்த்துக் கொண்டான். மேலும்

உழுதுதங் கடன்கழித் துண்டு வேந்தரை

வழிமொழிந் தின்னணம் வாழு மாந்தர்போ

லெழுதிய திறையிறுத் திருந்து வாழ்வதே

லழகிது பெரிது நம் மரச வாழ்க்கையே.

நாளினுந் திறைநுமக் குவப்பத் தந்துநா

டாளுது மன்றெனி லொழிது மேலெம

தோளினுந் தொடுகழல் வலியினாலுமிவ்

வாளினும் பயனெனை மயரி மாந்தர்காள். (57)

என்ற பாடல்களின் வழி திறை தர மறுத்து போரிட்டுள்ள செய்தியினை அறிய முடிகிறது. திறைப்பொருட்களை உங்களுக்குத் தந்து உங்களின் அருளைப் பற்றுக் கோடாகக் கொண்டு நாங்கள் நாட்டை ஆளவேண்டும். இல்லையேல் அரசினை இழந்து அழிந்து போவோம் என்றால் எம்முடைய மலை போன்ற திரண்டதோள்களாலும், வீரக்கழல் கட்டிய எம் கால்களாலும் இதோ இக்கூர்மையான வாளினாலும் உண்டாகக் கூடிய பயன் தான் வேறென்ன என்று திறை தர மறுத்து போருக்குத் தயாராகிய செய்தியினை அறிய முடிகிறது. மேலும்,

இருங்கலிப் படையினு மிகலி னாலுமெம்

மருங்கல மிவைபெறற் கரிய தாவதோர்

மருங்குள தெனினது மகளி ராற்சில

பெருங்கலந் தாங்கினாற் பெறலு மாகுமே. (58)

என்ற பாடலில் எம்மிடம் உள்ள பெறுதற்கரிய அணிகலன்களாகிய இவற்றை, பெரிய முழக்கமுடைய நும் படையைக் கொண்டும் எம்மிடம் பகைமை கொண்டுப் போரிடுவதாலும் பெறுதல் இயலாது. இப்பொருளைப் பெறுவதற்கு உள்ள ஒரு வழி யாது எனில், உம் அரசன் யாழ் ஏந்திப் பாடிக் கொண்டு கூத்தாடும் மகளிர்களுடன் வந்து பரிசில் பொருளாகக் கேட்பானாயின் எளிதாகப் பெற்றுச் செல்லலாம் என்பதே அவ்வழி என்று கூறியுள்ளதிலிருந்து திறை தர மறுத்துள்ளச் செய்தியினை அறிய முடிகிறது.

மேலும்,

பாழியான் மெலிந்தவர் திறத்துப் பண்டெலா

மாழியால் வெருட்டிநின் றடர்த்திர் போலும்

தேழைகா ளினி யொழிந் திட்டுச் செவ்வனே

வாமுமா றறிந்துயிர் காத்து வாழ்மினே.

அன்றெனிற் றிறை கொளக் கருதி னாங்கொரு

குன்றின் மேற் பெறுவதென் வந்து கொள்கயா

நின்றுத னெஞ்சக நிறைய வீழ்வன

வென்றியம் பகழியும் விசும்பு மீவனே.

இறைவளை மகளிர்போற் கழறி யென்னையெங்

குறையிது கூறுமின் சென்று தூதிர்காள்

திறையினை மறுத்தவர் திறத்துச் செய்வதோர்

முறையிள தெனினது முயன்று கொள்கவே . .*(59)*

என்ற பாடல்களின் வழி திறைதர மறுத்துள்ளதை அறிய முடிகிறது திறை கேட்டு வந்த தூதுவரிடம், தூதுவர்களே, முன் கையில் வளையல் அணிந்துள்ள மகளிர்களைப் போன்று பலவாறு பேசுவதால் பயன் இல்லை, உங்கள் அரசன் மீது யான் கூறும் குறைபாடு ஒன்று உள்ளது. அஃது யாதெனில் திறைப் பொருள் கொடுக்க மறுக்கின்றவர்களிடம் அப்பொருளைப் பெற நீங்கள் மேற்கொள்கின்ற வழிகள் பிறிதொன்று உளதாயின், அம்முறையில் நீங்கள் முயற்சி செய்து முடிந்தால் பெற்றுக் கொள்ளுங்கள் என்று கூறினான். இவ்வாறு மேற்கண்ட பாடல்களின் வழி திறை கேட்டுவந்தவர்களை எதிர்த்து போரிட துணிந்துள்ளனர். இதனைத் தொடர்ந்து உதயண குமார காவியத்தின் மூலம் திறை தர மறுத்து மகத நாட்டின் மேல் சங்க மன்னர்கள் படையெடுத்தனர். இச்செய்தியை,

அடவியாம் அரசன் மிக்க அயோத்தியர்க்கு இறைவன் தானைப்

படையுறு சாலி என்பான் பலமுறு சத்தி என்பான்

முடிவிரி சிகையன் மல்லன் முகட்டெலிச் செவியன் என்பான்

உடன்வரும் எழுவர் கூடி ஒளிர்மக தத்து வந்தார். (60)

அடவி மன்னன், அயோத்தி மன்னன், படைவலி மிக்க சாலி மன்னன் , ஆற்றல் மிக்க சத்தியரசன், முடிக்கலன் அணிந்த விரிசிகை மன்னன், மல்லன் முகட்டில் வாழும் எலிச்செவியன் என்னும் மன்னன் ஆகிய ஏழு மன்னர்களும் ஒன்று கூடி மகத நாட்டின் மீது படையெடுத்து வந்தனர். அம்மன்னர்கள் ஏழுபேரும் தருசக மன்னனுக்குச் செலுத்தி வந்த திறைப் பொருளை இனிச் செலுத்துவதில்லை என்று சபதம் செய்து, அவன் மேலே நெருப்பெனச் சினம் கொண்டு மகத நாட்டை அழிக்கத் தொடங்கினர்.

4.6.5 திறை செலுத்தாவிடின் நிகழும் போர்

சங்க மன்னர்களின் செயலை ஒற்றர் மூலம் அறிந்த தருசகன் மனம் தளர்ந்தான். அதை அறிந்த உருமண்ணுவா தக்கதோர் உபாயத்தால் அவர்கள் எழுவரின் கூட்டை உடைப்பேன் என்று தன் மனத்தில் எண்ணினான். இச்செய்தியை,

தருசற்கு இனிதின் ஆங்கண் தருநிறை இடுவது இல்லென்று

எரியென் வெகுண்டு வந்தே இனியநாடு அழிக்கல் உற்றார்

தருசக ராசன் கேட்டுத் தளரவப் புறத்த கற்ற

உருமண் ணுவாம னத்தில் உபாயத்தில் உடைப்பன் என்றான். (61)

என்ற உதயன குமார காவியப் பாடலின் வழி அறியமுடிகிறது. கல்போன்ற வலிமை படைத்த தோள்களை உடைய உதயணன் ,

நன்மை தரும் நால்வகைப் படைகளும் தன்னைச் சூழ்ந்து வரப் போருக்குப் புறப்பட்டான். அவ்வாறு சென்ற அவன் பகைவர்களை அழித்துத் தோல்வியுறச் செய்தான். தோற்ற அவர்கள் திறைப் பொருளை அந்நாட்டிற்குக் கொண்டு வந்து செலுத்துமாறு செய்து, போர்க்களத்திலிருந்து மீண்டான் என்ற செய்தியை,

உலம்பொருத தோளுடை உதயண குமரனும்

நலம் பொருத நாற்படையும் நன்குடனே சூழப்போய்ப்

புலம்பொருத போற்படையுள் பொருது தவத் தொலைத்துடன்

நலம்பெறத் திறையுடன் நரபதியு மீண்டனன். *(62.)*

என்ற பாடலின் வழி அறிய முடிகிறது.

4.6.6 வரிபெறும் அளவு

திறையை அடுத்து அரசு வருவாயுள் முக்கிய இடம் பிடிப்பது மக்களிடமிருந்து பெறும் வரிப்பொருளாகும் அத்தகு வரிப்பொருளை எந்த அளவில் பெற்றுள்ளனர் என்பதை ஐஞ்சிறுகாப்பியங்களின் வழி நம்மால் அறிந்துகொள்ள முடிகின்றது.

ஆறிலொன்று இறை கொண்டாளு மரசன் மாதேவி யன்னப்

பேறுடை நடை வேற் கண்ணாள் பெறற் கருங் கற்பி னாள்பேர்

வீறுடைச் சாலினி *(63)*

ஆறிலொன் றமென வருளி னல்லதொன்

நூறுசெய் துலகிணி னுவப்ப தில்லையே

மாறிநின் றவரையும் வணக்கி னல்லது

சீறிநின் றெவரையுஞ் செகுப்ப தில்லையே *(64)*

என்ற பாடல்களின் வழி நாட்டு மக்கள் தங்கள் வருவாயினுள் ஆறில் ஒரு பங்கினை அரசனுக்குத் தருவதே அறம் என்ற செய்தியை அறிய முடிகிறது.

4.7 முத்தொள்ளாயிரம்

சேர, சோழ ,பாண்டியர் ஆகிய மூவேந்தர்களைப் பற்றியும் சங்கம் மருவிய காலத்தில் எழுந்த நூலான முத்தொள்ளாயிரத்தில் அரசின் வருவாய் குறித்த செய்திகள் விளக்கப்பட்டுள்ளன. அவற்றுள் திறை குறித்த செய்திகள் பின்வருமாறு:

4.7.1 திறை செலுத்தும் முறை

திறை செலுத்தும் முறை குறித்து முத்தொள்ளாயிரத்தில்,

நிறைமதி போல் யானைமேல்

நீலத்தார் மாறன்
குடை தோன்ற , ஞாலத்து
     அரசர், திறைகொள்
இறையோ என வந்து
     இடம்பெறுதல் இன்றி
முறையோ! என நின்றார்
     மொய்த்து.   (65)

என்ற பாடலின் வழி அறிய முடிகிறது. பாண்டிய மன்னனுடைய அரண்மனை வாசல் தெருவில் சிற்றரசர்கள் எத்தனையோ பேர் நிற்கிறார்கள். செலுத்த வேண்டிய கப்பத்தை கட்டுவதற்காக பலநாள் சமயம் பார்த்தும் சமயம் கிடைக்கவில்லை. கெடுவில் கப்பத்தை கட்டவில்லையென்று தவறாக எண்ணி அரசன் கோபித்துக் கொண்டால் ஆபத்தாய் விடுமே என்று நடுங்கிய வண்ணமாய் இருக்கிறார்கள். இந்த நிலையில் தெருவின் கோடியில் யானை வருகிறது அதன்மேல் பாண்டியனது குடையும் பிடிக்கப்பட்டிருக்கிறது. குடையைப் பார்த்ததும் அரசர்களுக்குள் ஒரு பரபரப்பு உண்டாகிவிட்டது. பாண்டியன் யானைமேல் வருகிறான். அவனிடம் முறையிடுவோம் என்று யானையை நோக்கி எல்லாரும் ஓடப் பார்க்கிறார்கள். . ஆனால் காவலாளர் அவர்களைப் போகாதபடித் தடுத்து விடுகிறார்கள் வெறுங்குடைதானே வருகிறது. அரசன் இல்லையே என்று தான் காவலாளர் தடுத்தனர். இந்த செய்தியை அறியாத சிற்றரசர் 'ஓ' என்று கத்துகிறார்கள்.

மேலும்,
நின்றீமின் மன்னீர்!
     நெரு நல்த் திறை கொணர்ந்து
முன் தந்த மன்னர்
     முடிதாக்க, இன்றும்
திருந்தடி புண்ணாக்கிச்
செவ்வி இலனே
பெருந்தண் உறந்தையார்
     கோ!   (66)

என்ற பாடலின் வழி திறை செலுத்த வந்த மன்னர்களின் நிலையை நன்கு உணர முடிகிறது.

❖ தமிழகத்தின் வருவாய் : முனைவர் தா.ஜெயந்தி

சோழனுக்கு கப்பம் கட்ட வேண்டிய மன்னர்கள் எத்தனையோபேர் எல்லாரும் குறிப்பிட்ட தேதியில் கட்டாயம் கட்டி விடவேண்டும் , கட்டத் தவறினால் அவர்களுக்குப் பெருந்தண்டனை விதிப்பார்கள். ராஜ்யத்தையே இழக்க நேர்ந்தாலும் நேரலாம், இது காரணமாக அனேக அரசர்கள் அரண்மனை வாசலுக்கு ஓடிவந்து கப்பங்கட்டுவதற்கான சுமையையும் தூக்கிக் கொண்டு சக்கரவர்த்தி இருக்கும் இடத்திற்கு வந்து படபடவென்று உள்ளே பிரவேசிக்கப் பார்க்கிறார்கள். அவர்களை அப்படியே தடுத்து நிறுத்தி வாயில் காப்பாளன் பின்வருமாறு சொல்கிறான்

“மன்னர்களே! கொஞ்சம் பொறுத்து உங்கள் கப்பத்தைச் செலுத்தலாம். நேற்று , அடடா, உங்களைப் போல அனேக மன்னர்கள் திறை செலுத்த கொண்டு வந்தார்கள். ஒருவருக்கு முன் ஒருவர் போட்டி போட்டுச் சென்று செலுத்தப் பார்த்தார்கள் , அதனால் என்ன விளைந்தது என்று உங்களுக்குத் தெரியாது. பணிந்து திறை கொடுத்த மன்னர்களின் மணிமுடி தாக்கி அதனால் சோழமன்னனின் திருவடி புண்ணாகிவிட்டது”. என்று கூறுவதிலிருந்து பகை மன்னர்கள் திறை செலுத்திய முறையினை அறிய முடிகிறது.

4.7.2 திறை செலுத்த வலியுறுத்தல்

ஒரு யுத்த களம். யானைப்படைகளோடு பல வகை அரசர்கள் வந்து சேரனுடைய சேனைக்கு எதிராக நிற்கிறார்கள். யுத்தம் ஆரம்பிக்கவில்லை. அப்போது சேரனுடைய தளகர்த்தன் வருகிறான். வந்து பகையரசர்களுக்குப் புத்தி சொல்லுகிறான்.

“மன்னர்களே! எத்தனை யானைகள் கொண்டு வந்தாலும் பயனில்லை நீங்கள் தோல்வியுற்று அழியப் போகிறீர்கள். பிழைக்க வழி சொல்லுகிறேன் கேளுங்கள். லகுவான வழி விதிக்கப்பட்ட திறையைக் கட்டி விடுங்கள். உங்களுடைய கோட்டை மதில்களில் நன்றாக வளைத்த மாதிரி, வில் ஒன்றைச் சித்திரக் காரரைக் கொண்டு எழுதிவிடுங்கள். ஏனென்றால் நீங்கள் எங்கள் வில்கொடிக்கு உள்ளாகி இருக்கிறீர்கள் என்பது தெரிந்து விடும். உங்களுக்கு ஆபத்து ஏற்படாது. என்ற கருத்தினை

பல்யானை மன்னர்

படுதிறை தந்து உய்ம்மின்;

மல்லல் நெடுமதில்

வாங்குவில் பூட்டுமின்;

வள்ளிதழ் வாடாத

வானோரும் வானவன்

வில் எழுதி வாழ்வார்

விசும்பு! (67)

என்ற பாடலின் வழி அறிய முடிகிறது.மேலும்,

பறை நிறை கொல்யானைப்

பஞ்சவர்க்குப் பாங்காய்த்

திறை முறையின் உய்யாதார்

தேயம் முறைமுறையின்

ஆன்போய் அரிவையர் போய்

ஆடவர் போய்ப், பேய் ஈன்ற

ஈன்போய் உறையும்

இடம். (68)

என்ற பாடலில் பாண்டியனது ஆளுகையில் சிற்றரசர்கள் எல்லாரும், கணக்குப்படி, ஒழுங்காகக் கப்பங்கட்டிவிடுவார்கள். அபூர்வமாக யாரோ ஒரு சிற்றரசன் சரியான படிக் கட்டுவதில்லை. ஆனாலும், அவனுக்குப் புத்திவரும்படியாகச் சொல்லிப் பார்ப்பான் பாண்டியன் சொல்லியும் கேளாமல் போனால் தன்னுடைய ஆட்களை விட்டு, மாட்டு மந்தைகளை எல்லாம் கொண்டுவரச் செய்வான் அப்படிச் செய்தும் சிற்றரசன் வழிக்கு வரவில்லை என்றால், போர்தான், போரின் காரணமாக ஏற்படும் எல்லாப் பயனுந்தான். என்று கூறப்பட்டுள்ளது இதன் மூலம் திறை செலுத்த வலியுறுத்தப்பட்டுள்ள செய்தியினை அறிய முடிகிறது.

4.7.3 அகப்பாடலில் வரி பெறும் அளவு:

என் நெஞ்சம் நாணும்

நலனும் இவையெல்லாம்

மன்னன் புனல்நாடன்

வௌவினான், என்னே,

அரவகல் அல்குலாய்'

ஆறில் ஒன்று அன்றோ,

புரவலர் கொள்ளும்

பொருள் (69)

என்ற பாடலில் சோழனிடத்தில் கொண்ட காதல் வெறி காரணமாக, மனம் தாறுமாறாய் போய்விட்டது. நாணம் என்பது இல்லாமல், நாலுபேர் முன்னிலையில் பேசவும் நேர்ந்துவிட்டது. உடம்பும் ஆகாரம் ஏற்காமல் மெலிந்துவிட்டது. ஆறில் ஒரு பங்கு தானே மன்னர்க்கு செலுத்த வேண்டிய வரிப் பொருளின் அளவு, மாறாக ஒன்று பாக்கியில்லாமல் எல்லாவற்றையும் கொள்ளை கொண்டு போய்விட்டானே அந்தப் பாதகன் சோழன் என்று தோழியிடம் சொல்லுகிறாள். இதிலிருந்து அக்கால மன்னர்கள் ஆறில் ஒரு பங்கினையே வரியாகப் பெற்றுள்ளனர் என்ற செய்தியை அறிய முடிகிறது.

4.8 பக்தி இலக்கியத்தில் திறை குறித்த செய்திகள்

அரசின் வருவாயினுள் முக்கிய இடம் பிடிக்கும் திறை, பல்லவர் காலத்தில் பெறப்பட்டுள்ளது என்பதனை அறிந்து கொள்ளுவதற்குச் சான்றாக அக்காலத்தில்

எழுதப்பட்டுள்ள பக்தி இலக்கியங்களையே கொள்ளலாம்.

பல்லவர் காலத்தில் ஆழ்வார்களும், நாயன்மார்களும் தோன்றி பக்தி இலக்கியங்களை படைத்துள்ளனர். அவற்றில் கடவுளைப் புகழ்ந்து பாடுவது மட்டுமில்லாமல் அக்கடவுளர் வீற்றிருக்கும் கோயில்களைக் கட்டிய மன்னர்களைப் பற்றியும் தங்கள் பாடல்களில் குறிப்பிட்டுள்ளனர். அதில் மன்னரின் சிறப்புகளைக் கூறுமிடத்து அவர் பெறும் திறை குறித்துக் கூறியுள்ளனர். மேலும் கடவுள் மீது தமக்கிருந்த மிகுந்த பக்தியினால் தம்மையே கடவுளிடத்து திறையாகச் செலுத்துவதாக தமது பாடல்களில் குறிப்பிட்டுள்ளனர்.

4.8.1 தேவர்கள் தம்மையே திறை பொருளாகத் தருதல்:-

உறைவள ரூனிலாய வுயிர்நிற்கும் வண்ணம்

உணர்வாக்கும் உண்மை யுலகில்

குறைவுள வாகிநின்ற குறைதீர்க்கு நெஞ்சில்

நிறைவாற்று நேசம் வளரும் மறைவளர்

நாவன்மாவி னுரிபோர்த்த மெய்யன்

அரவார்த்த வண்ணல் கழலே

திறைவளர் தேவர்தொண்டி னருள்பேண நின்ற

திருநாரை யூர்கை தொழவே. (70)

என்ற திருஞானசம்பந்தர் பாடலில் தேவர்களே திறை பொருளாக வளர்கின்றனர் என்ற செய்தியை அறிய முடிகிறது. மேலும்,

குறையாப் பலியிவை கொள்கவென் கோல்வளை யுங்கலையும்

திறையாக்கொண் டாயினிச் செய்வதென் தெய்வக்கங் கைப்புனலில்

பொறையாய் ஒருகடல் நஞ்சுண்ட கண்டா பொடியணிந்த

இறைவா இடுபிணக் காடசெம் மேனியெம் வேதியனே. (71)

என்ற பாடலில் திறையாகத் தம்மையே செலுத்தியுள்ளச் செய்தியை அறிய முடிகிறது. அதனைத் தொடர்ந்து கோயிலின் சிறப்புகளைக் கூறுமிடத்து அக்கோயிலைக் கட்டியமன்னர்களின் பெருமைகளையும் குறிப்பிட்டுள்ளனர். அதில் மன்னர் பெறும் திறை குறித்தும் கூறப்பட்டுள்ளது.

4.8.2 மன்னரின் சிறப்பு குறித்து குறிப்பிடும் நிலையில் இடம்பெற்றுள்ள திறை குறித்த தகவல்கள்:-

நிறைபுனல் பிறையொடு நிலவு நீள்சடை

இறையவர் உறைவிடம் இலங்கு மூவெரிப

மறையொடு வளர்வுசெய் வாணர் வைகலில்

திறையுடை நிறைசெல்வன் செய்த கோயிலே. (72)

புனிதமான கங்கையையும் பிறைச்சந்திரனையும் அணிந்துள்ள நீண்ட சடைமுடியுடைய இறைவர் வீற்றிருந்தருளும் இடமாவது, மூவகை அக்கினிகளை வேதங்களோடு வளர்க்கின்ற அந்தணர்கள் வாழ்கின்ற திருவைகல் என்னும் திருத்தலத்தில், சிற்றரசர்கள் கப்பம் கட்ட நிறைந்த செல்வனாக விளங்கும் கோச்செங்கட்சோழன் என்ற மாமன்னன் கட்டிய மாடக்கோயில் ஆகும்.என்று திருஞானசம்பந்தர் தமது தேவாரத்தில் பாடுவதிலிருந்து சிற்றரசர்கள் கப்பம் கட்டியுள்ளனர் என்பதை அறியமுடிகிறது

4.8.3 பூஜைக்குரியப் பொருட்களையே திறையாகச் செலுத்துதல்:-

இறைகளோ டிசைந்த இன்பம்

இன்பத்தோ டிசைந்த வாழ்வு

பறைகிழித் தனைய போர்வை

பற்றியான் நோக்கி னேற்குத்

திறைகொணர்ந் தீண்டித் தேவர்

செம்பொனும் மணியுந் தூவி

அறைகழல் இறைஞ்சும் ஆரூர்

அப்பனே அஞ்சி னேனே. (73)

தேவர்கள், செம்பொன்னையும், மணிகளையும் திறையாகக் கொணர்ந்து திரண்டு வந்து, நினது ஒலிக்கும் கழலையணிந்த திருவடிகளை, மலர் தூவி வணங்குகின்ற, திருவாரூரில் உள்ள தந்தையே, பறையைக் கிழித்தாற்போன்ற உடம்பைப் பற்றிநின்று பார்த்தேனாகிய எனக்கு, அவ்விடத்துச் சிறுபொருள்களோடு பொருந்திவந்த இன்பத்தையும், அவ்வின்பத்தோடு பொருந்தி நிகழ்ந்த இல்வாழ்க்கையையும் அஞ்சுதலுடையனாயினேன் என்று பாடியிருப்பதிலிருந்து பூஜைக்குரியப் பொருட்களைத் திறைபொருளாக செலுத்தியிருப்பதை அறிந்து கொள்ள முடிகின்றது.

4.8.4 திறை செலுத்தாவிடில் பகைவர் அழிவர்:

கருமையார் தருமனார் தமர்நம்மைக் கட்டியகட்டறுப்பிப் பானை

அருமையாந் தன்னுலகந் தருவானை மண்ணுலகங் காவல் பூண்ட

உரிமையாற் பல்லவர்க்குத் திறைகொடா மன்னவரை

மறுக்கஞ் செய்யும்

பெருமையார் புலியூர்ச்சிற் றம்பலத்தெம் பெருமானைப்

பெற்றா மன்றே. *(74)*

என்ற பாடலில், பல்லவ மன்னன் இந்நிலவுலகத்தை நன்நெறியில் வைத்துக் காத்தலை மேற் கொண்ட இயைபினால், அவனுக்குத் திறைகொடாது மாறுபடும் பிற மன்னர்களை வருத்துதல் செய்கின்றவனும் ஆகிய, பெருமை உடையவர்களது பெரும்பற்றப்புலியூரில் உள்ள திருச்சிற்றம்பலத்தில் விளங்குகின்ற நம் பெருமானை அடைந்துவிட்டோம்; இனி நாம் பெறவேண்டுவது யாது என்று கூறுமிடத்து திறை செலுத்தாவிடில் பகை மன்னர் வருந்துவர் என்னும் செய்தியை அறிய முடிகிறது.மேலும், சேக்கிழாரின் பெரிய புராணத்தில்

கொற்ற வாழி குவலயஞ் சூழ்ந்திடச்

சுற்று மன்னர் திறைகடை சூழ்ந்திடச்

செற்ற நீக்கிய செம்மையின் மெய்ம்மனுப்

பெற்ற நீதியுந் தன்பெய ராக்கினான். *(75)*

என்ற பாடலின் வழி திறைபொருளைச் செலுத்த மன்னர்கள் சூழ்ந்திருந்தனர் என்பதனை அறிந்துகொள்ள முடிகின்றது. இதனைத் தொடர்ந்து பரஞ்சோதி முனிவர் இயற்றிய திருவிளையாடற் புராணத்தில்,

செழியர் பிரான் திரு மகளாய்க் கலை பயின்று முடி புனைந்து செம் கோல் ஓச்சி

முழுது உலகும் சயம் கொண்டு திறைகொண்டு நந்திகணம் முனைப் போர் சாய்த்துத்

தொழு கணவற்கு அணி மண மாலிகை சூட்டித் தன் மகுடம் சூட்டிச் செல்வம்

தழை உறு தன் அரசு அளித்த பெண் அரசி அடிக் கமலம் தலை மேல் வைப்பாம். (76)

பாண்டியர் தலைவனாகிய மலையத் துவசனின், திருமகளாய்த் தோன்றி, அனைத்து கலைகளையும் கற்று, திருமுடி சூடி, அரசு நடாத்தி, எல்லா உலகங்களையும், வெற்றி கொண்டு, திறைப் பெருளை ஏற்று, நந்திதேவர் முதலிய சிவகணங்களை, போர்முனையில். சாய வலிகெடச் செய்து, தன்னாலும் அனைவராலும்) தொழப்பெறுகின்ற நாயகனுக்கு, அழகிய மணமாலையைச் சூட்டி, தனது திருமுடியையும் புனைவித்து, செல்வம் நிரம்பப்பெற்ற, தனது அரசியலையும் கொடுத்தருளிய, மங்கையர்க்கரசியாகிய தடாதகைப்பிராட்டியாரின், திருவடித் தாமரைகளை முடியின்மீது சூடுவாம் என்று வெற்றி பெறுவோர் தோற்றோரிடமிருந்து திறை கொள்ளும் செய்தி அறியப்படுகிறது.மேலும்,

சிறைவிடுமின் சிறைக் களமும் சீத்திடுமின் ஏழாண்டு தேயத்து ஈட்டும்

இறைவிடுமின் அயல் வேந்தர் திறை விடுமின் இறை நிதியம் ஈட்டும் ஆயத்

துறைவிடுமின் அறப்புறமும் ஆலயமும் பெருக்கும் எனத் தொழாரைக் காய்ந்த

கறை விடுமின் அயில் வேலான் வள்ளு வனைக் கூய் முரசம் கறங்கச் சாற்றி. (77)

என்ற பாடலின் வழி சிறைசெய்யப்பட்டவர்களை விட்டு விடுங்கள் சிறைச்சாலையையும் தூய்மை செய்யுங்கள் ஏழு ஆண்டுவரை நாட்டில் வாங்கும் வரிகளை விட்டு விடுங்கள்; வேற்று நாட்டு மன்னர்களின் திறைகளை வாங்காது விடுங்கள்நிறைந்த பொருளைத் தேடும் சுங்கத் துறையை நீக்கி விடுங்கள்; அறச்சாலைகளையும் ஆலயங்களையும் ஓங்கச் செய்யுங்கள், என்று, பகைவர்களைக் கொன்ற குருதிக் கறையையுடைய, ஒளி வீசும் கூரிய வேற்படையையுடைய பாண்டியன், வள்ளுவனை அழைத்து, பேரிகை சாற்றும்படி ஏவினான்.என்று கூறுவதிலிருந்து அரசவருவாயினுள் முக்கிய

இடம் பிடிப்பவை மக்களிடமிருந்து பெறும் வரிப்பொருள், பகைமன்னரிடமிருந்துபெறும் திறைப் பொருள்,மற்றும் ஏற்றுமதி இறக்குமதி பொருளுக்காகப் பெறும் சுங்கம் என்பதை அறிய முடிகிறது.இதனைத் தொடர்ந்து

சிகர முடியுடல் புவியில் விழவுயிர

திறைகொ டமர்பொரு மயில்வீரா

நமனை யுயிர்கொளு மழலி னிணைகழல்

நதிகொள் சடையினர் குருநாதா

நளின குருமலை மருவி யமர்தரு

நவிலு மறைபுகழ் பெருமாளே (78)

என்ற பாடல் வரிகள் பொருள் நிறைந்த ஏழு சமுத்திரங்களும், எட்டுத் திசைகளும் பொடிபட்டழியவும் வந்த சூரபன்மன் முதலிய அவுணர்களுடைய முடியை அணிந்த தலைகளும் உடல்களும் அற்று மண்ணில் விழுந்துருளும் வண்ணம் உயிரைத் திறைப் பொருளாகக் கொண்டு போர் புரிந்த வேல் வீரரே! இயமனுடைய உயிரைக் கவர்ந்தும், நெருப்பனையதும் ஆகிய திருவடியை உடையவரும் ஆகிய சிவபெருமானுக்கு உபதேசித்த குருநாதரே! நீர் வள மிக்க சுவாமி மலையில் எழுந்தருளியுள்ளவரும், நன்னெறிகளைக் கூறும் வேதங்களால் புகழப் படுகின்றவருமாகியப் பெருமிதமுடையவரே! குமாரக் கடவுளே! குருபரரே! முருகப் பெருமானே! என்னும் திருப்புகழ் பாடலில் உயிரையே திறை பொருளாகப் பெற்றுள்ளதை அறிய முடிகிறது. மேலும்,

திருட்டு ராக்ஷதர் பொடிபட வெடிபட

எடுத்த வேற்கொடு கடுகிய முடுகிய

செருக்கு வேட்டுவர் திறையிட முறையிட மயிலேறும்

செருப்ப ராக்ரம நிதிசர வணபவ

சிவத்த பாற்கர னிமகரன் வலம்வரு

திரிச்சி ராப்பளி மலைமிசை நிலைபெறு பெருமாளே.(79)

என்னும் திருப்புகழ் பாடலில் வேடர்கள் முருகக் கடவுளுக்குத் திறை செலுத்தினர் என்று கூறப்பட்டுள்ளது.

4.8.5 பக்தி இலக்கியத்தில் மன்னர் பெறும் திறை குறித்த செய்திகள்:

'உய்ம்மின் திறைகொணர்ந்து' என்றுஉலகு

ஆண்டவர் இம்மையே

தம்மின் சுவைமட வாரைப்

பிறர்கொள்ளத் தாம்விட்டு

வெம்மின் ஒளிவெயில் கானகம்

போய்க் குமைதின்பர்கள்;

செம்மின் முடித்திரு மாலை

விரைந்துஅடி சேர்மினோ. *(80)*

என்னும் திருவாய்மொழி திறைப்பொருளைக் கொணர்ந்து கொடுத்து உயிர் வாழ்ந்து போமின்' என்று கூறி, உலகத்தை எல்லாம் ஒரு குடையின் கீழே ஆண்ட சக்கரவர்த்திகள் இன்பத்தை அளிக்கின்ற தம் பெண்களை இப்பிறவியிலேயே பிறர் கொள்ளும்படியாகத் தாமே விட்டு, கொடிய மின் ஒளி பரக்கின்ற காட்டிற்குச் சென்று, அங்கும் பகைவர்களாலே துன்புறுத்தப்படுவார்கள்; ஆகையாலே, ஒளி பொருந்திய திருமுடியைத் தரித்த திருமகள் கேள்வனுடைய திருவடிகளை விரைந்து சேர்மின் என்று மன்னர் பெறும் திறை குறித்து விளக்கப்பட்டுள்ளது.மேலும்,

கயபதி ஆதி ஆய வடபுலக் காவல் வேந்தர்

புயவலி அடங்க வென்று புழைக்கைமான் புரவி மான்தேர்

பயன் மதி நுதல் வேல் உண்கண் பாவையர் ஆயம்ஒடு

நயமலி திறையும் கொண்டு திசையின் மேல் நாட்டா வைத்தாள் (81)

கயபதி முதலாகிய, வடநாட்டைக் காக்கும் மன்னர்களின், தோள்வலி கெடுமாறு அவர்களை வென்று, தொளையினையுடைய கையையுடைய யானைகளையும், குதிரைகள் பூட்டிய தேர்களையும், வேலை ஒத்த மையுண்ட கண்களையுமுடைய, மகளிர் கூட்டத்துடன், நலம் நிறைந்த திறைப் பொருளையும் ஏற்றுக்கொண்டு, திசை காப்பாளர்மேல் போருக்கு எழ எண்ணினார்.

இவ்வாறு மற்றைத் திசைக் காவலர் யாரையும் போய்த்

தெவ் ஆண்மை சிந்தச் செருச் செய்து திறையும் கைக் கொண்டு

அவ்வாறு வெல்வாள் என மூன்று அரண் அட்ட மேருக்

கைவார் சிலையான் கயிலைக் கிரி நோக்கிச் செல்வாள்(82)

இவ்வண்ணமே, ஏனைய திசைகாப்பாளர்களனைவரையும், — அத்திக்குகளிற் சென்று, பகைவரின் வீரங் கெடுமாறு போர் செய்து, அவர்கள் பணிந்து தந்த திறைப் பொருளையும் ஏற்றுக்கொண்டு, அங்ஙனமே வெல்ல வென்று, மும் மதிலையும் அழித்த நீண்ட

மேருமலை ஆகிய வில்லைக் கையிலுடைய சிவபெருமானது, திருக் கயிலாய மலையை நோக்கிச் செல்வாராயினர்; என்று கூறுவதிலிருந்து பகைவர் பணிந்து திறை செலுத்தினர் என்பதை அறிய முடிகிறது.மேலும்,

> திகழ் தரு கரி பரி கவரிகள் செழு மணியொடு வருமாறு
> திகழ் தரு குடபுல அரசர்கள் நெறி செய்து கவர் திருவோடு
> அகழ் தரு பதிபுகு மதிகுல அரசனை அதை அலதேல்
> புகழ் தரு திறை இட வரு குடபுல அரசனும் நிகரும்.(83)

விளங்கா நின்ற யானைகள், குதிரைகள், சாமரைகள் கொழுவிய முத்துக்களாகிய இவைகளோடும் வருகின்ற அந்நதி, இகழ்ந்த மேற்புல மன்னர்களை ஆணை வழிப்படுத்தி, அவர்கள் பானின்றும் கவர்ந்த செல்வங்களோடும் அகழி சூழ்ந்த மதுரைப்பதியிற் புகும், சந்திரகுலத்து அரசாகிய பாண்டியனை ஒத்தது, அல்லதாயின், மதுரைப்பதிக்குத் திறை இறுக்க வரும் புகழமைந்த மேற்புல மன்னனையும் ஒக்கும் என்று கூறுவதிலிருந்து வெற்றிபெறுவோர் தோற்றோரிடமிருந்து திறை பெற்றுள்ள செய்தியை அறிய முடிகிறது.

> வெல்லுதற்கு அரியார் தம்மை வெல்லுதல் தேவராலும்
> செல்லுதற்கு அரிய ஏத்தும் சென்றிடும் திறையும் கோடல்
> புல்லுதற்கு அரிய ஞாலம் மாலை போல் புயத்தில் ஏந்திச்
> சொல்லுதற்கு அரிய வீரம் உலகு எலாம் சுமப்ப வைத்தல் (84)

யாவராலும் வெல்ல வொண்ணாதவரை வெல்லுதலும், அமரர்களாலும் செல்லமுடியாத தேயங்களினுஞ் சென்று அத்தேயத்தாரை வென்று, அவரால் அளக்கப்பட்ட திறையையும் கைக் கொள்ளலும், அடைதற் கரிய உலகத்தினை, பூமாலையைப்போல் தோளிற் தாங்கி, சொல்லுதற்கொண்ணாத தனது ஆணையை உலகத்தார் அனைவரும் சுமக்குமாறு வைத்தலும் என்றவாறு கூறுவதிலிருந்து திறைபொருளை பெறுதல் உண்டு என்பதை அறிய முடிகிறது.

> விக்கிரம பாண்டியன் வெலற்கு அரிய செம் கோல்
> திக்கு நிலனும் திறை கொள் செல்வம் நிறைவு எய்த
> அக்கிரம வெம்கலி அரும் பகை ஒதுங்கச்
> சக்கரம் உருட்டி இடர் சாய்த்து முறை செய்வான். (85)

பிறரால் வெல்லுதற்கரிய செங்கோலையுடைய, விக்கிரம வழுதி யானவன், எட்டுத் திக்கிலும் புவி முழுதிலும் திறையாகக் கொண்ட செல்வமானது நிறைவினைப் பொருந்தவும், கொடிய கலியாகிய அரிய பகையானது ஓடவும்,— தனது ஆணையாகிய திகிரியைச் செலுத்தி, குடிகளின் துன்பத்தைப் போக்கி முறை செய்வானாயினன் செங்கோலையுடைய பாண்டியன் எனக் கூறுவதிலிருந்து அதிக அளவில் திறைப் பொருளைப் பெற்றுள்ளனர் என்பதை அறிய முடிகிறது.

முறை என இமையோர் வேண்ட முளைத்த நஞ்சாய் இன்று சான்றாய்

உறை என மிடற்றில் வைத்த உம்பரான் மதுரைக்கு ஆரம்

திறை என எறி நீர் வைகைத்து எற்கது குரு இருந்த

துறை என உளது ஓர் செல்வத் தொல் மணி மாடமூதூர். (86)

தேவர்கள் முறையோ வென்று குறையிரக்க, கடலிலே தோன்றிய நஞ்சினை உண்டு சான்றாக நீ இங்கே தங்குவாய் என்று அதனைத் திருமிடற்றின்கண் வைத்தருளிய சிவலோகநாதன் எழுந்தருளிய, மதுரைப்பதிக்குத் திறையாக முத்துக்களை வீசும்நீரினையுடைய, வையை ஆற்றின் தெற்கிலே, ஒரு செல்வமிக்க பழைய அழகிய மாடங்கள் நிறைந்த பெரிய ஊர், குருவிருந்ததுறை என்னும் பெயருடன் உள்ளது.மேலும்,

செடிய கார் உடல் பரதவர் திண் திமில் நடத்தா

நெடிய ஆழியில் படுத்த மீன் திறை கொடு நிறைக்கும்

கடிய வாயிலோன் அவர்க்கு எலாம் காவலோன் ஏற்றுக்

கொடிய வானவன் அடிக்கு மெய் அன்பு சால் குணத்தோன். (87)

முடைநாற்ற முடைய கரிய உடலையுடையவலைஞர், திண்ணிய தோணியை நடத்தி, நீண்டகடலிற் பிடித்த மீன்களைத், திறையாக ஏற்று நிறைக்கப்படுங் காவலையுடைய வாயிலை உடையவன்; அப்பரதவர் அனைவருக்கும் காவலன்; இடபக்கொடியையுடைய சிவபெருமான் திருவடிக்கு, உண்மையன்பு நிறைந்த குணத்தினை உடையவன். என்று கூறுவதிலிருந்து பரதவர்கள் தாங்கள் கடலில் பிடித்த மீன்களைக் கடவுளுக்கு காணிக்கையாக செலுத்தியுள்ளனர். அக்காணிக்கைப் பொருளைத் திறையாகச் செலுத்தியுள்ளனர் என்னும் செய்தியை அறிய முடிகிறது.

4.9 கலிங்கத்துப்பரணியின் மூலம் பெறப்படும் வருவாய் குறித்த செய்திகள்

சிற்றிலக்கிய வகைகளுள் முக்கியமானதாகத் திகழும் பரணி இலக்கியமானது போர்களத்தில் ஆயிரம் யானைகளைக் கொன்று வீழ்த்திய வீரனைப்புகழ்ந்து பாடுவதாகும்.

''ஆனை ஆயிரம் அமரிடை வென்ற

மானவனுக்கு வகுப்பது பரணி''(88)

என இலக்கண விளக்கம் பரணிக்கு இலக்கணம் கூறுகின்றது. போர் செய்யும் வீர்ர்களுக்கு ஊக்கம் அளிக்கப் பாடப்பட்டது எனலாம். நமக்குக் கிடைக்கும் பரணி நூல்களில் காலத்தால் முந்தியது கலிங்கத்துப்பரணி ஆகும்.

அரசின் வருவாயினுள் முக்கிய பங்கு வகிக்கும் திறை குறித்த செய்திகள் பலவாகக் கலிங்கத்துப் பரணியில் இடம்பெற்றுள்ளது. திறை செலுத்தும் அளவு திறை செலுத்துவோரின் நிலை, திறையாகச் செலுத்தும் பொருட்கள் குறித்தும் கலிங்கத்துப்பரணியின் மூலம் அறிய முடிகிறது.

4.9.1 திறையாக செலுத்தியுள்ளப் பொருட்கள்

பல நாட்டு மன்னர்கள் ஒன்று கூடி இரத்தின மாலைகள், பொன் அணிகலன்கள், யானைகள், ஒட்டகங்கள், வலிய குதிரைகள், பொன்முடிகள், பொன் பெட்டிகள், குளிர்ச்சியுடைய முத்து மாலைகள், உயர்ந்த ஒன்பது வகை மணிகள், ஏகவடம் என்னும் ஒற்றைச் சர மாலைகள், விலை மதிக்க முடியாத பதக்கங்கள் ஆகியவற்றைக் குலோத்துங்கனுக்குத் திறைப் பொருளாகச் செலுத்தினர். மேலும், இரத்தினக் குவியல்களும், பொன் குவியல்களும் ஒரே சமயத்தில் இருளையும், ஒளியையும் போல ஒளிவீசி விளங்கின. இரத்தினங்கள் பதித்த காதணிகளும், சிறந்த பெண் யானைகளும் பிடித்த கொடிகளும், அரசர் மனைவியராகிய பெண்களினுடைய நெற்றிப் பட்டங்களும் என்று சொல்லும் படியான பொருள்களை எல்லாம், பலநாட்டு அரசர்கள் குலோத்துங்கனிடம் திறைப் பொருளாகச் செலுத்தினர்.

முதற் குலோத்துங்கனின் அருளைப் பெற விரும்பிய பெருமைமிகு அரசர்கள் பலர் , திறைப் பொருளின் பெருமையை எடுத்துரைத்தனர். யானைகளை ஏறத் தகுதியுடையவனாகச் செலுத்தினர். மேலும் இவற்றிற்கு ஒப்பாக வேறு எவரேனும் ஒருவர் கொடுப்பாரானால் எங்கள் அரசாட்சியை விற்றாயினும் அவர்களுக்குச் சரிநிகராகக் கொடுக்க நாங்களும் இணங்குவோம் என்றும் கூறினர். இச்செய்தியினை,

ஆரம் இவை,இவை பொற்கலம்

ஆனைஇவை, இவை ஒட்டகம்

...

மாறி அருள அவர்க்கு இடை

யாமும் இசைவம் எனப்பல

மான அரசர் தனித்தனி

வாழ்வு கருதி உரைப்பரே (89)

என்ற கலிங்கத்துப்பரணி பாடல்களின் வழி அறிய முடிகிறது.மேலும், பெண்களையும் திறை பொருளாகப் பெற்றுள்ளச் செய்தியினை,

அலைநாடிய புனல் நாடுடை

அபயர்க்கு இடு திறையாம்

மலைநாடியர் துளு நாடியர்

மனையிற் கடை திறமின் (90)

என்ற பாடலின் வழி அறிய முடிகிறது. அலைகள் எறிகின்ற காவிரிநீர் பாய்வதால் நீர்வளம் பொருந்திய சோழநாட்டைப் பிறருக்கு உரிமையின்றித் தனக்கே உரிமையாகப் பெற்றவன் முதற் குலோத்துங்க சோழன், ஏவல் இளம் பெண்களைத் திறைப் பொருளாகச் செலுத்துதல் என்ற பண்டைய வழக்கத்தினை முறைப்படி செலுத்தப்பட்ட பகுதிப்பொருளாகிய சேரநாட்டு மகளிரே, துளுவநாட்டுப் பெண்களே உங்களின் வீடுகளின் கதவுகளைத் திரவுங்கள். என்று கூறுவதிலிருந்து பெண்களைத் திறையாகப் பெற்றுள்ளனர் என்பதை அறிய முடிகிறது.

4.9.2 திறை செலுத்த கூடியிருந்த மன்னர்கள்

தென்னாட்டுப் பாண்டிய மன்னன் சேரர், கொல்லத்தை ஆண்ட கூபகர், சாவகர், சேதிபர், யாதவர், கன்னடர், வல்லவர், கைதவர், காடவர், காரிபர், கோசலர்.

மைசூர்ப் பகுதியை ஆண்ட கங்கர், கராளர், கவிந்தர், துமிந்தர், கடம்பர், துளும்பர், வங்கர், இலாடர், மராடர், விராடர், மயிந்தர், சயிந்தர்.

சிங்களர், வங்களர், சேகுணர், சேவணர், சீயணர், ஐயணர், கொங்கணர், கொங்கர், குலிங்கம், அவந்தியர், குச்சரர், கச்சியர்.

வத்தவர், மந்திரர், மாளுவர், மாகதர், மச்சர், மிலேச்சர், குத்தர், சூத்திரர், குடக்கர், பிடக்கர், குருக்கர், துருக்கர்.

ஆகிய நாற்பத்தெட்டு நாட்டு அரசர்களும் குலோத்துங்கனுடைய அரச அவையில் ஒன்றாகக் கூடியிருந்தனர்.

தென்னவர்,வில்லவர், கூபகர்

சாவகர்,சேதிபர், யாதவரே

கன்னடர், பல்லவர், கைதவர்

காடவர், காரிபர், கோசலரே

....

வத்தவர், மந்திரா, மாளுவர்

மாகதர், மச்சர், மிலேச்சர்களே

சூத்திரர், குத்தவர், குடக்கர்

மடக்கர், குருக்கர், துருக்கர்களே *(91)*

எல்லா நகரங்களையும் எல்லா நாடுகளையும் கருணையினால் எங்களுக்குக் கொடுத்தீர்கள். தாங்கள் எங்களைச் செலுத்துமாறு கட்டளையிட்டப் பகுதிப் பொருள்களை நாங்கள் கொண்டு வந்திருக்கிறோம், என்று மேலே கூறிய நாற்பத்தெட்டு மன்னர்களும் குலோத்துங்கனின் அடிகளைக் கரங்குவித்து வணங்கினர். என்ற செய்தியை,

எந்நகரங்களும் நாடும்

எமக்கு அருள் செய்தனை, எம்மை இடச்

சொன்ன தனங்கள் கொணர்ந்தனம்

என்று அடிசூடி கரங்களொடே *(92)*

என்ற பாடலின் வழி அறிய முடிகிறது. இவ்வாறு மன்னர்கள் பலரும் குலோத்துங்கனின் அடிகளில் விழுந்து வணங்குவதால் அவன் அடி சூடும் முடிகள் பலவாகும் என்று,

முடி சூடும் முடி ஒன்றே

முதல் அபயன் எம் கோமான்

அடி சூடும் முடி எண்ணில்

ஆயிரம்நூறாயிரமே*(93)* இப்பாடலின் வழி விளக்கப் பட்டுள்ளது.

4.9.3 திறை செலுத்தும் முறை

முறையிடத் திருமந்திர ஓலையாள்

முன்வணங்கி, முழுவதும் வேந்தர்தம்

திறையிடப் புறம் நின்றனர், என்றலும்

செய்கை நோக்கில் வந்து எய்தி நெருக்கவே *(94)*

என்ற பாடலின் வழி திறை செலுத்தும் முறையினை அறிய முடிகிறது. எவ்வாறெனில் அரசர் ஆணைப்படி அவர்தம் கட்டளைகளை எழுதி நிறைவேற்றக் கூடியவர் திருமந்திர ஓலை என்பவராவர். குலோத்துங்கனுடைய அரண்மனை வாயிலில் திறை செலுத்துவதன் பொருட்டு மன்னர்கள் காத்திருந்தனர். குலோத்துங்கனுடைய ஆணையின்றி உள்ளே செல்ல முடியாமையால் அவர்கள் திருமந்திர ஓலையிடம் முறையிட்டுக் கொண்டனர். திருமந்திர ஓலை குலோத்துங்கன் முன்போந்து வணங்கி, "அரசர் பெரும — மன்னர்கள் கப்பம் செலுத்தக்காத்துக் கொண்டிருக்கின்றனர்", என்று அறிவித்தான். குலோத்துங்கனுடைய உடன்பாட்டைத் திருமந்திர ஓலை மன்னர்களுக்குக் கூறியதும் அவர்கள் எல்லாரும் உள்ளே சென்று நெருங்கிக் கொண்டு நின்றனர்.இவ்வாறாக முறையாக நின்று திறை செலுத்தியுள்ளனர் எனும் செய்தியினைக் கலிங்கத்துப்பரணி பாடலின் வழி அறிய முடிகிறது.

4.9.4 திறை செலுத்துவதனை பதிவு செய்தல்

அரசர் அஞ்சல் என அடி இரண்டும் அவர்

முடியின் வைத்தருளி அரசர்மற்று

உரைசெயும் திறைகள் ஒழிய நின்றவரும்

உளர் கொல்? என்று அருள பொழுதினில்

கடவ தம் திறைகொடு அடைய வந்து அரசர்

கழல் வணங்கினர்கள் , இவருடன்

வடகலிங்கர், பதி அவன் இரண்டு விசை

வருகிலன், திறை கொடு, எனலுமே! *(95)*

என்ற பாடல்களின் வழி திறை செலுத்துவதனை ஓலையில் குறித்து வைத்துக்கொண்டிருந்தனர், என்பதை அறிய முடிகிறது. திறை செலுத்த கூடியிருந்த மன்னர்களை நோக்கி முதற்குலோத்துங்கன் "அரசர்களே! நீங்கள் சிறிதும் அஞ்சாதீர்கள்! என்று கூறினான். தன்னை வந்தடைந்த மன்னர் எல்லார்க்கும் ஆதரவளித்தான். இங்கே திறை செலுத்தி நின்றவர்களைத் தவிர செலுத்தாதவர்களும் இருக்கின்றனரோ? என்று திருமந்திர ஓலையைக் கேட்டான்.

அப்போது திருமந்திர ஓலை அரசர் பெரும! செலுத்தக் கடமைப்பட்ட அரசர் அனைவரும் தங்கள் பகுதிப் பொருள்களைக் கொண்டு வணங்கினார்கள். ஆனால் வடக்கேயுள்ள கலிங்க நாட்டு மன்னனாகிய அனந்தவன்மன் என்பவன் மட்டும் இரண்டு முறையாகப் பகுதிப் பொருளை எடுத்துக் கொண்டு வரவில்லை என்று கூறினான். இதன் மூலம் திறை பெறுவதினைக் குறித்து வைத்துக் கொள்ளும் வழக்கம் இருந்துள்ளது என்பதை அறிய முடிகிறது.

4.9.5 திறை செலுத்தாவிடில் பகைவர் அழிதல்

முடியினால் வழிபட்டு

மொழிந்த திறை இடர் வேந்தர்

அடியினால் மிதிபட்ட

அருவரை நூறாயிரமே! *(96)*

என்ற பாடலின் வழி முதற்குலோத்துங்க சோழன் சொன்ன திறைப் பொருளைத் தலையால் வணங்கிச் செலுத்தாத சிற்றரசர்களின் அடிகள், மலைகளில் ஒளிந்து கொள்வதன் பொருட்டு, மிதித் தோடிய அரிய மலைகள் மிகப் பலவாகும். என்று கூறுவதிலிருந்து திறை செலுத்தாவிடில் பகை மன்னர்கள் அழிவர் என்ற செய்தியினை அறிய முடிகிறது.

இவ்வாறு திறை குறித்த பல செய்திகள் பலவாறாக கலிங்கத்துப்பரணியில் இடம்பெற்றிருக்கின்றன என்பதை அறிந்து கொள்ள முடிகின்றது.

4.10 மூவருலா மூலம் பெறப்படும் வருவாய் குறித்த செய்திகள்

கி.பி. 12 —ஆம் நூற்றாண்டில் தோன்றிய ஒட்டக்கூத்தர் என்னும் புலவர் மூன்று சோழ அரசர்களைப் பாடிய மூவருலாவில் சுங்கம் குறித்த செய்தி இடம்பெற்றுள்ளது இங்கு குறிப்பிடப் பட வேண்டியதாகும்.

இது விக்கிரமன், இரண்டாம் குலோத்துங்கன், இரண்டாம் இராசராசன் ஆகிய மூன்று தலைமுறை மன்னர்களை ஒரு சேரவைத்துப் பாடப்பட்ட இலக்கியமாகும். இதன் கண் மன்னனைப் பாராட்டும் இடத்தில் சுங்கம் குறித்துச் சொல்லப்பட்டுள்ளது.

“மறக்கலியும் சுங்கமும் மாற்றி”*(97)*

என விக்கிரம சோழனையும்,

> *"புவிராசர் மநுமுதலோர் நாளில்
> தவிராத சுங்கந்தவிர்த்தோன்"(98)*

என இரண்டாம் குலோத்துங்கனையும், மற்றும்

> *"கலகமுங் சுங்கமுங் காய்கலியு மாற்றி"(99)*

என இரண்டாம் இராசராசனையும் ஒட்டக்கூத்தர் பாராட்டும் இடங்களில் சுங்கம் என்ற சொல் இடம்பெற்று சுங்க வரியை நீக்கிய அவர் தம் செயலைப் பாராட்டுவதாய் அமைந்துள்ளது.

4.11 முடிவுரை

சங்க காலம் தொடங்கி கி.பி. 13ஆம் நூற்றாண்டு வரை தோன்றியுள்ள இலக்கியங்களின் வழி தமிழகத்தின் வருவாய் எவ்விதங்களில் எல்லாம் ஈட்டப்பட்டுள்ளது என்பதை ஆராயும் விதமாக இவ்வியல் அமைந்திருந்தத. அதன் வழி திறை, , உல்கு, புரவு, றை ஆகியவற்றின் மூலம் பெறப்பட்டுள்ள வருவாய் குறித்து அறிந்துகொள்ள முடிகின்றது. மேலும் அவை பெறப்பட்ட முறை, நெறி, அளவு, பொருள் முதலியனவற்றை இவ்வியலின் மூலம் அறிந்து கொள்ள முடிகின்றது.

அடிக்குறிப்புகள்

1. அகம்— 13—2
2. அகம் —44—2
3. அகம் —334 —3
4. கலித்தொகை —31—17
5. கலித்தொகை —106—49
6. கலித் தொகை 141 —24
7. ஐங்குறுநூறு—452—3
8. அகம் —124 —2
9. அகம் —127—7
10. அகம் —84—15
11. பதி.17—3
12. பதி. 59 — 12
13. பதி. 71—24
14. புறம் 156—6
15. மது 230
16. புறம்387—12
17. புறம் 97—20
18. பதி 53—2
19. பெரும்பாணாற்றுப்படை 80—82
20. பட்டினப்பாலை 125
21. புறம் 75 —4
22. புறம் 184 — 5—11
23. குறள் 756
24. திணைமாலை நூற்றைம்பது 22
25. பழமொழி 60
26. குறள் 552
27. பழமொழி 329

28. குறள் 733
29. ஆசாரக்கோவை 66
30. பழமொழி 333
31. திரிகடுகம் 50
32. தமிழ்த்தாய் வாழ்த்து சுத்தானந்த பாரதி
33. சிலம்பு 5 : 99 —106
34. சிலம்பு 14: 106 —112
35. சிலம்பு 25 : 33 —55
36. சிலம்பு 26 : 128 —139
37. சிலம்பு 25 : 167 —172
38. சிலம்பு 26 : 52 —54
39. சீவக சிந்தாமணி 27
40. சீவக சிந்தாமணி 557
41. சீவக சிந்தாமணி 558
42. சீவக சிந்தாமணி 153
43. சீவக சிந்தாமணி 306
44. சீவக சிந்தாமணி 2372
45. சீவக சிந்தாமணி 2375
46. சீவக சிந்தாமணி 2373
47. சீவக சிந்தாமணி 76
48. சீவக சிந்தாமணி 2907
49. சூளாமணி 677
50. சூளாமணி 664 — 665
51. சூளாமணி 663
52. சூளாமணி 676
53. உதயண குமார காவியம் 107
54. உதயண குமார காவியம் 33
55. சூளாமணி 680

56. சூளாமணி 681
57. சூளாமணி 684, 685
58. சூளாமணி 687
59. சூளாமணி 688, 689, 690
60. உதயண குமார காவியம் 164
61. உதயண குமார காவியம் 165
62. உதயண குமார காவியம் 172
63. நாககுமார காவியம் 171
64. சூளாமணி 54
65. முத்தொள்ளாயிரம் 32
66. முத்தொள்ளாயிரம் 74
67. முத்தொள்ளாயிரம் 3
68. முத்தொள்ளாயிரம் 86
69. முத்தொள்ளாயிரம் 56
70. தேவாரம் 2 ஆம் திருமுறை 2404
71. 11ஆம் திருமுறை 783
72. தேவாரம் 3ஆம் திருமுறை 2992
73. திருஞானசம்பந்தர் தேவாரம் 73.
74. 7ஆம் திருமுறை 916
75. பெரிய புராணம் 15
76. திருவிளையாடற் புராணம் 12
77. பரஞ்ஜோதி முனிவர் இயற்றிய திருவிளையாடற் புராணம் 546.
78. திருப்புகழ் 32
79. திருப்புகழ் 106
80. திருவாய்மொழி 3115
81. பரஞ்ஜோதி முனிவர் திருவிளையாடற்புராணம் 621.
82. பரஞ்ஜோதி முனிவர் திருவிளையாடற்புராணம் 624.

83. பரஞ்ஜோதி முனிவர் திருவிளையாடற்புராணம் 868.
84. பரஞ்ஜோதி முனிவர் திருவிளையாடற்புராணம் 965.
85. பரஞ்ஜோதி முனிவர் திருவிளையாடற்புராணம் 1387.
86. பரஞ்ஜோதி முனிவர் திருவிளையாடற்புராணம் 2194.
87. பரஞ்ஜோதி முனிவர் திருவிளையாடற்புராணம் 2669.
88. இலக்கண விளக்கம்
89. கலிங்கத்துப்பரணி 335 —338
90. கலிங்கத்துப்பரணி 41
91. கலிங்கத்துப்பரணி 330 —333
92. கலிங்கத்துப்பரணி 334
93. கலிங்கத்துப்பரணி 538
94. கலிங்கத்துப்பரணி 329
95. கலிங்கத்துப்பரணி 339 , 340
96. கலிங்கத்துப்பரணி 539
97. மூவருலா 1: 52
98. மூவருலா 2: 51—52
99. மூவருலா 3: 51.

இயல் 5
வரலாற்று நூல்களின் வழி தமிழகத்தின் வருவாய்

5.1 முன்னுரை

தமிழகத்தின் வருவாய் சங்க காலம் தொடங்கி கி.பி. 13 — ஆம் நூற்றாண்டு வரை எவ்வழிகளில் எல்லாம் பெறப்பட்டது என்பதை வரலாற்று நூல்களின் வழி ஆராய்வதே இவ்வியலின் நோக்கமாகும். இலக்கியங்களில் குறிப்பிடப்பட்டுள்ள வருவாய் குறித்தத் தரவுகளில் திறை, உல்கு, புரவு, இறை முதலிய சொற்கள் மட்டுமே வரியைக் குறிப்பிடுவதற்காகப் பயன்படுத்தப்பட்டுள்ளன. எனவே அவற்றைக்குறித்த விளக்கங்களை முன் இயலில் கண்டோம். அதனைத் தொடர்ந்து வரலாற்று நூல்களின் வழி வருவாயினுள் பெரும்பங்கு வகிக்கும் வரி குறித்த விளக்கங்கள் இவ்வியலில் அமைந்துள்ளது.

5.2 வரவுக்குரிய வழிகள்

நிலவரி

நீர்வரி

சொத்துவரி

வணிக வரி

தொழில் வரி

பொது வரிகள்

சமுதாய — குழு வரிகள்

தண்டப்பணம்

படைக்குரிய வருமானம்

முதலியன வரவுக்குரிய வழிகளாகும்.

5.3 நிலவரி

வரிகளுள் நிலவரியே முதன்மையானது. நிலவரியே நாட்டின் பெரும்

வருவாயாக இருந்தது. நிலத்தின் தரம் , விளைச்சல், ஆகியவற்றைக் கொண்டு ஒரு மா நிலத்திற்கு இத்தனை மரக்கால் வரியென விதிக்கப்பட்டது. வரியைப் பண்டமாகவும் செலுத்தலாம் பணமாகவும் செலுத்தலாம் என்ற நிலை இருந்தது. நிலங்கள் உழவு நிலம், தரிசு நிலம் , இறையிலி நிலம் எனப் பிரிக்கப்பட்டிருந்தன. நன்செய், புன்செய் என்று உழவு நிலங்கள் இரு வகையாகப் பிரிக்கப்பட்டு நிலவரி விதிக்கப்பட்டது. அவற்றின் தரத்திற்கேற்ப நஞ்சை வரி, புஞ்சை வரி எனத் தண்டல் செய்யப்பட்டது.

ஆற்றுப்பாய்ச்சலுள்ள நிலங்களில் உற்பத்தி மிகுதியாகவும் மற்ற நிலங்களில் குறைவாகவும் விளைவைப் பொறுத்து வரி விதிக்கப்பட்டது. வரி விதிக்கப்பெற்ற நிலங்கள் தரம் பெற்ற நிலங்கள் என்றும் வரி விதிக்கப்பெறாதவை தரமிலி நிலங்கள் என்றும் சோழர் காலத்தில் பெயர் பெற்றன, நிலவரி கடமை என ஒரு காலத்தில் பெயர் பெற்றது. நாற்பது கலம் விளையும் ஒரு மா நிலத்திற்கு 3 கலம் வரியாக வாங்கப்பட்டது சில இடங்களில் மிகுதியாகவும் வாங்கப்பட்டது. நிலவரி ஆறில் ஒரு பகுதி அரசாங்கம் வசூலித்தது என்பது பொதுக்கூற்று. பல இடங்களில் பல காலங்களில் நான்கில் ஒரு பங்கும் மூன்றில் ஒரு பங்கும் இரண்டில் ஒரு பங்கும் அரசாங்கத்திற்குச் சென்று வந்தது.

ஒரு வேலி நிலத்துக்கு இவ்வளவு என்று கொடுக்கப்பட வேண்டிய வரி வேலிப் பயறு எனவும் வேலிக்காசு எனவும் வழங்கப்பட்டன(1). பொதுவாக நிலவரி ஆறிலொரு பங்கு ஆகும். இயற்கை அழிவுகள், பஞ்சம், விளைச்சல் இல்லாத காலங்களில் வரி தள்ளுபடி செய்யப் படுவதுண்டு வரி செலுத்த முடியாதவர்கள் நிலத்தை விற்று வரி செலுத்தினர்.

ஒரு ஊரார் வரி செலுத்த முடியாமல் போனபோது அந்த ஊரை ஆட்சி செய்யும் நாட்டார் சபையே அவ்வூருக்காக வரி செலுத்தியதுண்டு (2).

அரசு நிலம் அடைநிலம் எனவும், தனியார் நிலம் பயல் நிலம் எனவும் அழைக்கப்பட்டன. அடைநிலங்களைப் பயிரிடும் உரிமை நேரடியாக உழவர்களுக்கு அளிக்கப்பட்டிருந்தது. இவ்வுரிமை அடிக்கடி மாற்றப்பட்டது.

நிலங்கள் நீர்நிலம், கொல்லை, நத்தம், காடு எனப் பகுக்கப்பட்டு, குழி, மா, வேலி என்ற முறையில் அளந்து கல் நடப்பட்டிருந்தன. நிலங்களைத் தரம் பிரிப்பதில் நீர்வளமும் நிலவளமும் கணக்கில் கொள்ளப்பட்டன. விளைநிலங்கள் மட்டுமே வரி விதிப்புக்கு உட்பட்டிருந்தன(3).வரி செலுத்தும் நில உடைமையாளர்களின் நிலங்கள் பயல் நிலம் எனப்பட்டது. அவைகளில் இருந்து அரசினர் ஆறிலொரு பங்கினை இறையாகப் பெற்றனர். அது பணமாகவும் பொருளாகவும் பெறப்பட்டன. அதனை புரவுவரி என்றனர். நிலவரி, கடமை, காணிக்கடன், என்றெல்லாம் நிலவரி அழைக்கப்பெற்றது. மகாசபையினர் நிலவரியைப் பெற்று அரசிடம் ஒப்படைத்தனர். நிலங்கள் அரசின் வளர்ச்சியில் முக்கியத்துவம் பெற்று இருந்தன.

பல்லவர் காலத்தில் நிலவரியே முதன்மை வருவாயாக இருந்தது. ஆனால் நாட்டிலுள்ள நிலப்பரப்பு மொத்தமாகப் பயிரிடும் நிலமாகவும் வரி செலுத்தும் நிலமாகவும் இல்லை.

பெரும்பாலான நிலம் காட்டுப்பகுதியாக இருந்தது. பெரும்பரப்பான நிலங்களில் ஏரிகள், தரிசுக்காடு, கோயில், கடைத்தெருக்கள், சுடுகாடு, குடிநீர்க்கிணறுகள், பிரமதேயங்கள், தேவதானங்கள், பள்ளிச்சந்தங்கள், மடங்கள், ஊர்கள் முதலியனவாக இருந்தன. எஞ்சியுள்ள பயிரிடும் நிலங்களிலிருந்து தான் நிலவருவாய் அரசாங்கத்திற்குக் கிடைக்கும்.(4). பொதுவாக விளைச்சலில் 1/6 பங்கு வரி விதிக்கப்பட்டது. பாண்டியர் காலத்திலும் விளைச்சலில் ஆறிலொரு பங்கு அரசுக்கு வரியாகச் செலுத்தப்பட்டது. இதனை கடமை அல்லது காணிக்கடன் என்றனர். நிலவரியைப் பணமாகவோ தானியமாகவோ செலுத்தலாம். இதனை ஊர்ச்சபையார் வசூலித்து அரசாங்கப் பொது கருவூலத்திற்கு அனுப்புவர். பஞ்சம் முதலிய இயற்கைக் கேடுகள் விளையும் போது நிலவரியைக் குறைப்பதும் அல்லது நீக்குவதும் அரசின் கடமையாக இருந்தது. வரிச்சுமை அதிகமானால் மக்கள் தங்கள் ஊரை விட்டு வெளியேறி விடுவர் இஃது அக்கால வரி எதிர்ப்பு முறை ஆகும்.(5).

பாண்டியப் பேரரசுக்குக் கிடைத்த முக்கியமான வருவாய் நிலவரியாகும். நிலவரியைப் பொதுவாகக் கடமை என அழைத்தனர். இதனை இறைக்காசு, நெல்கடமை, நெல்வரி புன்செய் வாரம் எனவும் அழைத்தனர். நன்செய் நிலத்திலிருந்து வசூலிக்கப்பட்ட வரி நன்செய் கடமை என்றும் புன்செய் நிலத்திலிருந்து வசூலிக்கப்பட்ட வரி புன்செய் கடமை என்றும் அழைக்கப்பட்டன.

5.3.1 நிலவரி விதித்தல்

நிலத்தின் வளமை, விளைவிக்கப்பட்ட தானியங்கள் , நிலத்தின் விளைச்சல், நீர்ப்பாசன வசதி ஆகியவற்றின் அடிப்படையில் நிலவரி நிர்ணயிக்கப்பட்டது. விளைந்த நிலங்களில் இருந்து மட்டுமே வரி வசூலிக்கப்பட்டது. மழை பெய்யாத காலத்திலும் வெள்ளம் வந்து பயிர் பாதிக்கப்பட்ட போதும் நிலவரி தள்ளுபடி செய்யப்பட்டது அல்லது குறைவாக வசூலிக்கப்பட்டது என்னும் தகவலை மதுரை மாவட்டம் அழகர் கோயிலில் காணப்படும் முதலாம் சடையவர்மன் குலசேகரனின் கல்வெட்டொன்று நமக்கு விளக்கி நிற்கின்றது. கடமையைத் தவிர வேறு சில வரிகளும் நிலங்களிலிருந்து வசூலிக்கப்பட்டன. இந்த இதர வரிகள் நிலத்திற்குத் தண்ணீர் பாய்ச்சுவதற்காகவும் வரித்துறை அலுவலர்கள் பராமரிப்பிற்கும் கோயில்கள் மடங்கள் ஆகியவற்றின் பராமரிப்பிற்காகவும் வசூலிக்கப்பட்டன(6).

5.3.2 நில உரிமை

மிராசு உரிமையுடன் நில உரிமை பெற்ற ஊர்கள் அரசுடன் நேரடித் தொடர்பு கொண்டு வரி செலுத்தி வந்தன. இதனை

வெள்ளான் வகை என்றனர். சில நேரங்களில் ஒரு குறிப்பிட்ட தொகையை உள்ளூர்க் கோயில்களுக்கும் கொடுப்பதுண்டு.(7). குடிமக்கள் நிலம், சமுதாய நிலம், அரசனுக்குச் சொந்தமான நிலம் என நிலம் மூவகைப்பிரிவுகளாயிருந்தன. ஆறிலொரு பங்கு வரி என்பது பொது விதியாக இருந்தது.(8). வரிகளுள் சிறந்தது நிலவரி அதனால் சிறப்பாக இறை அல்லது அரசிறை எனப்படும் அதற்குச் செய்க்கடன் காணிக்கடன் என்னும் பெயர்கள் வழங்கின

வரி விதிப்பதற்கு விளைநிலம், விளையாநிலம் என இரு பாலாக ஊர் நிலங்கள் பகுத்துக் கொள்ளப்பட்டன.

இவற்றுள் விளையா நிலம், ஊர்ப்பொது நிலமும் பட்டப்பாழ் என்னும் தரிசுமாக இருபகுதிப்பட்டது. இவ்விரு பகுதியும் சேரிகள் உள்ளிட்ட ஊர்க்குடியிருப்பு, ஊர்க்களம், அழிந்துபோன ஊராகிய நந்தப்பாழ், கடைத்தெரு, கோயில் , குளங்குட்டை, மடம், சத்திரம், நந்தவனம், மந்தை, கன்று மேய்பாழ், பெருவழி, ஓடை, ஊர்நிலத்தூடறுத்துப் போனவாய்க்கால் , பாறை, ஆற்றுப்படுகை, உடைப்பு , இடுகாடு, இடுகாட்டிற்கும் சுடுகாட்டிற்கும் செல்லும் வழி முதலியன வாகும்.

விளைநிலம், நீர்நிலம், கொல்லை, காடு என மூவகையாக வகுக்கப்பட்டிருந்தது. நன்செய்கள் அவற்றின் விளைவிற்குத் தக்கபடி பலதரமாகப் பாகுபாடு செய்யப்பட்டிருந்தன.

நிலவரி தீர்வை என்றும் வாரம் என்றும் இரு வகையாயிருந்தது . தீர்வைக்குரிய நிலம் தீர்வைப்பற்று என்றும், வாரத்திற்குரிய நிலம் வாரப்பற்று என்றும், வாரத்தைப் பணமாகச் செலுத்தும் நிலம் கடமைப்பற்று என்றும் கூறப்பட்டன. வாரம் பொதுவாய் ஆறிலொரு பங்காயிருந்தது. இது தொன்று தொட்டு வந்த முறையாக தேவநேயப்பாவாணர் தமது பழந்தமிழாட்சி என்னும் நூலில் குறிப்பிட்டுள்ளார்.

வரி வாங்குவதற்குப் பொதுவாக நல்ல விளைச்சலே கவனிக்கப் பட்டது. அரைவிளைச்சலும்,நாட்டுப்பாழ், அழுகிச் சேதம், சாவி பூச்சி, வெட்டுநோய் , அழிவு ஆகிய அறுவகை நட்டிகளும் வரி விதிக்கப் பெறவில்லை. அழிவாவது நன்றாய் விளைந்தும் கள்வராலும் பகைவராலும் விலங்காலும் அழியுண்ட நிலையாகும் .

நல்விளைவுக் காலத்தில் வரி கண்டிப்பாய் வாங்கப்பட்டது. ஈராண்டாக வரி செலுத்தாதார் நிலம் முழுவதும் பறிமுதல் செய்யப்பட்டது. தஞ்சை மாவட்டத்தைச் சேர்ந்த ஓருரில் , பஞ்சக் கொடுமையால் குடிபோன மக்களின் நிலத்திற்காக , ஊரவையார் ஊர்ப் பொது நிலத்தைக் கோயிற்கு விற்று வந்த பணத்தைக் கொண்டு வரி செலுத்தினர் என்னுங்கல்வெட்டுச் செய்தியினின்று , சில

அரசர் காலத்தில் பஞ்சத்தினாற் பயிரிடப்படா நிலத்திற்கும் வரி வாங்கப்பட்டமையை அறியலாம்(9)

5.3.3 நில அளவு

நிலவரி விதிப்பதற்கு வசதியாக நிலங்கள் எல்லாம் சீராக அளக்கப்பட்டு, அவைகளின் உரிமையாளர்களின் விவரங்களை எல்லாம் மிகக் கவனத்துடன் அரசாங்கப் புத்தகங்களில் குறிக்கப்பட்டன. நிலங்கள் மா, குழி, காணி, முக்காணி, அரைக்காணி, முந்திரிகை என்று சிற்றளவிலும்; வேலி என்னும் பேரளவிலும் குறிப்பிடப்பட்டுள்ளன. ஒரு வேலியின் இருபதில் ஒரு பாகம் மா எனப்படும். ஒரு மாவுக்கு இவ்வளவு என்றுவரி விதிக்கப்பட்டது. சோழர் காலத்தில் நிலங்கள் யாவும் அளக்கப்பட்டன. நிலம் அளந்த கோல்கள் 12,14,16,20 அடி நீளமுள்ளவை, இவையல்லாமல் கடிகைக் களத்துக் கோல், ஸ்ரீபாதக் கோல், மாளிகைக்கோல் என்று வேறு அளவு கோல்களும் இருந்தன. நிலம் அளக்க அரசாங்க இலாகா ஒன்று இருந்தது. முதல் இராசராசன் காலத்தில் அந்த இலாகாவின் தலைவன், சேனாதிபதி குரவன் இராசராச மகாராசன் என்பவன், அவன் நிலம் அளந்ததால் 'உலகளந்தான்' என்று பெயர் பெற்றான்(10).

நில அளவு முறையைப் பொருத்தவரையில் பல்வேறு அரசர்களின் காலங்களில் பல்வேறு முறைகள் கொண்டு அளக்கப் பெற்றுள்ளன. மாறவர்மன் குலசேகரன் காலத்துப் பேழையூரில் அமைந்துள்ள கல்வெட்டு இருபத்திரண்டடிக் கோலால் 256 குழி கொண்டது ஒரு மா என்று குறிப்பிடப்பெற்றுள்ளது. அவ்வளவின் படி ஒரு மாவின் பரப்பளவு (22*22*256) 123904 சதுர அடிகள் கொண்டது ஒரு மாவாகும். நிலத்தின் பரப்பளவு தெளிவாக இருக்கும் பொருட்டுக் குழிகள் கணக்கிடப் பெற்றுள்ளன. அக்குழிகளின் அளவு முறை தெளிவுபடுத்தப் பெற்றுள்ளன. நில அளவுக்கேற்ப நெல் முதலியன வரியாகப் பெறப்பட்டுள்ளன. கால வேறுபாடுகளால் மா என்ற நிலத்தின் அளவு மாறியிருப்பினும் அலுவலர்கள் குழப்பமின்றித் தெளிவாக நிலத்தை அளந்து வரியை விதித்துள்ளனர்.

"சுந்தர பாண்டியன் கோல் 24 அடி கொண்டது"

"இராசவிபாடன் கோல் 18 அடி கொண்டது"

"நாராயணன் என்றிட்ட அளவுகோல் 16 அடி கொண்டது"

"கீழ்க்கடையன் கல்லன் என்று பெயர் கூறப்பட்ட தடி 16 அடி"

என நிலம் அளந்த கோல்களுக்கு அன்றைய நிலையிலிருந்த சிறப்புப் பெயர்களை இட்டு வழங்கியுள்ளதாக அ.கிருட்டினன் அவர்கள் தமது கல்வெட்டில் வாழ்வியல் என்ற நூலில் குறிப்பிட்டுள்ளார்.

ஒரு வேலியின் 1/52,428,800 என்னும் சிறு பகுதியும் சோழர் காலத்தில் கணக்கிடப்பட்டது என்று தஞ்சைப் பெரிய கோவில் கல்வெட்டுத் தெரிவிக்கிறது.(11)

5.3.4 நிலங்களின் பகுப்பு

பிடாரி அம்மனுக்குக் கிடாவெட்டுவதற்கான ஒதுக்கப்பட்ட நிலம், நாவிதர்களுக்காக விடப்பட்ட குடியிருப்புகள் மற்றும் குயவர், தச்சர், கருமார், தட்டார், வண்ணார், ஆகியோருக்கு விடப்பட்ட நிலங்கள் வாய்க்கால் கரை கட்டுவதற்கு மண் எடுத்த நிலத்திற்கும் சுடுகாட்டிற்காக ஒதுக்கப்பட்ட நிலத்திற்கும் வரி விதிக்காமல், அவை நீங்கல் நிலங்களாக கருதப்பட்டன. இவ்வாறு ஒரு கிராம அமைப்பில் நிலங்கள் எவ்வாறு வகைப்படுத்தி வழங்கப்பட்டன என்ற முழு விவரங்களும் கல்வெட்டுகளின் மூலம் நமக்குத் தெரிய வருகிறது(12).

5.3.5 நிலவரி வசூலித்த முறை

பாண்டியப் பேரரசில் வரிகள் பணமாகவும் தானியங்களாகவும் வசூலிக்கப்பட்டன. தானியமாக வசூலிக்கப்பட்டன. தானியமாக வசூலிக்கப்பட்ட நிலவரிகளைக் கல்வெட்டுகள் நெல்கடமை, நெல்வரி எனக் குறிப்பிடுகின்றன. பணமாக வசூலிக்கப்பட்ட நிலவரிகளைக் கல்வெட்டுகள் காசுக்கடமை, காசாயவர்க்கம் எனக் குறிப்பிடுகின்றன.

ஆனைமலை நரசிங்கப் பெருமாள் கோவில் கல்வெட்டு நிலவரிக்கு முன்பணமாகப் பதினைந்து ஈழகாசுகளைப் பெற்றுக் கொண்டு ஆண்டுதோறும் அதற்கான வட்டியாகிய ஆறு ஈழ காசுகளை அறம் செய்வதற்குப் பயன்படுத்தப்பட்டதைத் தெரிவிக்கிறது. இதனை, "முதல் கெடாது போலி(வட்டி) ஊட்டாகக் கொண்டு எனக் குறிக்கும். இக்கல்வெட்டில் ஒரு ஈழகாசுக்கு மாதம் ஒன்றுக்கு வட்டி விகிதம் கால் புத்தகம் என்ற அரிய செய்தியும் அடங்கியுள்ளது(13). கிராமச் சபைகளாகிய ஊர், சபை ஆகியவை தங்கள் நிருவாகத்தின் கீழ் இருந்த பகுதிகளில் வரி வசூலிக்கின்ற பொறுப்பை ஏற்றுக் கொண்டிருந்தன. ஆகவே தான் புதிய வரி விதிப்பு அல்லது வரிகள் தள்ளுபடி பற்றிய செய்திகளை அரசாங்கம் இந்தச் சபைகளுக்குத் தெரிவித்தது. இந்தக் கிராமச் சபைகள் சில சமயங்களில் அரசாங்கத்தின் அனுமதி இன்றியே தங்கள் பகுதியிலுள்ள நிலங்களின் வரிகளைக் குறைத்தன. அல்லதுதள்ளுபடி செய்தன. அச்சமயம் அந்த வரித் தள்ளுபடி அல்லது குறைப்பைச் சரிகட்டக் கிராமத்திலிருந்த மற்ற நிலங்களின் மீது வரி உயர்த்தப்பட்டது. இவ்வாறு செய்தமையினால் அரசாங்கத்திற்குச் செலுத்தப்பட வேண்டிய வரி குறைக்கப்படாமல் அதே அளவு செலுத்தப்பட்டது(14).

5.3.6 நிலவகைகளும் வரி விதிப்பு முறையும்

விளைபொருளில் எந்த அளவு அரசாங்கத்திற்குரியதாகும் என்ற கணக்கை எந்த ஒரு கல்வெட்டிலும் குறிக்கப்பெறவில்லை. ஆனால் ஒரு குறிப்பிட்ட நிலத்திலிருந்து அரசாங்கத்திற்காக வசூலிக்கப்பட்ட மொத்த நெல் அளவை மட்டும் கல்வெட்டுகளில் பொறிக்கப்பட்டுள்ளன. உதாரணமாக முதலாம் இராஜாதிராஜன் காலத்தில் சில நிலங்களுக்கு ஒரு வேலிக்கு 28 கலம் என்றும் மற்றும் சில நிலங்களுக்கு 19 கலம் வீதமும் வரி கோயிலுக்குச் செலுத்தப்பட்டது. இதிலிருந்து நில வளத்தைப் பொருத்தே வரி விதிக்கப்பட்டது. என்பது விளங்கும் நிலங்கள் அவற்றின் தரங்களுக்கேற்றாற் போல் பன்னிரண்டிற்கும் மேல்பட்ட வகைகளாக வகை செய்யப்பட்டிருந்தன. இவ்வகைக்குள் சேர்க்கப்படாத நிலங்கள் “தரமிலி” என்று வேறுபடுத்தப்பட்டன (15). விளைநிலங்களின் தராதரமும் அவற்றின் மீது விதிக்கப்பட்ட தீர்வையும் விளைச்சலின் அடிப்படையில் அவ்வப்போது பரிசீலிக்கப்பட்டன. ஏதோ சில நிலங்களுக்கு மட்டும் தான் நிரந்தரமாகத் தரம் நிர்ணயிக்கப்பட்டது. தருமங்களுக்காக விடப்பட்ட நிலங்களின் தரத்தையும் , நிலத்தீர்வையையும் உயர்த்தக்கூடாது என்று நாட்டாரும், சபையோரும் தீர்மானித்த சில சூழ்நிலைகள் கல்வெட்டுக்களில் காணப்படுகின்றன. இவ்வாறு நிரந்தரமாக நிலத் தீர்வையையுடைய நிலங்கள் நிலை—இறை என்று வழங்கப்பட்டன. சோழச் சிற்றரசர் , கந்தன் மறவர் ஆணைக்கு இணங்க குன்றக் கூற்றத்து நாட்டார் சில நிலங்களை ஒரு பொது நல ஊழியருக்கு ‘ஜன்ம பூமியாக வழங்கி அதற்காக 25கழஞ்சு பொன் நில இறையாகக் கருவூலத்தில் செலுத்த வேண்டுமென்றும் தீர்மானித்தார் என்று பரகேசரியின் 15 ஆம் ஆட்சி ஆண்டுக் கல்வெட்டுக் கூறுகிறது. பழையனூர் மகாதேவர் கோயிலுக்கு அவ்வூர் தேவதான நிலங்கள் செலுத்த வேண்டிய நில இறை முதலாம் இராஜேந்திரனால் நிரந்தரமாக நிர்ணயிக்கப்பட்ட விவரத்தை திருவாலங்காட்டுச் செப்பேடுகள் குறிக்கின்றன(16).

நிலவளம் மாறுமிடத்து நிலத்தின் தரத்தை மாற்றி வரியை உயர்த்துவதும் குறைப்பதும் உண்டு . ஒரு போக நிலம் இரண்டு அல்லது மூன்று போக நிலமாக ஆக்கப்படின் அதன் வரியை உயர்த்துவது வழக்கம் என்பது கல்வெட்டுகளினால் அறிய கிடைக்கின்றது. எனினும் எத்தகைய மாறுதலுக்கு விளைநிலங்கள் உட்பட்டாலும் அந்நிலங்களின் வரியை மாத்திரம் மாற்றி அமைக்காமல் ஒரே நிலையில் வைத்திருப்பதும் உண்டு. அங்ஙனம் ஒரே நிலையில் அமைந்துள்ள நிலவரி அந்நாளில் ‘நிலையிறை’ என்று வழங்கப்பட்டுள்ளது. இவ்வாறு விதிக்கப்பெற்ற நிலவரியை ‘நின்றிறை’ என்று திருவாலங்காட்டுச் செப்பேடுகள் விளக்கியுள்ளதாக டி.வி.

சதாசிவ பண்டாரத்தார் தமது பிற்காலச் சோழர் சரித்திரம் என்ற நூலில் விளக்கியுள்ளார்.

5.3.7 இறையிலி

வரியின்றி சிலருக்கு அரசன் நிலங்களை மானியமாக விடுவான் அதற்கு இறையிலி நிலங்கள் என்று பெயர். சிவன் கோயில் மானியம் இறையிலி மானியம் என்றும், திருமால் கோயில் மானியம் திருவிடையாட்டம் எனவும், சமண புத்த மடங்களுக்கு விடும் மானியம் பள்ளிச்சந்தம் எனவும், பிராமணருக்கு விடும் மானியம் பட்ட விருத்தி எனவும், புலவர்களுக்கு விடும் மானியம் முற்றூட்டு எனவும், சோதிடர்களுக்கு விடும் மானியம் கணி முற்றூட்டு எனவும் அழைக்கப்பட்டன (17). பிரமதேயம், தேவதானம் , திருவிடையாட்டம், பள்ளிச்சந்தம் ஆகியன வரிவிலக்கு அளிக்கப்பட்ட இறையிலி நிலப்பகுதிகளாக விளங்கின. பிராமணர்களுக்கு விடப்பட்ட வளமான நிலங்களுக்கு இறை இறுத்த நிலங்கள் என்று பெயர்.

இயற்கை இடர்ப்பாடுகளால் விளை நிலங்கள் பாதிக்கப்படும் போது அவற்றிற்கு வரிக்குறைப்பும் வரித்தள்ளுபடியும் உண்டு. இவை முறையே இறை இலேசு, இறையிலி எனப்பட்டன(18). கல்வெட்டில் அடிக்கடி இறையிலி என்ற சொல் காணப்படுகிறது. இதை எல்லா இறைகளிலிருந்தும் விலக்கப்பட்ட என்ற பொருளில் வருவதாக எண்ணலாகாது. குறிப்பிட்ட சில வரிகளிலிருந்து மட்டுமே விலக்கல்கள் செய்யப்பட்டன. இறையிலி நிலங்கள் மீதுள்ள சில வரிகளுக்கு மட்டும் விலக்களிக்கப்பட்டன. இறையிலி நிலங்களிலிருந்தும் சில கட்டணங்கள் வசூலிக்கப்பட்டன என்பது இறையிலிக்காக என்ற சொல்லிலிருந்து தெரிகிறது. மேலும் முதலாம் இராஜராஜனின் திருப்பான்மலை கல்வெட்டிலிருந்து ஊரகம்பாடியைத் திருப்பான் மலையை சமணப் பள்ளிக்கு இறையிலி, பள்ளிச் சந்தமாகத் தரப் பட்டதாகத் தெரிகிறது. முதலாம் இராஜராஜனின் 8 —ஆம் ஆட்சி ஆண்டுக்கு முன் அப்பகுதி ஆதிக்கம் செலுத்திய இலாட சிற்றரசர்கள் அவ்வூர்க்கோயிலில் ‘கற்பூர விலை ‘என்னும் இறையை வசூலித்துக் கொண்டனர். இதனால் கோயிலின் ஏனைய செலவுகளுக்குப் பணம் குறைந்து விட்டது. பிறகு இலாட சிற்றரசனான வீரசோழனும் அவன் மனைவியும் கோயில் வழிபாட்டிற்குப் போனபோது அவர்களிடம் கோயில் அதிகாரிகள் தங்கள் கஷ்டத்தைத் தெரிவிக்கவே கற்பூர விலையையும் , தண்ட இறையையும் இனி செலுத்த வேண்டியது இல்லை என்று பணித்தனர். இறையிலி நிலங்களும் இறையிலியாகத் தொடர்ந்து இருப்பதற்கு அவ்வப்போது ஒரு மொத்தத் தொகை கட்ட வேண்டும். இதை இறையிலி வரிசைப் படி இறை முதற்காசு , தண்டக்கடவதானப்படி தவிர என்று திருக்கடையூரிலுள்ள

மூன்றாம் இராஜராஜன் கல்வெட்டுக் கூறுகிறது. அதே கல்வெட்டு இறையிலி நிலங்களை 'காசு கொள்ளா ஊர்க்கிழ் இறையிலி'என்றும் குறிக்கின்றது. ஊர்ச்சபை இறைகளுக்கு மட்டும்தான் விலக்கே அன்றி, ஏனைய அரசாங்க வரிகளிலிருந்து விலக்கு இல்லை(19).

5.3.8 வரி விதிக்கக் கூடாத நிலங்கள்

ஒவ்வொரு கிராமத்திலும் கோவில்கள், தொழிலாளரும் பண்ணையாட்களும் வாழுமிடங்கள், குளங்கள், மன்றம், கோவில்களைச் சேர்ந்த நந்தவனங்கள், நெல் அடிக்கும் களம், கால்நடைகள் மேயும் இடம், ஆற்றங்கரையை அடுத்த சதுப்பு நிலம், உடைப்பு உண்டான நிலங்கள், பயிரிடமுடியாத நிலம், இடுகாடு, சுடுகாடு என்பவை வரி விதிக்கப்படாத இடங்களாகும். ஒவ்வொரு கிராமத்திலும் எந்த விதமான வரியும் விதிக்கக்கூடாத சில நிலங்கள் இருந்தன. என்று முதலாம் இராஜராஜனின் தஞ்சைக் கல்வெட்டு மூலம் தெரிய வருகிறது. வீட்டு மனைகள் (ஊர்நத்தம்) கோயில் இருக்கும் நிலம், குளம், வாய்க்கால், பறைச் சேரி, கம்மாளச்சேரி, சுடுகாடு இவற்றின் மீது வரி விதிக்கப்பட வில்லை. இந்நிலங்களின் பரப்பளவை கிராமத்திலுள்ள மொத்த நில அளவிலிருந்து கழித்து வரிவசூலிக்கத் தக்க நிலங்களின் அளவு நிர்ணயிக்கப்பட்டது. இறையிலி நிலங்கள் பலவகைப் பட்டன என்பது உறுதியாகத் தெரிகின்றன.

திருவொற்றியூர்க் கல்வெட்டுப்படி அவ்வூரில் சில நிலங்கள் முதலில் 'இறங்கல்' எனக் கருதப்பட்டு ஒரு விசாரணைக்குப் பிறகு 'நீங்கல்' எனத் தீர்மானிக்கப்பட்டன. இந்நாள் வரை செலுத்தப்படாத வரிகளைக் கோயில் கருவூலத்தில் கட்டவேண்டுமென்று ஆணையிடப்பட்டது. இறங்கல் நிலங்களுக்கு வரி கிடையாது. ஆனால் நீங்கல் நிலங்கள் அரசாங்க வரிப் பதிவேட்டிலிருந்து நீக்கப்பட்டு வேறு ஒரு ஸ்தாபனத்தார் கணக்கிற்கு மாற்றப்பட்டதாகும்.(20).

5.3.9 நில உரிமையாளருக்கு விளைச்சலில் பங்கு

நில உரிமையாளருக்குக் குத்தகை இரண்டு முறைகளில் கொடுக்கப்பட்டது.

விளைச்சலில் ஒரு பங்கு

ஒரு குறிப்பிட்ட தொகைப் பணம்

5.3.10 குத்தகையாளர்கள் செலுத்திய வரி

நிலத்தைக் குத்தகை எடுத்தவர்கள் நில உரிமையாளருக்குக் குத்தகைப் பணம் செலுத்தியதோடு வேறு சில கட்டணங்களையும் அரசுக்குச் செலுத்தினர் அவையாவன.

உழுதான் குடி : பயிரிடுவோர் அரசாங்கத்திற்குக் கொடுத்த வரி

அந்தராயம் : பயிரிடுவோர் ஊர்ச்சபைக்குக் கொடுத்த வரி

வெட்டி முட்டாள் : கிராமத்தின் பொது வேலை முடிவடையும் வரையில் இடையறாமல் வேலை செய்வதற்கு அனுப்பப் பெறும் ஆளின் கூலிக்காகப் பயிரிவோர் கொடுத்த வரியாகும்.

காவிரி கரைத் தேவை : காவிரிக் கரையைச் செப்பனிட அனுப்பப் பெறும் ஆளின் கூலிக்காகப் பயிரிடுவோர் கொடுத்த வரியாகும்(21). கோயில் நிலங்களை பயிரிட்ட குத்தகையாளர்கள் கண்காணிப்பு வரி ஒன்றையும் செலுத்த வேண்டியிருந்தது. தேவதான நிலங்களில் அறுவடை நடைபெற்ற போது அதனை மேற்பார்வையிட வந்த கோயில் அலுவலர்களின் செலவுகளுக்காக இந்தக் கண்காணிப்பு வரி வசூலிக்கப்பட்டது.(22) . பொதுவாகக் கோயில் நிலங்கள் உள்ளூர்க் குத்தகைதாரக்களுக்கே குத்தகைக்கு விடப்பட்டன. ஆனால் சில சமயங்களில் தவிர்க்க முடியாத காரணங்களினால் பக்கத்து ஊர்க்காரர்களுக்கும் கோயில் நிலங்கள் குத்தகைக்கு விடப்பட்டன. வெளியூர்க் குத்தகை தாரர்கள் சில சிறப்பு வரிகளைச் செலுத்த வேண்டியிருந்தது (23).

5.3.11 தருமமாகக் கொடுக்கப்பட்ட நிலங்கள்

பொதுவாகக் கருதுமிடத்து தருமமாகக் கொடுக்கப்பட்ட நிலங்களுக்குரியவர்கள் வரி செலுத்த வேண்டியதில்லை. ஏனெனில் அவை பெரும்பாலும் வரி தள்ளுபடி செய்யப்பெற்ற நிலங்களாகவே இருந்தன. அவை தருமம் செய்யப்பட்டவை. இவை இறையிலி என்னும் வரி விலக்குப் பெற்ற நிலங்களென்றும் அழைக்கப்பட்டன. சில சமயங்களில் அந்நிலங்கள் செலுத்த வேண்டிய வரியிலிருந்து விலக்குப் பெற ஒரு பெருந்தொகை முன்பணமாக அரசுக்குக் கொடுக்கப்பட்டது. அப்பெருந்தொகை ஈட்டிய வட்டித் தொகை வரியாக எடுத்துக் கொள்ளப்பட்டது. இதனை இறைக்காவல் நிலங்கள் என அழைத்தனர்(24).

5.3.12 பிரம்மதேயம்

படித்த பிராமணர்களுக்குக் கொடுக்கப்பட்ட நிலங்கள் பிரம்மதேயம் என அழைக்கப்பட்டது. பிராமணர்களின் அறிவாற்றலைக் கருதி அவர்கள் செய்த கல்விப் பணிக்காகவும் சமயப் பணிக்காகவும் பிரம்மதேயம் கொடுக்கப்பட்டது.

பிரம்மதேயம் இரண்டு வகைகளாகப் பிரிக்கப்பட்டிருந்தது. 1. மானியம் 2. சர்வமானியம். சர்வ மானியமாகப் பெற்ற நிலத்திற்குப் பிராமணர்கள் யாதொரு வரியும் செலுத்தத் தேவையில்லை என்ற நிலை இருந்தது.

சர்வ மானியம் இரண்டு வகைகளாகப் பிரிக்கப்பட்டிருந்தது.

ஏகபோகம்

கணபோகம்

ஏகபோகத்தில் பெற்ற நிலத்தை அப்பிராமணர் முழுமையாக உரிமை கொண்டாடலாம். ஏனெனில் அது அந்த ஒரு பிராமணருக்கு மட்டுமே கொடுக்கப்பட்டிருக்கும் நிலமாகும். அந்த மானியத்தின் நிபந்தனைகளுக்கு ஏற்ப அவர் அந்நிலத்தை விற்கலாம். அல்லது குத்தகைக்கு விடலாம். கணபோகத்தில் ஒரு கிராமம் முழுவதும் சில பிராமணர்களுக்குக் கொடுக்கப்பட்டது. ஒவ்வொரு பிராமணருக்கும் அக்கிராம நிலத்தில் ஒரு பங்கு கொடுக்கப்பட்டிருந்தது. இந்தக் கணபோகக் கிராமத்தைச் சதுர்வேதி மங்கலம் அல்லது பிரம்மதேயம் என அழைத்தனர்(25). பிராமணர்கள் நேரடியாக உழவு வேலைகள் செய்கின்ற வழக்கமில்லை. அவர்கள் தாங்கள் பெற்ற நிலங்களில் விவசாயத்தை மூன்று விதங்களில் மேற்கொண்டனர்.

ஒரு கிராமத்தைச் சார்ந்த பிராமணர்கள் அனைவரும் ஒன்றாகச் சேர்ந்து தங்களுக்குக் கொடுக்கப்பட்ட சதுர்வேதி மங்கலம் நிலங்களில் விவசாயம் செய்து பின்னர் அதிலிருந்து கிடைத்த இலாபத்தைத் தங்களது பங்குகளுக்கு ஏற்ப பிரித்துக் கொண்டனர்.

சதுர்வேதி மங்கலம் நிலங்களில் சில பகுதிகள் பிராமணர்களுக்குப் பொதுவாக இருந்தது. அந்தப் பொது நிலங்களில் பிராமணர்கள் அனைவரும் ஒன்றாகச் சேர்ந்து மேலே கண்ட வாறு பொது விவசாயம் செய்தனர். சதுர்வேதி மங்கலத்தின் வேறு சில பகுதிகள் பிராமணர்களுக்குத் தனிப்பட்ட முறையில் சொந்தமாக இருந்தது. அந்நிலங்களில் அவர்கள் தனி உரிமை பெற்று விவசாயம் செய்து அதன் முழுப் பலனையும் தாங்களே அனுபவித்தனர்.

சதுர்வேதி மங்கல நிலங்கள் அவற்றின் வளமையின் அடிப்படையில் மூன்று வகைகளாகப் பிரிக்கப்பட்டன.

வளமான நிலங்கள்

சுமாரான வளமுடைய நிலங்கள்

வளமற்ற நிலங்கள்

ஒவ்வொரு பிராமணருக்கும் ஒவ்வொரு வகையிலிருந்தும் சில நிலங்கள் சில காலத்திற்கு மட்டும் ஒதுக்கப்பட்டிருந்தன. பின்னர் அந்த நிலங்கள் மீண்டும் வளமையின் அடிப்படையில் பிரிக்கப்பட்டுப் பிராமணருக்குக் கொடுக்கப்பட்டன.

கோயிலுக்குத் தானமாகக் கொடுக்கப்பட்ட நிலங்கள் தேவதானம்

என அழைக்கப்பட்டன. சிவன் கோவிலுக்குத் தானமாக வழங்கப்பட்ட நிலங்கள் “திருநாமத்துக் காணி” என்றும் பெருமாள் கோயிலுக்குத் தானமாக வழங்கப்பட்ட நிலங்கள் “ திருவிடையாட்டம்” என்றும் அழைக்கப்பட்டன. சிவன் கோயில் நிலங்களின் எல்லைக் கற்களில் திரிசூலம் பொறிக்கப்பட்டிருந்தது. பெருமாள் கோயில் நிலங்களின் எல்லைக் கற்களில் சக்கரம் பொறிக்கப்பட்டிருந்தது.

சிவன் கோயில் நிலங்களின் நிருவாகத்தைக் கவனித்தவர்கள் மகேசுவரர்கள் என்றும் விட்டுணு கோயிலின் நிலங்களை நிருவாகம் செய்தவர்கள் சிராதமந்திரர்கள் என்றும் அழைக்கப்பட்டனர். பொதுவாகக் கோயில் நிலங்கள் குத்தகைக்கு விடப்பட்டுக் குத்தகைப் பணம் (மேல் வாரம்) வசூலிக்கப்பட்டது. முதலாம் மாறவர்மன் குலசேகரனின் கல்வெட்டு தளக்காவூர் மக்கள் கோயில் நிலத்தில் விவசாயம் செய்யக் கோயில் நிருவாகத்திற்கு நான்கு ஏர்களும் , கால்நடைகளும் கொடுத்தனர் எனக் குறிப்பிடுகிறது(26).

5.3.13 வரிச்சலுகை

நிலவரிச் சலுகை பல்வேறு பெயர்களில் வழங்கப்பட்டன. பிரம தேயம் என்றால் முற்றிலும் வரி நீக்கப்பட்டு அந்தணர்களுக்கு வழங்கப்படும் நிலம் என்று சிலர் கருதுவர். அக்கருத்து தவறாகும். வரிச்சலுகை என்று தான் கருதவேண்டும். முதலாண்டு வரியில் ரு பங்கும் இரண்டாமாண்டு லு பங்கும் மூன்றாமாண்டு வு பங்கும் வரி கட்ட வேண்டும். நான்காம் ஆண்டு முதல் முழு வரியையும் பிரமதேயம் செலுத்த வேண்டும். கரந்தைச் செப்பேடுகள் இதனைக் கீழ்க்கண்டவாறு குறிப்பிடுகின்றன. “யாண்டு எட்டாவது முதல் பிரம்மதேயமாய் இவ்வூர் இறைகட்டின இறையிலி யாண்டு எட்டாவது நாலு கூறிட்ட ஒரு கூறும் இதன் எதிராமாண்டு செம்பாதியும் இதன் எதிராமாண்டு நாலு கூறிட்ட மூன்று கூறும் இதன் எதிராமாண்டு முதல் இவ்வூர் இறைகட்டின. இறை ஆண்டாண்டு தோறும் நின்றிறையாயிருப்பதாகவும் என்று கூறுகின்றன.” பிரம்மதேய நிலமென்பது விலை கொடுக்காமல் தானமாகப் பெற்று அனுபோக உரிமையினையே கொண்டுள்ளது. என்று குறிப்பிடலாம். பிராமணர்களுக்கு வழங்கிய நிலங்கள் கோகொள்ளாததாக (கோமகன் திரும்பப் பெறக்கூடாது) வேண்டும் . 51 ஊர்கள் அடங்கிய திரிபுவனமாதேவி சதுர்வேதி மங்கலத்துடன் உதையமார்த்தாண்ட சதுர்வேதிமங்கலம், வெண்ணிக்கூற்றத்துப் பிரமதேயம் ஸ்ரீபூதியும் வேறு சில பொது இடங்களும் கூடியவை தானமாக வழங்கப்பட்டன. ஒவ்வொரு அந்தணரின் வளநாடு, நாடு , கூற்றம், ஊர், கோத்திரம், சூத்திரம், இயற்பெயர், சிறப்பு தானம் பெற்ற பெயர் ஆகியவற்றை இச்சாசனம் குறிப்பிடுகிறது. இவர்களில் 75 கோத்திரங்களையும் 15

சூத்திரங்களையும் காண்கிறோம். சிவப்பிராமணர் ஒன்பதின்மரும் செப்பேடுகளில் குறிக்கப்பட்டுள்ளனர்(27).

5.3.14 வரி விலக்கு

கிராமத்தில் இருந்த பொதுஇடங்களுக்கும் பொது நிலங்களுக்கும் வரி விலக்கு கொடுக்கப்பட்டிருந்தது. கிராமத்தின் பொது நிலம் ஊர்நத்தம் என அழைக்கப்பட்டது. இந்த ஊர் நத்தத்திற்கு வரி விலக்கு அளிக்கப்பட்டிருந்தது.கோயில்,பறைச்சேரி (பறையர் வாழ்விடங்கள்) கம்மாளச்சேரி (கைவினைஞர்கள் வாழ்விடம்) குளம், கோயில் நிலங்கள், கோயில் பூந்தோட்டங்கள், கதிரடிக்கும் இடம், பொது மேய்ச்சல் இடம், உப்பளம், நதியின் கரையிலிருக்கும்இடம், வெள்ளத்தினால் பாதிக்கப்படுகின்ற நிலம், சுடுகாடு ஆகியவற்றிற்கு வரி விலக்கு கொடுக்கப்பட்டிருந்தது வரிவிலக்கு பெற்றிருந்த நிலங்களைத் தரமிலி நிலங்கள் என்றும் வரி விதிக்கப்பெற்ற நிலங்களைத் தரம் பெற்ற நிலங்கள் என்றும் கல்வெட்டுகள் குறிக்கின்றன.

பொதுவாக மடங்களுக்கும் கோயில்களுக்கும் தானமாகக் கொடுக்கப்பட்ட நிலங்களுக்கும் வரி விலக்கு அளிக்கப்பட்டது. வரி விலக்கு அளிக்கும் அதிகாரம் அரசருக்கும் கிராமச் சபைகளுக்கும் இருந்தது. வரி விலக்கைக் கிராம சபை (ஊர்) கொடுத்திருந்ததால் அதை ஊர்கீழ் இறையிலி என அழைத்தனர். சில சமயங்களில் நாட்டின் சபையாகிய நாட்டாரும் வரி விலக்குக் கொடுப்பர். நாட்டின் சபை கொடுத்த வரிவிலக்கு நாட்டு இறையிலி என அழைக்கப்பட்டது (28). கடலுக்கு அருகில் இருந்த நிலங்கள் கடல் கொந்தளிப்பினால் பாதிக்கப்பட்டு மணற்பாங்காக மாறின. அந்நிலங்களில் களைகள் முளைத்தன. இப்படிப்பட்ட கடலோர நிலங்களுக்கு வரிவிலக்கு கொடுக்கப்பட்டிருந்தது. முதலாம் மாறவர்மன் சுந்தர பாண்டியன் வெளியிட்ட சோழவந்தான் கல்வெட்டு (மதுரை மாவட்டம்) அவ்வரசனது முடிசூட்டு விழாவை முன்னிட்டுச் சில வரிகள் தள்ளுபடி செய்யப்பட்டன எனக் குறிப்பிடுகிறது. சில சமயங்களில் ஒரு பெருந்தொகையை அரசு பெற்றுக் கொண்டு நிலங்களுக்கு வரி விலக்கு அளித்தது. அந்தப் பெருந்தொகைக்குக் கிடைத்த வட்டிப்பணம் வரிக்கு ஈடாகக் கொள்ளப்பட்டது. இப்படிப்பட்ட நிலங்களும் இறையிலி நிலங்கள் என அழைக்கப்பட்டன. சில தனி நபர்கள் நிலங்களை விலைக்கு வாங்கி அவற்றைக் கோயில்களுக்கும், மடங்களுக்கும் தானமாகக் கொடுத்தனர். அந்த நிலங்கள் செலுத்த வேண்டிய வரிக்காக ஒரு பெருந்தொகையை அரசுக்குச் செலுத்தித் தாங்கள் தானம் செய்த நிலங்களை இறையிலி நிலங்களாக ஆக்கிக் கொடுத்தனர். அந்தத் தனியார்கள் நிலத்திற்குக் கொடுத்த விலை கல்வெட்டுகளில் விலை

திரவியம் என்றும், அந்நிலங்களின் வரிக்கு ஈடு செய்யக் கொடுத்த மொத்தத் தொகை இறைத்திரவியம் என்றும் குறிப்பிடப்பட்டுள்ளன. இப்படிக்கொடுக்கப்பட்ட நிலங்களை கல்வெட்டுகள் விலைத் திரவியமும் இறைத்திரவியமும் அறக் கொண்டு என்று இந்தக் கல்வெட்டுச் சொற்றொடர் குறிப்பிடுகின்றது. விலைப்பணமும், வரிப்பணமும் மொத்தமாகப் பெற்ற பணத்தை கிராமச் சபைகள் நிலங்களை வளப்படுத்துதல், நீர்ப்பாசன வசதிகளைப் பெருக்குதல் ஆகிய பணிகளுக்குப் பயன்படுத்தின. இந்த நிலங்கள் தனியார்களால் வாங்கி இறையிலியாகக் கொடுக்கப்பட்டன. இந்த நிலங்கள் வரி நீக்கப்பட்ட நிலங்கள் என்று பெயர் பெற்றிருந்தாலும் இதனால் அரசாங்கத்திற்கு வரி இழப்பு ஏதும் ஏற்படவில்லை. ஏனென்றால் அந்த வரிக்கு ஈடாக ஒரு பெருந்தொகை முன்னமேயே முதலீடு செய்யப்பட்டு விட்டது. அந்த முதலீட்டின் வட்டி வரியாக எடுத்துக் கொள்ளப்பட்டது.

மொத்தத் தொகையைப் பெற்றுக் கொண்டு வரி விலக்கு கொடுத்தமைக்குப் பல எடுத்துக்காட்டுகள் உள்ளன. அவற்றில் சில பின்வருமாறு : நிருபசேகர சதுர் வேதி மங்கலத்தின் சபை 75 கழஞ்சுப் பொன்னை மொத்தமாக அவ்வூர் சிவன் கோயிலிலிருந்து பெற்றுக் கொண்டு அச்சிவன் கோயிலின் சில நிலங்களுக்கு வரி விலக்கு அளித்தது. செயங்கொண்ட சோழச் சதுர்வேதி மங்கலத்தின் சபை சுந்தர பாண்டிய சதுர்வேதி மங்கலத்துப் பிராமணர்களிடமிருந்து ஒரு பெருந்தொகையை இறைத் திரவியமாகப் பெற்றுக் கொண்டு அவர்களது நிலங்கள் சிலவற்றுக்கு வரி விலக்கு கொடுத்தது. இராமநாதபுரம் மாவட்டம், திருப்பத்தூர் வட்டம் இளையாத்தாங்குடிக் கைலாச நாதர் கோயிலில் கிடைக்கும் ஒரு கல்வெட்டும் வரிவிலக்குப் பற்றிச் சொல்கிறது. நெல்வாயில் கிராம சபை, கல்வாயில் நாடாள்வான் என்பவரிடமிருந்து மொத்தத் தொகை பெற்றுக் கொண்டு அவனுக்குச் சொந்தமாகச் சிங்களாந்த நல்லூரில் இருந்த நிலங்கள் சில வற்றிற்கு வரிவிலக்கு அளித்தது(29).

5.3.15 நிலத்தின் தர அடிப்படையில் வரி விதித்தல்

நிலத்தின் வளத்திற்கேற்பத் தரம் பிரித்து வரி விதிக்கப் பெற்றுள்ளது. விளைபொருளில் இன்ன விழுக்காட்டளவு தானியங்கள் அளக்கப் பெறவேண்டுமென்று கூறப்பெற்றுள்ளது. இயற்கைக் கேடு நேருமானால் அப்போதைய விளைச்சலுக்கேற்ப வரிநீக்கம் செய்யப்பெற்றுள்ளது என்பதை, “பெருவெள்ளப் பெருஞ் சாவி போகில் கண்டு கண்காணிக்க வாரம் கொள்ளக் கடவதாகவும் ” “பெருவெள்ளப் பெருஞ்சாவி போகில் பயிர்ப்பாத்து பயிர் பாத்த முதலுக்கு கடமை கொள்ளக்கடவிதாகவும்” என்னும் கல்வெட்டுத்

தொடர்களால் அறியலாம். பல ஆண்டுகள் பயிரிடப்படாமல் கிடந்த நிலங்களைச் சீர் செய்து அவற்றை விளைநிலங்களாக ஆக்குபவர்களுக்கு வரிச்சலுகை கொடுக்கப்பட்டது. இப்படி வரிச்சலுகைகொடுத்ததனால் பலர் தரிசு நிலங்களை விளைநிலங்களாக மாற்றியமைக்க முன் வந்தனர். மதுரை மாவட்டம், திருமங்கலம் வட்டம், ஆணையூர்க கல்வெட்டு இப்படித் தரிசாகக் கிடந்த நிலத்தை விளைநிலங்களாக மாற்றியமைத்தவரிடமிருந்து முதல் ஆண்டு அந்த நிலத்திற்காக 50 விழுக்காடு வரியை மட்டுமே பெற்றுக் கொண்டது என்றும் இரண்டாவது ஆண்டு 75 விழுக்காடு வரி பெற்றுக் கொண்டது என்றும் , மூன்றாவது ஆண்டிலிருந்து முழுமையான வரி வசூலித்தது என்றும் சொல்கின்றது. முதலாம் சடையவர்மன் சுந்தர பாண்டியனின் திருக்களாக்குடி இராமநாதபுரம் மாவட்டம் கல்வெட்டும், தரிசு நிலங்கள் விளைச்சல் நிலங்களாக மாற்றப்பட்ட போது அந்நிலத்திற்கு வரிச்சலுகை கொடுத்ததைக் குறிக்கின்றது. திருக்களாக்குடி சிவன் கோயில் நிருவாகத்தினர் கோயிலுக்குச் சொந்தமாயிருந்த தரிசு நிலங்களைச் சுந்தர பாண்டியன் நரசிங்க தேவன் என்பவருக்குக் குத்தகைக்கு விட்டனர். அச்சமயம் குத்தகைத் தொகையில் சலுகை காட்டப்பட்டது. அக்குத்தகைக்காரர் செலுத்த வேண்டிய மேல் வாரம் முதலாண்டு பத்தில் ஒரு பங்காகவும், இரண்டாம் ஆண்டு ஒன்பதில் ஒரு பங்காகவும், மூன்றாம் ஆண்டு எட்டில் ஒரு பங்காகவும் , நான்காம் ஆண்டு ஏழில் ஒரு பங்காகவும் அதற்குப்பின் வரும் ஆண்டுகளில் மூன்றில் ஒரு பங்காகவும் வசூலிக்கப்பட்டதாக இக்கல்வெட்டில் குறிக்கப்படுகிறது (30).

5.3.16 வரிகளை மறு பரிசீலனை செய்து திருத்தி அமைத்தல்

வரிக்குறைப்பு இரண்டு முறைகளில் நடந்தது.

வரித்தொகை குறைத்தல்.

நிலத்தை அளக்கும் அளவுகோல் பெரிது படுத்துதல்.

இந்த இரண்டு வித வரிச்சலுகைகளையும் பற்றி முதலாம் மாறவர்மன் சுந்தர பாண்டியனின் பெரிச்சி கோயில் இராமநாதபுரம் மாவட்டம் கல்வெட்டுகளில் குறிப்பிடப்பட்டுள்ளன.(31)
அளவுகோலின் நீளம் அதிகப்படுத்தப் பட்டதனால் நிலத்தின் பரப்பளவு அளவில் குறைந்தது. அதனால் அந்நிலம் செலுத்த வேண்டிய வரியும் குறைந்தது. ஒரு மாவிற்கு 18 சாண் சதுரம் என இருந்தது. இதனை முதலாம் மாறவர்மன் சுந்தர பாண்டியன் மா ஒன்றிற்கு 48 சாண் சதுரம் என மாற்றியமைத்தான்.

இதனால் நிலத்தின் அளவு குறைந்தது. நிலவரியும் குறைவாயிற்று. இப்படி அளவுகோலின் நீளத்தை அதிகப்படுத்துவதன் மூலமாகவும் வரிச்சலுகை கொடுக்கப்பட்டது.

5.3.17 வரிவசூலிப்பதில் தாமதம்

பாண்டியப் பெருவேந்தர் காலத்துச் சில கல்வெட்டுகள் வரி வசூலிப்பதில் அரசாங்கம் தகுந்த அக்கறை செலுத்தவில்லை எனக் குறிப்பிடுகின்றன. ஒருங்கிணைந்த தஞ்சாவூர் மாவட்டம் திருப்பாம்புரத்தைச் சார்ந்த ஒரு விவசாயியிடம் அரசாங்கம் 22 ஆண்டுகள் வரி வசூலிக்காமல் இருந்திருக்கிறது. ஒருங்கிணைந்த தென்னார்க்காடு மாவட்டம், இடையாறு என்ற கிராமத்தைச் சார்ந்த இரண்டு விவசாயிகளிடமிருந்து 18 ஆண்டுகள் வரி வசூலிக்கப்படவில்லை என மற்றொரு கல்வெட்டு குறிப்பிடுகிறது. புதுக்கோட்டை மாவட்டம், வல்லநாடு என்ற கிராமத்து மக்களிடமிருந்து 9 ஆண்டுகள் வரி வசூலிக்கப்பட வில்லை. இதனால் இவ்வரிப்பாக்கி 11000 காசாக உயர்ந்து விட்டது. வெகுகாலம் வரி வசூலிக்காததனால் வரி நிலுவை மிகப் பெரிய தொகையாக ஆகிவிட்டது. அப்பெருந்தொகையை அரசாங்கம் செலுத்தும்படி கேட்டபோது அவ்விவசாயிகளினால் கொடுக்க இயலவில்லை. ஆகவே தான் அவர்கள் தங்கள் கிராமங்களை விட்டு ஓடிப்போய்விட்டனர். இதன் பின் இவர்களின் நிலங்கள் ஏலத்தில் விற்கப்பட்டன. இதன் மூலம் கிடைத்த பணத்தை வரி நிலுவைக்காக அரசாங்கம் வைத்துக் கொண்டது. மேற்கண்ட கல்வெட்டுச் செய்திகளிலிருந்து அரசாங்கம் ஆண்டுதோறும் நிலவரி வசூலிக்காமல் மெத்தனமாக இருந்தது என்பது தெளிவாகிறது.

நிலவரி செலுத்த முடியாமல் விவசாயிகள் பலர் தங்களது நிலங்களை விட்டு ஓடி விட்டதாகப் பல கல்வெட்டுகள் குறிப்பிடுகின்றன. இதிலிருந்து அரசு அதிகாரிகள் வரி வசூலிப்பதில் கடுமையாக நடந்து கொண்டார்கள் என்பதும் உறுதியாகிறது(32).

வரி பாக்கிக்காக நிலங்கள் பறிமுதல் செய்யப்பட்டுப் பலரும் அறிய ஏலத்தில் விட்டு விற்பனை செய்யப்பட்டன. அவ்வாறு கிடைத்த பணத்திற்கு அரசரின் பெயர் இடப்பட்டது. அரிஞ்சிகை சதுர்வேதி மங்கலத்தில் நாராயண கிராம வித்தன் என்பவனின் மூன்று மக்கள் வரிகட்டாமல் 15 ஆண்டுகளாக ஊரை விட்டு வெளியூர் போயிருந்ததால் அவ்வூர்ச் சபை "இராஜேந்திரப் பெருவிலைக்கு " அந்நிலங்களை விற்று சேர வேண்டிய வரிப்பணத்தை எடுத்துக் கொண்டதாக கே. ஏ. நீலகண்ட சாஸ்திரி அவர்கள் தமது சோழர்கள் என்ற நூலில் குறிப்பிட்டுள்ளார்.

5.3.18 நில அளவைகளும் வரி முறைகளும்

பல்லவர் காலத்தில் நிலம் துல்லியமாக அளவு செய்யப்பட்டு தரம் பிரிக்கப்பட்டது. உழவு, பட்டிகை என்ற பெயர்களால் உழுது பயிரிடும் நிலம் அறியப்பட்டது. சொந்தமாகத் தாமே பயிரிடப்படும் நிலம்

படாகம் அல்லது பாயல் நிலம் எனப்பட்டது. பெருநிலக்கிழார்கள் தம் நிலத்தை வாரத்திற்குப் பயிரிடவிட்டனர். விளைச்சலில் பாதி பயிரிடுவோருக்கும், பாதி நிலச் சொந்தக்காரருக்கும் சேரும் அரசாங்கத்திற்கெனத் தனிப்பட்ட முறையில் ஒதுக்கப்பட்ட நிலம் அடைநிலம் எனப்பட்டது. அடைநிலத்தைப் பயிரிடுவோர் வரிக்கு ஈடாக விளைச்சலில் பாதியை அரசுக்குக் கொடுக்க வேண்டும்(33). ஒரு நிலம் சொந்த நிலமாயினும் , அடைநில மாயினும் , வாரத்திற்குப் பயிரிடும் நிலமாயினும் தேவதான பிரமதேய நிலமாயினும் அதன் பரப்பளவும், எல்லைகளும் தரமும் துல்லியமாகக் குறிக்கப்பட்டு ஆவணங்களில் பதியப்பட்டன. ஒவ்வொரு நிலத்தைச் சுற்றிலும் கள்ளிச் செடியும், கல்லும் வேலியாக நடப்பட்டன. இதன் பிறகு தான் அதற்கான வரி விதிக்கப்பட்டது(34). பாண்டியர் காலத்தில் நிலம் அளக்கப்பட்டுத் தரம் பிரிக்கப்பட்டது. அதன் பரப்பு உரிமையாளர் தரம் முதலியன அடங்கிய குறிப்பேட்டைச் 'சுத்த புத்தகம்' என்றனர். பல தரப்பட்ட அளவுகோல்களின் பெயர்களும் அறியப்படுகின்றன. நிலத்தின் தரத்திற்கேற்பவே வரி விதிக்கப்பட்டது(35) முதலாம் இராசராசனும் முதலாம் குலோத்துங்கனும் நிலங்களை அளக்கும் போது பிரித்தனர். அவ்வாறு ஏந்துகளும் கணக்கில் எடுத்துக் கொள்ளப்பட்டன. தரத்தின் அடிப்படையில் தான் வரி விதிக்கப்பட்டன. விளைச்சல் இல்லாத போதும் பஞ்ச காலத்திலும் வரி தள்ளுபடி செய்யப்பட்டது(36).

5.4 நீர்வரி

பாண்டியப்பேரரசு காலத்தில் நீர்ப்பாசனத்திற்கு மிகுந்த முக்கியத்துவம் கொடுத்திருந்தனர். என்பது பல கல்வெட்டுகளிலிருந்து தெரியவருகிறது. நீர்ப்பாசன வசதிகளை ஏற்படுத்திக் கொடுப்பது அரசாங்கத்தின் ஒரு முக்கியக் கடமையாகக் கருதப்பட்டது.

நீர்ப்பாசன வசதி செய்து கொடுப்பதை ஒரு தருமம் எனக் கருதியதனால் தனியார்கள் குளங்களை வெட்டினர். அவற்றின் பராமரிப்பிற்கும் ஏற்பாடு செய்தனர் என்றும் வரலாற்று நூல்களின் மூலம் அறிந்து கொள்ள முடிகின்றது.

5.4.1 நீர்நிலைகளின் வகைகள்

கிணறு, கால்வாய், குளம், ஆகியவை நீர்ப்பாசனத்திற்குப் பயன்பட்டன. நீர்ப்பாசனத்திற்கு குளம் பயன்பட்டது பற்றி பல கல்வெட்டுக் குறிப்புகள் காணப்படுகின்றன.

கால்வாய்ப்பாசனம் ஆறுகளை ஒட்டிய பகுதிகளில் நடந்தது.

5.4.2 நீர்நிலைகள் பராமரிப்பு

குளத்தின் பராமரிப்பிற்காகத் தானமாகக் கொடுக்கப்பட்ட நிலம் திருவோடைப்புறம் அல்லது குளப்பட்டி என அழைக்கப்பட்டது முதலாம் சடையவர்மன் குலசேகரனனின் திருநெல்வேலி நெல்லையப்பர் கோயில் கல்வெட்டு திருவோடைப் புறமாக 1—1/2 வேலி நிலம் அளிக்கப்பட்ட தென்றும் அந்த நிலத்தை அக்குளத்தைப் பராமரிப்பவர்கள் தங்களுக்குள் பகிர்ந்து கொண்டனர் என்றும் குறிப்பிடுகிறது. முதலாம் சடையவர்மன் சுந்தர பாண்டியனின் கொற்றைக் குறிப்பிடுகிறது. முதலாம் சடையவர்மன் சுந்தர பாண்டியனின் கொற்றை, குறிச்சி, பூத்தாம்பூர் ஆகிய மூன்று ஊர்களைச் சார்ந்த கிராம சபைகள் குளப்பட்டியாக நிலம் அளித்த செய்தியைக் குறிப்பிடுகிறது. கொடுக்கப்பட்ட நிலம் வரிவிலக்கு பெற்றிருந்தது. அந்த நிருவாகத்தினை ஏரி வாரியம் கவனித்துக் கொண்டது(37) .

5.4.3 நீர்ப்பாசனம்

நீர்ப்பாசனத்திற்கும் தனியாக வரி வசூலிக்கப்பட்டது. உழவு வளத்தைப் பெருக்கும் நோக்குடன் பல்லவர்கள் பல ஏரிகளை வெட்டினர். அவற்றுள் உத்திரமேரூர் ஏரி, காவிரிப்பாக்கம் ஏரி, தென்னேரி, மகேந்திரவாடி ஏரி, மாமண்டூர் ஏரி, வாலி ஏரி, வெள்ளேரி ஆகியன குறிப்பிடத்தக்கவை. ஏரிகளைப் பழுது பார்க்க வேண்டிய செலவிற்கு ஏரிப்பட்டி என்ற இறையிலி நிலங்கள் தனியாக விடப்பட்டிருந்தது (38). சோழர்கள் நீர்ப்பாசனத்திற்கென வெட்டிய ஏரிகளுள் வீர நாரண ஏரி சோழ வாரிதி, கண்டராதித்தப்பேரேரி, மதுராந்தகப் பேரேரி ஆகியன குறிப்பிடத்தக்கவை (39). பாலாறு காவிரி முதலிய ஆறுகளிலிருந்து கால்வாய்கள் வெட்டப்பட்டிருந்தன. ஆற்றுப்பாய்ச்சல் இல்லாத இடங்களில் பெரிய ஏரிகள் அமைக்கப்பட்டிருந்தன. அவற்றிலிருந்து நீரை வயல்களுக்குக் கொண்டு செல்ல கால்வாய்கள் இருந்தன.

பயிர்த் தொழிலுக்கான நீர் ஏந்துகள் அரசால் செய்யப்பட்டிருந்தன. அந்நீர் ஏந்துகள் ஓர் குறிப்பிட்ட அளவு நீரினைப் பாசனத்திற்கு வழங்கிற்று. மேலும் நீர் பெற விரும்பியவர்கள் நேர்வயம் என்ற வரி செலுத்தி நீரைப் பெற்றனர். ஏற்றம் இறைத்து நீர் பெறுவதற்கு ஏற்றக்காணம் என்னும் வரியினை செலுத்தினர். கிணறு தோண்ட விரும்புவோர்கள் உல்லியக்கூலி என்னும் தொகையினைச் செலுத்திய பின்னர் அவர்கள் அனுமதி பெற்றனர்(40).

மூன்றாங்குலோத்துங்க சோழனது 31 —ஆம் ஆட்சியாண்டாகிய கி.பி. 1209 — இல் தஞ்சாவூர் ஜில்லா திருப்பாம்புரத்தில் வரையப் பெற்றுள்ள கல்வெட்டொன்றின் மூலம் அந்நாளில் காவேரிக் கரை

விநியோகம் என்ற வரியொன்று மக்களிடம் வாங்கப் பெற்றது என்று தெரிகின்றது. இது காவேரியாறும் அதன் கிளைகளும் பெரு வெள்ளங்களில் கரைகளை உடைத்து ஊர்களை அழிக்காதவாறு இருமருங்கும் மிக்க வலிமையான கரைகள் அமைக்கும் பொருட்டு அவ்வாற்றங்கரையைச் சார்ந்த ஊர்களில் வாழ்ந்த மக்களிடம் அவ்வூர்ச் சபையாரால் வாங்கப்பெற்று வந்த ஒரு தனி வரியாகும். என்று டி. வி. சதாசிவ பண்டாரத்தார் தமது பிற்காலச் சோழர் சரித்திரம் என்ற நூலில் குறிப்பிட்டுள்ளார்.

சோழர் காலத்தில் புதிய கால்வாய்கள் வெட்டி அவற்றின் மூலம் நீர்பாய்ச்சி முப்போகமும் பயிரிட்டால் வரி செலுத்த வேண்டும். குறைந்த போகம் பயிரிட்டால் வரி விகிதமும் குறையும். இது அவ்வப்போது விதிக்கப்படும் வரி ஆகும் (41). நீர்வரி விளைநிலங்களுக்கு நீர்நிலை களினின்று நீரைப் பாய்ச்சிக் கொள்வதற்குச் செலுத்தும் வரி , அது ஏரி குளப் பாய்ச்சலுக்குரிய தாயின் நிலை நீர்ப்பாட்டம் என்றும்,ஆற்றுப்பாய்ச்சலுக்குரிய தாயின் ஒழுகு நீர்ப்பாட்டம் என்றும் பெயர் பெறும். நன்னீர், புன்னீர் எனவும் வேறுபாடுண்டு (42). நீர் நிலைகளைப் பராமரிப்பதற்குத் தேவையான பணத்தைப் பலர் கொடுத்தனர். திருநெல்வேலி மாவட்டம் சுத்தமல்லியில் காணப்படும் முதலாம் சடையவர்மன் குலசேகரனின் கல்வெட்டு இப்பாண்டிய அரசர் 100 திரமம் பணத்தை ஒரு பிராமணருக்குக் கொடுத்துக் குலசேகரப் பேரேரியை ஆழப்படுத்தச் செய்தார் எனச் சொல்கிறது. முதலாம் மாறவர்மன் குலசேகரன் வெளியிட்ட ஒரு கல்வெட்டு பல ஊர்களைச் சேர்ந்த நகரத்தார்கள் ஒவ்வொரு மாதமும் ஒரு குறிப்பிட்ட தொகையைத் தங்களுக்குள் வசூலித்து அந்தப் பணத்தைக் கீரமங்கலம் சிவன் கோயிலுக்குக் கொடுத்து நானாதேசம் என்ற குளத்தைப் பராமரிக்கச் சொன்னார்கள் எனக் குறிப்பிடுகிறது (43). குளங்களில் மீன் பிடிக்கும் உரிமையை ஆண்டுதோறும் ஏலத்தில் விட்டனர். அப்படிப்பெற்ற பாசிப்பட்டம் முழுவதையுமோ அதன் ஒரு பகுதியையோ அக்குளத்தின் பராமரிப்பிற்குப் பயன்படுத்தினர். இராமநாதபுரம் மாவட்டம் குள்ளபுரம் குளப் பராமரிப்பிற்கு அக்குளத்திலிருந்து பெற்ற பாசிப்பட்டம் முழுவதும் பயன்படுத்தப்பட்டது. புதுக்கோட்டை மாவட்டம் நார்த்தாமலையின் குளத்தை ஆழப்படுத்துவதற்கு அக்குளத்திலிருந்து பெற்ற பாசிப்பட்டத்தில் பாதிப் பணம் செலவு செய்யப்பட்டது. புதுக்கோட்டை மாவட்டம் நெடுங்குடியிலிருந்த அழிசிக்குடிக் குளத்திலிருந்து பெறப்பட்ட பாசிப்பட்டத்தில் ஐந்தில் ஒரு பகுதி அக்குளத்தின் வண்டல் மண்ணை அகற்றி அதனை ஆழப்படுத்தப் பயன்படுத்தப்பட்டது(44) நீர்ப்பாசன நிலைகளைப் பராமரிப்பதற்காக நில உரிமையாளர்களிடமிருந்து நீரணி நீர்விலை ஆகிய வரிகளை அரசாங்கம் வசூலித்தது. மேலும்

நீர்க்கூலி என்ற பெயரிலும் தண்ணீர் வரி பெறப்பட்டுள்ளது. குளம் முதலிய நீர்நிலைகளை வெட்டுவோர் அவற்றின் ஆய்க்கட்டில் பத்தில் ஒரு பங்கை அனுபவிப்பதற்கு வழங்குவது தசபந்தம் என்னும் வரியாகும்(45).

5.5 தொழில் வரி

மக்கள் தாங்கள் வாழும் இடத்திற்கேற்பவும் வாழ்க்கைச் சூழலுக்கேற்பவும் குறிப்பிட்ட ஒரு தொழிலில் ஈடுபட்டிருந்தனர். சங்க காலத் தமிழகம் ஐவகை நிலங்களாகப் பகுக்கப்பட்டிருந்தது. அவற்றுள் குறிஞ்சி நில மக்கள் வேட்டையாடுதலைத் தொழிலாகக் கொண்டிருந்தனர். அம்பும் வில்லும் அவர்தம் தொழில் கருவிகளாக விளங்கின. வேட்டையாடுவதில் கிடைத்த இறைச்சியைப் பண்டமாற்றாக விற்பது வழக்கில் இருந்தது. மலைப்பகுதியில் விளையும் தினைப்புனக்காவல் புரிவது குறிஞ்சி நில மகளிரின் பணியாக இருந்தது.

முல்லைநில மக்கள் ஆநிரைகளை மேய்த்து வாழ்ந்தனர். மழைக் காலங்களில் ஆநிரைகள் பாதுகாப்பான இடத்திற்கு ஓட்டிச் செல்லப் பட்டன. ஆயர்குலப் பெண்கள் தயிரைக் கடைந்து வெண்ணெய் எடுத்த மோரைக் காலையில் விற்பது வழக்கமாக இருந்தது.

மருத நில மக்கள் உழவுத் தொழில் புரிந்து வாழ்ந்தனர். உழவர்களின் கலப்பைகள் மரத்தால் செய்யப்பட்டு இரும்புக் கொழு பொருத்தப் பட்டிருந்தன. செல்வ வளத்தில் உழவரும் வாணிகரும் மேலான நிலையில் இருந்ததாக மதுரைக்காஞ்சி(120—122)குறிப்பிடுகிறது.

நெய்தல் நிலமக்கள் மீன்பிடித்தல், உப்பு விளைவித்தல் ஆகிய தொழில்கள் புரிந்து வாழ்ந்தனர். கழுதைகளிலும் வண்டிகளிலும் உப்பு ஏற்றப்பட்டு அடுத்த ஊர்களுக்கு விற்கக் கொண்டு செல்லப்பட்டது.

5.5.1 பிற தொழில்கள்

கால்நடைகளாற் பிழைப்பவர், புரோகிதர், வேட்கோவர், பலவகைக் கொல்லர், வண்ணார், ஆடைவிற்போர், ஓடக்காரர், தரகர் , செக்கர், ஆடை நெய்பவர், நூல்நூற்பவர், வலைஞர், பனஞ் சாறு எடுப்பவர், நெய்விற்போர் முதலிய பல தொழிலாளரும் அரசாங்கத்திற்குக் குறிப்பிட்ட வரி செலுத்தி வந்தனர்.

இவர்களைத் தவிர நெசவு, தச்சர், கொற்கொல்லர், வீடுகட்டுவோர், இரும்பு வேலைகள், கப்பல், படகு கட்டுதல், போன்றோரும் சமுதாயத்தில் சிறந்து விளங்கினர்.என்று வரலாற்று நூல்களின் மூலம் நன்கு அறியலாம். முத்துக்குளித்தல் , சங்கறுத்து வளையல் செய்தல், உப்புவிளைவித்தல், நூல் நூற்றல், ஆடை நெய்தல் ஆகிய தொழில்கள்

பாண்டி நாட்டில் நடைபெற்று வந்தன. மதுரை மாநகரில் நுண்ணிய பருத்தி நூலினாலும் , மயிரினாலும் பட்டு நூலினாலும் அந்நாளில் ஆடைகள் நெய்யப்பட்டு வந்தன என்பதற்கு

நூலினும், மயிரினும், நுழைநூல் பட்டினும்

பாவகை தெரியாப் பலநூறு அடுக்கத்து,

நறுமடி செறிந்த அறுவை வீதியும்*(46)*. என்ற வரிகள் சான்று பகர்கின்றன.

5.5.2 தொழில் வரிகள்

நிலவரி ஒரு முதன்மை வருவாய் ஊற்றாகப் பயன்பட்டாலும் அரசுக்குப் பல்வேறு வரிகளாலும் வருவாய் கிடைத்தது. நிலவரியைப் பேரிறை என்ற போது மற்ற சிறிய வருவாய் தரும் வரிகளைச் சில்லறை, சிற்றாயம் என்றெல்லாம் அழைத்தனர். அவற்றுள் தறியிறை, செக்கிறை,மனைக்கிறை, அங்காடிப் பாட்டம், தட்டார்ப்பாட்டம் முதலியன குறிப்பிடத்தக்கன *(47)*. கள்ளிறக்குவோர் ஈழப்பூட்சி,இடையர்கள் இடைப்பூட்சி, புரோகிதர்கள் பிராமண இராசகாணம், குயவரின் குசக்காணம், பொற்கொல்லர்களின் தட்டுக்காணம், ஊர்த்தலைவரின் விஷக்காணம், வண்ணாரின் பாறைக்காணம், பாசறை அமைப்போரின் புட்டக விலை, பரிசில் நடத்துவோரின் பரிசிலைக்காணம், தரகரின் தரகு, எண்ணெய் செட்டியாரின் செக்கு, நெசவாளரின் தறி, நூற்போரின் பாடாம் கழி, நெல்விற்போரின் வட்டி நாழி, மீனவரின் பட்டினச்சேரி, கள்ளிறக்குவோரின் பத்தூர்ச்சாற்று, கோவில் பணியாளரின் உழவாரம் பள்ளி வாங்கு, சிற்றூராரின் நாட்டுவகை, நெய்விற்போரின் நெய்விலை, கருவிகள் வைத்திருந்தோரின் கத்திக்காணம், பறை அறையப் பட்டோரின் நெடும்பறை முதலியன குறிப்பிடத்தக்க தொழில் வரிகளாகும்(48) தொழில் செய்வோர் அதற்காக வரி செலுத்தினார்கள். கழைக்கூத்தாடி என்பது மூங்கில் கழியின் மேல் நின்று ஆடும் கூத்துக்காகச் செலுத்தும் வரியாகும். இதைப் போலவே தோல் பதனிடுவோர், கடை வைத்திருப்போர், கிணறு வெட்டுவோர், உலோக வேலைகளைச் செய்வோர் முதலிய தொழிலாளிகளும் தொழில் வரி செலுத்தினார்கள். வேடங்கள் தரித்துக் கூத்தாடுவோர் முகதரகர் என்னும் பெயரில் வரி செலுத்தியுள்ளனர்(49)பாண்டியப் பெருவேந்தர் காலத்தில் தொழில் வரி விகிதம் தொழிலுக்குத் தொழில் வேறுபட்டு இருந்தது. தொழில் செய்யப்பயன்படுத்திய பொருள்கள் மீது தொழில் வரி விதிக்கப்பட்டது. பறை, முகம் பார்க்கும் கண்ணாடி ஆகியவற்றின் மீது வரி விதிக்கப்பட்டிருந்தது. நடன மாதர்களிடமிருந்து கண்ணாடி வரி வசூலிக்கப்பட்டது. இவ்வரிகள் பெரும்பாலும் ஆண்டுக்கு ஒரு முறையே வசூலிக்கப்பட்டன.

சிலவகைத் தொழில் புரிந்தவர்களுக்கு வரிச்சலுகை காட்டப் பட்டிருந்தது. முதலாம் மாறவர்மன் சுந்தர் பாண்டியன், எண்ணெய் வியாபாரிகளுக்கு வரிச் சலுகை கொடுத்தான் என ஒரு கல்வெட்டு குறிப்பிடுகிறது(50).

5.5.3 தறிக்கூறை

நெசவுத் தொழில் ஒரு முக்கிய தொழிலாக இருந்து வந்தது. கூறை என்பது நெய்யப்பட்ட துணியாகும். தறிக்கூறை என்பது ஒவ்வொரு தறிக்கும் ஒரு குறிப்பிட்ட அளவுள்ள துணியை அரசினர் பெற்ற வரியாகும். வேலூர்ப்பாளையம் செப்பேட்டில் தறிக்கூறை என்றும் தண்டந்தோட்டம் செப்பேட்டில் தறியென்றும் குறிப்பு உள்ளது(51).

5.5.4 பட்டினச்சேரி

மீன் பிடிக்கும் தொழிலுக்கு வரி விதிக்கப்பட்டது. மீன் பிடிப்போர் பட்டினச்சேரி என்னும் வரியினைச் செலுத்தினர். இது வேலூர்ப் பாளையம் செப்பேட்டில் கூறப்பட்டுள்ளது(52).

5.5.5 ஈழப்பூட்சி

பிற்காலப் பல்லவர் செப்பேடுகளில் ஈழப்பூட்சி காணப்படுகின்றன. ஈழம் என்பது ஈழவர் குலத்தினையும் பூட்சி என்பது வரியினையும் குறிப்பதாக அமைந்துள்ளது. கள் இறக்குவோரான ஈழவர்கள் கள் இறக்குவதற்காக அரசினருக்குச் செலுத்திய வரியே ஈழப்பூட்சியாகும் (53). ஏணியின் உதவியால் மரமேறிய ஈழவர்கள் செலுத்திய வரி ஏணிக்காணம் எனப்பெற்றது.

5.5.6 இடைப்பூட்சி

ஈழப்பூட்சி என்ற சொல் வரும் இடங்களில் எல்லம் இடைப்பூட்சியும் சுட்டப்பட்டுள்ளது. இது கால்நடை வளர்ப்போரிடம் இருந்து அரசினர் பெற்ற வரியாகும். எனவே, பால் மற்றும் பால்பொருள்களின் உற்பத்திக்கேற்ப இடைப்பூட்சி தண்டல் செய்யப்பட்டதெனலாம். சோழர் கல்வெட்டுகளில் இது இடைப்பாட்டம் எனக் குறிக்கப்பட்டுள்ளது (54).

5.5.7 குசக்காணம்

இதனை குயவன் + காணம் என்று பகுத்துக் குயவர்களிடம் இருந்து பெறப்பட்ட தெனக் கொள்ளலாம். இதனைத் திரிகைக்கும், தொழிலுக்கும் செலுத்திய வரியாகக் கொள்ளலாம். அவர்களின் வருவாயில் வரியானது ஒரு பகுதியாக அமைந்திருந்ததெனக் கல்வெட்டுத் தொகுதி கூறுகின்றது (55).

5.5.8 தட்டுக்காயம்

தண்டந்தோட்டம் செப்பேட்டில் தட்டுக்காயம் என்றும் வேலூர் பாளையச் செப்பேட்டில் தட்டுக்கயம் என்றும் குறிப்பிடப் பட்டுள்ளன. தட்டுக்காயம் என்ற சொல்லே பொருத்தமாக உள்ளது. இது தட்டார் பாட்டம் என்ற சொல்லோடு ஒப்புமை உடையதாக உள்ளது. எஸ்.கே.அய்யங்கார் தட்டுக்கு ஆயம் எனப் பிரித்து கொல்லர்கள் பயன்படுத்தும் சுத்தியலுக்கு வரி விதிக்கப்பட்டதே தட்டுக்காயம் என்று கூறுகின்றார். பல்லவர் செப்பேடுகளில் தட்டன் பாட்டன் என்ற வரி காணப்படாமையால் தட்டுக்காயம் என்பதனைத் தட்டார் பாட்டம் என்று கொள்ளலாம்*(56)*.

5.5.9 பாறைக்காணம்

இச்சொல் பாறை மீது விதிக்கப்பட்ட வரியைக் குறிக்கின்றதெனக் கிருட்டிண சாத்திரி கூறுகின்றார். எனவே பாறைக்காணம் என்பது துணி வெளுப்போர் பயன்படுத்தப்பட்ட பாறைக்கும் அவர்கள் உபயோகித்த நீருக்கும் கொடுக்கப்பட்ட தொகையாகும். சோழர்காலக் கல்வெட்டுகளில் காணப்பெறும் வண்ணார் பாறை என்ற வரியினைத் துணி வெளுப்போர் பயன்படுத்தும் பாறைக்கு விதிக்கப்பட்டதெனக் கே.வி.எஸ். அய்யர் கூறுகின்றார் *(57)*.

5.5.10 புட்டக விலை

புட்டக விலை என்பதனைத் துணி விலை என்று ஹூல்சு குறிப்பிட்டுள்ளார். கே.வி.எஸ். அய்யர் என்பார் இதனைத் துணிகள் விற்போர் மேல் செலுத்தப்பட்ட வரி என்று கூறுகின்றார்.மேற்கூறப்பட்டுள்ள விளக்கங்கள் யாவும் புட்டகம் என்ற சொல்லைத் துணி என்ற பொருள் கொண்டதனால் ஏற்பட்டுள்ளது. எனவே புட்டகம் என்பது தற்காலிகமாகக் கூடாரம் அமைப்போரிடம் பெறப்பட்ட தொகை என்பதே பொருத்தமாக உள்ளது *(58)*.

5.5.11 பட்டிகைக் காணம்

பட்டிகை என்பது தோணி என்ற பொருளில் உள்ளதால் பட்டிகைக்காணம் என்பது படகுக்காரர்களிடம் அரசினர் பெற்ற வரித் தொகை எனலாம். சோழர்கள் காலத்தில் ஓடக்கூலி தண்டப்பட்டதால் பட்டிகைக்காணம் என்பது ஓடக்காரர்களிடம் பெறப்பட்ட வரித்தொகை என்பதை அறியலாம் *(59)*.

5.5.12 செக்கு

இது எண்ணெய் எடுப்போரிடம் பெறப்பட்ட வரியாகும். செக்கு என்பதனை அனைத்துச் செப்பேடுகளிலும் காணலாம். பிரம்மதேயமல்லாத இடங்களில் எண்ணெய் எடுப்போர் அரசினருக்கு

வரியாகக் குறிப்பிட்ட அளவு எண்ணெய்ச் செலுத்தினர். அதனையே செக்கு என்ற வரியென மீனாட்சி கூறுகின்றார் *(60).*

5.5.13 தரகு

இதனைத் தரகர் கூலியென்ற சொல்லால் அறியலாம். கிருட்டிண சாத்திரி தரகர் வரியென்று விளக்குகின்றார். எனவே தரகு என்ற வரியானது தரகர்கள் மீது விதிக்கப்பட்டது என்றே கொள்ளுதல் பொருத்தமாக உள்ளது*(61).* தானியங்களின் தரம் காண்பாரும் தானியத் தரகரும் செலுத்திய வரி எடுத்துக்காட்டுப் பச்சை என்பதாகும்.

5.5.14 பாடாம் கழி

பாடாம் என்பது துணியாகும். கழி என்பது நூற்கண்டாகும். துணி நெய்வதற்கான நூல் நூற்போரிடம் வரி பெறப்பட்டது. அதுவே பாடாம் கழி எனப்பட்டது*(62).*

5.5.15 கத்திக்காணம்

கூரம் செப்பேட்டில் கத்திக்காணம் என்பது குறிக்கப்பட்டுள்ளது. இதனைக் கத்தி என்றும் காணம் என்றும் இரண்டாகப் பிரிக்கலாம். இது கத்தி போன்ற தற்காப்புக் கருவிகளுக்கு விதிக்கப்பட்ட வரியெனக் கூறுகின்றது. தற்காப்புக் கருவிகளைப் பயன்படுத்துவோர் கத்திக்காணம் என்றதொரு வரியினை அரசுக்குச் செலுத்திக் கருவிகள் வைத்திருக்கும் உரிமைகள் பெற்றனர் என்பதனை அறியலாம். இந்நாளில் கைத்துப்பாக்கிகள் போன்ற தற்காப்புக் கருவிகள் உரிமங்கள் வழங்கி அளித்தல் போன்று அந்நாளில் நிகழ்ந்திருக்க வாய்ப்புண்டு. கத்தியைத் தொழில் கருவியாகப் பயன்படுத்தும் நாவிதர் முதலானோரிடம் பெறப்பட்ட வரித் தொகையாகவும் கொள்ளலாம். இருப்பினும் கத்திகள் தயாரிப்போரிடம் இருந்து பெறப்பட்ட வரித் தொகையே பொருத்தமாக உள்ளதென மீனாட்சி அம்மையார் கூறுகின்றார். எனவே இது கொல்லர் மீது விதிக்கப்பட்ட வரியாகும்*(63)* .

5.5.16 நெடும்பறை

பெரிய பறையினை அடிப்போருக்கு விதிக்கப்பட்ட வரியாகும். எனவே

ஊர்களில் வாழும் பறையடிப்போரால் செலுத்தப்பட்ட வரித் தொகையே நெடும்பறை என்பதாகும்*(64)*

5.5.17 நெய்விலை

இதனை நெய்யின் விலையென்ற பொருளிலேயே ஹூல்சு கொள்கின்றார். இதனை கே.வி.எஸ். அய்யர் என்பார் நெய் விற்போர்

அளிக்கும் வரித் தொகையென்று கூறுகின்றார். இதனால் நெய் விற்போர் அரசினருக்குச் செலுத்திய வரித் தொகையே நெய் விலை என்றும் அது நெய்விலையில் ஒரு பகுதியாகவும் இருந்திருக்கின்றது என்பதை இதன் மூலம் அறிந்து கொள்ள முடிகின்றது(65).

5.5.18 சலாபத் தேவை

முத்துக் குளித்தோரிடம் பெறப்பெற்ற வரி சலாபத் தேவை எனப்பட்டது. பாண்டிய நாட்டில் ஏராளமான முத்துக்கள் எடுப்பதை நேரில் கண்ட மார்க்கோபோலோ, அரசனுக்குக் கிடைத்த வருமானத்தில் முத்துக்களின் சலாபத்தால் கிடைத்த வருமானம் குறிப்பிடத்தக்க அளவு அதிகமானது என்று குறிப்பிடுவதோடு, கடலிலிருந்து எடுத்த முத்துக்களில் பாதிப்பங்கு அரசிற்குச் சொந்தமானது என்றும், அரை 'அவுன்சு' எடைக்கு மேற்பட்ட முத்துக்கள் நாட்டை விட்டு வெளியே போவதில்லை என்றும், பெரிய முத்துக்களையும் மணிகளையும் அரசனே சேமித்து வைத்துக் கொள்வான் என்றும், அத்தகைய பெரிய முத்துக்கள் மக்களிடமிருந்தாலும் இரட்டை மடங்கு விலை கொடுத்து அரசனே வாங்கிக் கொள்வான் என்றும், அவ்வாறு அவனுடைய கருவூலத்தில் சேர்ந்துள்ள முத்தின் அளவும் மதிப்பும் அளவிற்கரியது என்றும் கூறுகிறார். மேலும் முத்துக்குளிக்கும் முறை, முத்துக்களின் வகைகள், இதில் அரசனுடைய அலுவலர், வணிகர், முத்துக் குளிப்போர் முதலியோருடைய பணிகளையும், பண்புகளையும் மார்க்கோபோலோ விவரித்துள்ளார் (66).

5.6 வணிக வரி

எந்த ஒரு நாட்டின் அரசாட்சியும் போதிய வருமான வழிகளைக் கொண்டிருக்காமல் நடத்த முடியாது. நாட்டின் நிர்வாகம் சிறப்பாக இருக்க வேண்டுமானால் அதற்குண்டான போதிய வருமானம் இருக்கவேண்டும். எனவே மக்களுக்குப் பொருள்வளம் பெருகிடச் செய்யும் செயற்பாடுகளை அரசு திட்டமிட்டுக் கண்டறிதல் வேண்டும்.

நிலவரி, தொழில் வரியைத் தொடர்ந்து அரசுக்கு அதிக அளவில் பொருள் ஈட்டித்தந்தது வணிக வரியாகும். அத்தகு வணிகவரியானது உல்கு என்ற பெயரில் இலக்கியங்களில் பதிவு செய்யப்பட்டுள்ளது. சுங்க வரியாகிய உல்கு ஏற்றுமதி இறக்குமதி பொருட்களுக்காகப் பெறப்பட்டது. அத்தகு சுங்க வரிகள் படிப்படியே பல வகைகளாலும் பெருகியுள்ளன. வெளிநாட்டில் பொருளீட்டி தன் நாடு திரும்பும் மக்களிடம் அவர்கள் கொணரும் பொருள்களின் மதிப்பிற்கேற்ப சுங்க வரி வசூலித்து வருவதும், உள்நாட்டு வாணிபத்தைப் பொறுத்து வணிகவரி (commercial tax) விற்பனை வரி (sales tax) முதலிய பெயர்களில்

வரி வசூலிப்பதும், சுங்கச் சாவடிகள் அமைத்து வாகனங்கள் முதலியவற்றிற்கும் வரி வசூலிப்பதும் பெருகியுள்ளன.

பல வணிக நடவடிக்கைகள் வரிவிதிப்புக்குட்பட்டன. பெருவழிகளில் எடுத்துச் செல்லப்படும் பொருள்கள் மீது சுங்கம், சாரியை போன்ற வரிகள் விதிக்கப்பட்டன. தரகு எனப்படும் வரி, வெளியூர்களிலிருந்து விற்பனைக்குக் கொண்டு வரப்படும் சரக்குகள் மீது விதிக்கப்பட்டது. துறைமுகப்பட்டினத்தில் ஏற்றுமதி இறக்குமதி செய்யப்படும் சரக்குகள் மீது சுங்கமேராம் என்ற வரி விதிக்கப்பட்டது. வணிகர்கள் மீதும் பல வரிகள் விதிக்கப்பட்டன. வணிகர் பேர்க்கடமை என்ற வரி வணிகர்கள் மீது விதிக்கப்பட்டது. எண்ணெய் வாணியர், வாணியர் பேர்க்கடமையையும், செட்டி வணிகர்கள் செட்டிறையையும், வரிகளாகச் செலுத்தினர். வெளிநாட்டு வணிகர்கள் செலுத்திய வரி சோனக வரி எனப்பட்டது. கடை வைத்து வணிகம் செய்தோர் அங்காடிக்கூலி என்ற வரியைச் செலுத்தினர். இவ்வரி அங்காடிப்பாட்டம் எனவும் அழைக்கப்பட்டது. இவ்வரி, கடை வைத்து வணிகம் செய்வதற்கான உரிமக் கட்டணம் ஆகும். கடைகளில் எண்ணெய் மற்றும் நெய் விற்போர் மீது நெய் எண்ணெய் என்ற வரி விதிக்கப்பட்டது.

கடைகளில் விற்கப்படும் பொருள்களுக்குத் தகுந்தாற்போல் வரிகள் விதிக்கப்பட்டன. இது விற்பனை வரியைப் போன்றது. வெற்றிலை, பாக்கு போன்ற பொருள்களுக்கு எண்ணிக்கையின் மீது வரி விதிக்கப்பட்டது. சான்றாக ஒரு கூடை வெற்றிலையின் மீது ஒரு பற்று வெற்றிலை வரியாக விதிக்கப்பட்டது (67). குறிப்பிட்ட ஓரிடத்திற்கு விற்பதற்குப் பொருளை எடுத்துச் சென்றால் அதற்கு ஸ்தலாதாயம் விதிக்கப்பட்டது. சோப்புக்கட்டி, கண்ணாடி, வளையல் வைக்கோல், விறகு இவற்றிற்கும் வரி விதிக்கப்பட்டது. விற்பனை வரியானது விலைக்காணமாகும். விற்பணம், கைவிலைக்காணம் என்பவை காசுக்கு விற்றவர்கள் அரசுக்குச் செலுத்தியவையாகும். இலைவாணியப் பாட்டம் என்ற பெயரில் வெற்றிலை வாணிகம் செய்தோர் வரி செலுத்தியுள்ளனர்.

தமிழகத்தில் செய்யப்பெற்ற கைத்தொழிற் பொருள்களும் விளைபொருள்களும் தமிழகத்துத் தேவைப்பட்டன போக எஞ்சியவை இந்தியாவின் பிற பகுதிகளுக்கு உள்நாட்டு வாணிகர் மூலம் அனுப்பப்பட்டன. கப்பல்கள் வாயிலாக அயல்நாடுகளுக்கு அனுப்பப்பட்டன. கீழைநாடுகளிலிருந்து பட்டும் மேலைநாடுகளிலிருந்து போர்க்கருவிகள், உயர்ந்த மதுபான வகைகள், கண்ணாடிப் பொருள்கள் முதலியனவும் தமிழகத்தில் இறக்குமதியாயின. பதப்படுத்தப்பட்ட கருவாடும் தமிழகத்திலிருந்து அயல்நாடுகளுக்கு அனுப்பப்பட்டு வந்தது. பாண்டிய நாட்டு

முத்துக்களும் சேரநாட்டு மிளகும் யானைத் தந்தமும் அயல்நாடுகளுக்கு மிகுதியாக அனுப்பப்பட்டன. வெளிநாடுகளுக்கு அனுப்பப்பட்டப் பொருள்கள் பல பொதிகளாகக் கட்டப்பெற்று அரசாங்க முத்திரையிடப்பட்டன. காவிரிப்பூம்பட்டினத் துறைமுக வருணனை தமிழர் கடல் வாணிகச் சிறப்பை நன்கு உணர்த்தும் சான்றாகும்(68) பாண்டி நாட்டில் முற்காலத்தில் வாணிகம் செழிப்புற்றிருந்தது என்பதற்கு மதுரை, கொற்கை முதலான நகரங்களிலும் அவற்றிற்கு அண்மையிலும் கிடைத்துள்ள அளவற்ற உரோமாபுரி நாணயங்கள் சான்று பகரும். உள்நாட்டில் பண்டங்களை ஓரிடத்திலிருந்து பிறிதோரிடத்திற்கு கொண்டு போய் விற்பதற்குப் பேருதவியாயிருப்பன அந்நாட்டிலுள்ள பல பெருவழிகளேயாகும். அத்தகைய பெருவழிகள் பாண்டி நாட்டில் யாண்டும் இருந்தன. வணிகர் பண்டங்களை ஏற்றிச் செல்வதற்குக் கோவேறு கழுதைகளும் வண்டிகளும் பெரிதும் பயன்பட்டன. இடையில் களவு நிகழாதவாறு இன்றியமையாத இடங்களில் காவற்படைகள் அமைக்கப்பட்டிருந்தன. வணிகர்களும் பெருங்கூட்டமாகச் செல்வது வழக்கம். அக்கூட்டத்திற்கு வணிகச் சாத்து என்பது பெயராகும். வணிகருள் சிறந்தோர்க்கு எட்டி என்ற பட்டமும் தமிழ் வேந்தரால் வழங்கப் பெற்று வந்தது(69). ஒரு நாட்டின் பொருளியல் வளர்ச்சியில் வணிகத்தின் பங்கு இன்றியமையாதது. உற்பத்தி செய்யப்பட்ட பொருள்களை நுகர்வோரிடம் கொண்டு சேர்ப்பது வாணிகர்களின் முக்கியப் பணியாகும். உற்பத்தி மையங்களுடன் விற்பனைக் களங்கள் நெருங்கிய தொடர்பு கொண்டிருத்தல் வணிக வளர்ச்சிக்கு இன்றியமையாதது. நெடுஞ் சாலைகள், போக்குவரத்துச் சாதனங்கள் மற்றும் வணிகர்களின் கூட்டுறவினால் வணிகப் பெருக்கம் ஏற்பட உதவும்.

சோழப் பேரரசிலடங்கிய பெருவாரியான ஊர்களில் வணிகர்கள் இருந்துள்ளனர். பெருநகரங்கள் ,சிற்றூர்கள், பிரமதேய ஊர்கள் என அனைத்து ஊர்களிலும் வணிகம் செய்தனர். இவர்கள் ‘வணிகர்’ ‘வியாபாரி’ ‘வர்த்தகர்’ என்றழைக்கப்பட்டனர். ‘செட்டி’ என்பது இவர்களது குலப்பெயர். இக்காலத்தில் பொருள் உற்பத்தியில் ஈடுபட்டோரில் சிலரும் வணிகத்தில் ஈடுபட்டுள்ளனர். இவர்கள் பெரும்பாலும் அன்றாடம் பயன்படுத்தும் பொருள்களை உற்பத்தி செய்தனர். இவர்களில் நெசவாளர்கள், சங்கரப்பாடியார், மன்றாடிகள் ஆகியோரைக் குறிப்பிடலாம். அறுவை வணிகர்கள் துணிவகைகளை விற்றனர். இவர்கள் அவ்வவ்வூர்களில் அல்லது சுற்று வட்டார ஊர்களில் வணிகத்தில் ஈடுபட்டனர்(70).

5.6.1 வணிகக் குழுக்கள்

பாண்டியப் பெருவேந்தர் காலத்தில் உருவாக கல்வெட்டுக்களில் பலவகையான வணிகக்குழுக்களைப் பற்றிய செய்திகள் உள்ளன.

வியாபாரம் செய்யும் பொருள், வணிகர்கள் வாழும் பகுதி ஆகியவற்றின் அடிப்படையில் பற்பல வணிகக் குழுக்கள் தோன்றின. கல்வெட்டுகளில் வணிகர்கள் நகரத்தார்கள் எனக் குறிப்பிடப் பட்டுள்ளனர். நகரத்தில் வாழ்ந்ததனாலும் நகரத்தில் நிருவாக சபையாகிய நகரம் என்ற அமைப்பின் உறுப்பினர்களாக இவர்கள் இருந்தமையாலும் நகரத்தார்கள் என அழைக்கப்பட்டனர்.

5.6.2 மணிக்கிராமம்

வணிகக் குழுக்களிலேயே மிக முக்கியமானது மணிக்கிராமம் ஆகும். மணிக்கிராமம் என்பது ஒரு வணிகக் குழு என்பது கல்வெட்டுகளிலிருந்து நமக்குத் தெரிய வருகின்றது. மணிக்கிராமம் தமிழ் நாட்டில் கி.பி. 9 ஆம் நூற்றாண்டிலிருந்து கி.பி 14 ஆம் நூற்றாண்டு வரை சிறப்பான பணிகளைச் செய்தது. எல்லா மதத்தைச் சார்ந்தவர்களும் மணிக்கிராமத்தில் உறுப்பினர்களாக அனுமதிக்கப்பட்டனர். இந்தியாவின் மேற்குக் கடற்கரைப் பகுதியில் வாழ்ந்த கிறித்தவ வணிகர்களும் இந்த மணிக்கிராமத்தில் உறுப்பினர்களாக இருந்தனர். இந்த மணிக்கிராமக் குழுவில் இந்துக்களும் இடம் பெற்றிருந்தனர். மணிக்கிராமத்தின் உறுப்பினர்கள் திருவெள்ளறை, சேலம், குற்றாலம் ஆகிய ஊர்களில் அமைந்திருந்த இந்துக் கோயில்களுக்கு நன்கொடைகள் வழங்கி இருக்கின்றனர்.

5.6.3 அய்யவோலி

அய்யவோலி என்ற வணிகர் குழு பற்றியும் பாண்டியப் பெருவேந்தர் காலத்துக் கல்வெட்டுக்கள் குறிப்பிடுகின்றன. மணிக்கிராம குழுவினைப் போல இந்த அய்யவோலி வணிகர் குழுவும் தென்னிந்தியாவில் பிரசித்தி பெற்றிருந்தது. இந்த அய்யவோலி வணிகர் குழுவின் அங்கத்தினர்கள் பகவதி அம்மனை வழிபட்டனர். அய்யவோலி வணிகர் குழுவில் 18 விஷயங்களைச்(மாவட்டங்கள்) சார்ந்தவர்களும், 32 வளர்புரங்களைச் சார்ந்தவர்களும், பதினெட்டுப் பட்டினங்களைச் சார்ந்தவர்களும், 64 கடிகைத் தாவளங்களைச் (வணிகர் சபைகள்) சார்ந்தவர்களும் அடங்கியிருந்தனர்.

அய்யவோலி வணிகர் குழுவின் தலைமையிடம் பீஜப்பூர் மாவட்டம், அய்யகோலி என்ற இடத்தில் அமைந்திருந்தது. ஆகவே தான் இக்குழுவின் உறுப்பினர்கள் அய்யவோலி புர பரமேசுவரி மக்கள் என அழைக்கப்பட்டனர். செட்டிகள், செட்டி புத்திரர்கள், வாணியர்கள் ஆகியோர் இக்குழுவில் அடங்கியிருந்தனர். மேலும் இந்த வணிகர் குழுவில் சுதேசிகள் என்ற உள்நாட்டு வியாபாரிகளும், பரதேசிகள் என்ற வெளிநாட்டு வியாபாரிகளும், நானாதேசிகள் (பல நாடுகளுடன் வியாபாரம் செய்யும் வியாபாரிகள்) என்போரும் இருந்தனர்(71).

5.6.4 நகரத்தார்

பெரிய நகரங்களிலிருந்து கொண்டு வந்து வாணிகத்தொழில் நடத்தி வந்த குழுவினராவர். இக்குழுவினர் காஞ்சிபுரம், மாமல்லபுரம், நந்திபுரமாகிய பழையாறை, மயிலாப்பூர் முதலான பல நகரங்களில் இருந்தமையைக் கல்வெட்டுக்களின் மூலம் அறிந்து கொள்ள முடிகின்றது. மேலும் இவர்கள் தம் வாணிகத் தொழிலைத் திறமையாக நடத்திக் கொண்டும் நகர ஆட்சியை ஏற்று பொது மக்களுக்குச் சிறந்த தொண்டுகள் புரிந்து கொண்டும் நல்வாழ்வு நடத்தி வந்துள்ளனர் என்பதை தி. வை. சதாசிவ பண்டாரத்தாரின் பிற்காலச் சோழர் வரலாற்று நூலின் மூலம் அறிந்து கொள்ள முடிகின்றது.

5.6.5 தமிழகம் அயல் நாட்டுடன் கொண்டிருந்த வாணிகத் தொடர்பு

தமிழகம் அயல்நாட்டுடன் கொண்டிருந்த வாணிகத் தொடர்பை, தொடர்பு கொண்ட நாடுகளின் அடிப்படையில் மேலை நாடுகளுடன் கொண்ட தொடர்பு, கீழை நாடுகளுடன் கொண்ட தொடர்பு என இருவகையாகப் பிரிக்கலாம். தமிழத்துடன் வாணிகத் தொடர்பு கொண்ட மேலை நாடுகளுள் கிரேக்கம், உரோமம், எகிப்து , பாபிலோனியா,அரேபியா, சுமேரியா ஆகியவை குறிப்பிடத்தக்கவை. கீழை நாடுகளுள் சீனம், மலேசியா, சாவகம், வடபோர்னியா ஆகியவை குறிப்பிடத்தக்கவை.

பல்வேறு தொழிலகளைச் செய்தோர் உற்பத்தியைப் பெருக்கியதால் அயல்நாட்டு வாணிகம் வளம் பெற்றது. உள்நாட்டிலிருந்து பொருட்களை ஓரிடத்திலிருந்து மற்றொரு இடத்திற்கு எடுத்துச் செல்லச் சாலைகள் அமைக்கப்பட்டிருந்தன. கொள்ளைக்கூட்டத்தினர் வாணிகப் பொருட்களை அடிக்கடி கொள்ளையடித்ததன் காரணமாக வாணிகர்கள் கூட்டங்கூட்டமாகச் சென்றனர். மகாபலிபுரம், காவிரிப்பூம்பட்டினம் , நாகப்பட்டினம் ஆகிய துறைமுகங்கள் வழியாக அயல் நாட்டு வாணிகம் நடைபெற்றது. பல்லவர்கள் காலத்தில் தமிழகம் கிழக்கிந்தியக் தீவுகளுடனும், சயாம், சீனம் முதலிய நாடுகளுடனும் வாணிகத் தொடர்பு கொண்டிருந்தது. வாணிகத்தில் கிடைத்த இலாபத்தில் ஒரு பங்கை வாணிகர்கள் அரசிற்குச் செலுத்துதல் வேண்டும். அது மகமை என வழங்கப்பட்டது. பல்லவர் காலத்தில் தென்னிந்திய வாணிகர்கள் சயாமில் குடியேற்றம் ஒன்றை ஏற்படுத்தியிருந்தனர். சீனவணிகர்கள் நாகப்பட்டினத்தில் குடியேற்றம் ஒன்றை ஏற்படுத்தியிருந்தனர். பல்லவ மன்னர்களும், சீன மன்னர்களும் ஒருவருக்கொருவர் தூதுவர்களை அனுப்பி நல்லுறவை ஏற்படுத்திக் கொண்டனர். என்று டாக்டர் பொன் தங்கமணி அவர்கள் தமிழ் நாட்டு வரலாறு என்னும் தம்முடைய நூலில் குறிப்பிட்டுள்ளார்.

இந்தியாவிலிருந்து ரோமுக்கு ஏற்றுமதி செய்யப்பட்ட விலங்குகள் யானை, குரங்கு, எருமை, புலி, சிறுத்தை, பாம்பு முதலியவையும்,வ் பறவைகள் கிளி, மயில், வண்ணக்கோழி முதலியவையும் விலங்குகளிடமிருந்து கிட்டும் நெய், யானைத்தந்தம், ஆமைஓடு முதலியவையும் ஏற்றுமதி செய்யப்பட்டன.

சேரநாட்டுத் துறைமுகங்களுள் முசிறியும், சோழநாட்டுத் துறைமுகங்களுள் காவிரிப்பூம்பட்டினமும், பாண்டியநாட்டுத் துறைமுகங்களுள் கொற்கையும் அயல்நாட்டு வாணிகத் தொடர்பில் சிறந்த பங்கேற்றன. முசிறியில் மிளகும், கொற்கையில் முத்தும்,காவிரிப்பூம்பட்டினத்தில் துகிலும் அகிலும் சந்தனமும் ஏற்றுமதி செய்யப்பட்ட பொருள்களுள் குறிப்பிடத்தக்கவை. அயல் நாடுகளில் இம்மிளகு உணவைப் பாதுகாக்கவும் மருந்து செய்யவும் பயன்படுத்தப்பட்டது. கிரேக்க வல்லுநர் கிப்பாகிரேட்டசு மிளகை, ‘இந்திய மருந்து’ என்ற பெயரால் அழைப்பர்(72).

ஓரிடத்தில் விற்பதற்கு இறக்குமதி செய்யப்பட்ட பொருள்களின் மீது விதிக்கப்பட்ட வரி ஸ்தல ஆதாயம் எனப்பட்டது. ஒரு மாவட்டத்தின் வழியாக விற்பனைக்குரிய பொருள்கள் அனுப்பப்படும் போது விதிக்கப்பட்ட வரி மார்க்க ஆதாயம் எனப்பட்டது. அயல் நாடுகளுக்கு ஏற்றுமதி செய்யப்படும் பொருள்களுக்கு விதிக்கப்பட்ட வரி மாமூல ஆதாயம் எனப்பட்டது. மார்க்க ஆதாயம் என்பது மாவட்ட எல்லைகளில் அல்லது நகர எல்லைகளில் அமைக்கப்பட்டிருந்த சுங்கச்சாவடிகளில் வசூலிக்கப்பட்ட வரிப்பணமாகும். ஒரு நகரத்திலிருந்து வேறு மாவட்டத்திற்குக் கொண்டு செல்லப்பட்ட பொருள்களுக்காகப் பல சுங்கச் சாவடிகளில் வரி கட்ட வேண்டிய கட்டாயம் அக்காலத்தில் இருந்தது. அதனால் குடிமக்கள் மிகவும் துன்புற்றனர். அதனால் முதற்குலோத்துங்க சோழன் இச்சுங்க வரியை நீக்கினான். “சுங்கம் தவிர்த்த குலோத்துங்கன்” என்று குடிமக்களால் பாராட்டப் பெற்றான்(73). சுங்க வரி வாங்கப்படாத நாட்டில் பிற நாட்டுப் பொருட்கள் எல்லாம் வாணிகத்தின் பொருட்டு வந்து குவியும். எனவே அவை எல்லாம் நாட்டு மக்களுக்குக் குறைந்த விலையில் கிடைக்கும் என்பது உறுதியாகின்றது.

5.7 மரங்களுக்கு செலுத்திய வரி

தென்னை மரங்கள் சிறப்பாகப் பிரம்மதேய தேவதானச் சிற்றூர்களில் அரசர் உரிமை பெற்று வரி செலுத்தாது பயிரிடப்பட்டன. இதனால் பிற ஊர்களில் அவற்றைப் பயிரிட விரும்பினோர் அவற்றின் விளைவில் ஒரு பகுதியை அரசர்க்கு வரியாகச் செலுத்தி வந்தனர் என்பது கல்வெட்டுக்களின் மூலம் பெறப்படுகிறது. முன்சொன்ன பிரம்மதேய தேவதான சிற்றூர்களில் இருந்த தென்னை பனை மரங்களிலிருந்து கள் இறக்குதல் விலக்கப்பட்டிருந்தது. கள்

இறக்கினவர் அரசாங்க வரி செலுத்தி வந்தனர். இம்மரங்களைப் பயிரிட்டவர் அரசாங்கத்திற்கு ஒரு பகுதி வருவாயை வரியாகச் செலுத்தி வந்தனர். வெட்டப்பட்ட மரங்களின் அடிப்பகுதியில் ஒரு பகுதியும் அரசாங்கத்திற்கு அனுப்பப்பட்டது. தென்னை பனை மரங்கட்கு உரியவர், சாறு இறக்க வரி கட்டினர். பனம்பாகு செய்ய வரி கட்டினர். கடைகளில் விற்கப்பட்ட பாக்குக்கு வரி விதிக்கப்பட்டிருந்தது. வெட்டப்பட்ட பழைய பாக்கு மரங்களிலும் அரசாங்கம் பங்கு பெற்று வந்தது. கல்லால மரம் (கல்லால் நிழல்கீழ் அறங்கள் உரைத்த அம்மானே —சுந்தரர் தேவாரம் திருக்கச்சூர் ஆலக்கோயில் பதிகம், கல்லால் மரம் செங்கற்பட்டை அடுத்த செம்பாக்கம் மலையில் இருக்கிறது.) பயிரிடச் சிற்றூரார் அரசாங்கத்தினிடம் உரிமை பெற வேண்டியிருந்தது. அவ்வுரிமைக்குச் சிறு தொகை செலுத்த வேண்டி இருந்தது. அது கல்லால் காணம் எனப்பட்டது.

5.7.1 மருந்துச் செடிகள்

செங்கொடி, செங்கொடி வேலி அல்லது சித்திர மூலம் என்பது மிகச் சிறந்த மருந்துக் கொடி. இது பலவகை நோய்களையும் இரணங்களையும் போக்கவல்ல ஆற்றல் பெற்றது. இதனைப் பயிரிடுவோர் உரிமை பெற வேண்டும் இதற்குச் செலுத்தப்பட்ட வரி செங்கொடிக்காணம் எனப்பட்டது. கருசராங்கண்ணி என்பதும் சிறந்த பயன் தரும் செடியாகும். அது பல நோய்களை தீர்க்க வல்லது. இச்செடியைப் பயிரிட அல்லது விற்க உரிமை தரப்பட்டிருந்தது. அவ்வுரிமை பெறச் செலுத்தப்பட்ட தொகை “கண்ணீட்டுக்காணம்” எனப்பட்டது.

5.7.2 மருக் கொழுந்து முதலியன

பல்லவர் காலத்துக் கடல் வாணிபம் கிழக்கிந்தியத் தீவுகளிலும் சீயம், சீனம் முதலிய நாடுகளிலும் பரவி இருந்தது. அதனால் சீனத்திற்கு உரிய மருக்கொழுந்து இங்கு கொணரப்பட்டுப் பயிரிடப்பட்டதாகும். இதனைப் பயிரிடத் தேவதான — பிரம்மதேயச் சிற்றூர்கள் உரிமை பெற்றிருந்தன. பிற சிற்றூர்கள் அரசாங்க உரிமை பெற்றே (வரி செலுத்தியே) பயிரிட வேண்டியவை ஆயின.

“நீலோற்பலம்” எனப்படும் குவளைச் செடிகளை நடுவதற்கும் உரிமை பெற வேண்டும். விற்பதற்கும் அரசினரிடம் உரிமை பெறவேண்டும். இவை முறையே குவளை நடு வரி’ எனவும், குவளைக் காணம் எனவும் பெயர் பெற்றன. இக்குவளை மலர் பூசைக்கும் மருந்துகள் செய்வதற்கும் பயன்பட்டது. இங்ஙனமே செங்கழுநீர் நடுவதற்கும் உரிமை பெற வேண்டும் பிரம்மதேய தேவதானச் சிற்றூர்கள் வரி இல்லாமலே இதை நடுவதற்கு உரிமை பெற்றிருந்தன.

இதன் மலர் பூசைக்கு உரியது. இங்ஙனம் அரசாங்க உரிமை பெற்றுப் பயிரிடப்பட்டவை பலவாகும் (74).

கள் இறக்கப்படும் தென்னை, பனை, ஈச்சன் முதலிய மரங்களுக்காகச் செலுத்தப்படும் வரிக்கு சாற்றுவரி அல்லது பள்ளுச்சாறு என்று பெயர்(75) பயந்தரும் மரம் ஒவ்வொன்றின் மீதும் விதிக்கப்பட்ட வரி மஞ்சாடிப் பொன் மரமஞ்சாடி என்றழைக்கப்பட்டது(76).

5.8 படைக்குரிய வரி

படையைப் பாதுகாப்பதற்குப் பொதுமக்களிடமிருந்து அரசாங்கம் வரி வசூலித்தது அவ்வரி பட்டயக் காணிக்கை, தண்டநாயகர் மகமை என்று பெயர் பெற்றன. கோட்டைகளைப் பாதுகாக்க வசூலிக்கப்பட்ட பணம் கோட்டைப்பணம், கோட்டைப்பதிவு என்று பெயர் பெற்றன. முதற் பராந்தகன் குடமூக்குச் சபையார்க்கு மூவாயிரம் கழஞ்சு பொன் தண்டம் விதித்து அதனைப் பாண்டிப் படைக்குச் செலுத்தும்படி கட்டளையிட்டான் என்று ஒரு கல்வெட்டுக் கூறுகிறது. ஒரு வேலி நிலத்திற்கு ஒரு கழஞ்சு பொன் வீதம் ஆலங்குடி மக்கள் தன் வேங்கி நாட்டுப் போருக்குச் செலுத்த வேண்டும் என்று வீரராசேந்திரன் கட்டளைப்பிறப்பித்தான். (77) இவற்றிலிருந்து போர் காலங்களில் தனிவரி வசூலிக்கப்பட்டுள்ளது என்பதனை அறிந்துகொள்ள முடிகின்றது. இத்தகைய வரிகளை இன்றியமையாமை பற்றி ஒரு சில ஆண்டுகளில் அரசாங்கம் விதித்து மக்களிடம் வசூலிக்க நேர்ந்ததே அல்லாமல் ஆண்டுதோறும் வாங்கி வரவில்லை.

மேலே கூறியுள்ள வரிகளைத் தவிர்த்து படையிலிருந்த குதிரைகளின் பராமரிப்பிற்காகக் குதிரைப் பந்தி என்ற வரியும் யானைகளின் பராமரிப்பிற்காக ஆனைச்சாலை என்ற வரியும் வசூலிக்கப்பட்டன(78) சூளைத்திறை என்பது படைவீடுகள், பாசறை போன்றவற்றில் காணப்படும் பண்டக சாலைக் கடைகள், படையெடுப்புக் காலங்களில் படையுடன் செல்லும் அங்காடிகள் ஆகியவற்றின் மீது விதிக்கப்படும் வரியாகும் (79). தலைநகரக் கோட்டைக் காவற்படைக்குத் தனிவரியை வாங்கினர். தளவலி என்னும் படைவரியும் வாங்கப்பட்டுள்ளது. தண்டநாயக் சுவாமியா தண்ணாயகர் மகமை , படைக்காணிக்கை, சனாயம், ஆகியவை படைவரியாகப் பெறப்பட்டுள்ளவற்றில் சிலவரிகளாகும். பீரங்கிக்குத் தனிவரி உண்டு. பட்டயக்காணிக்கை, சூலவரி, வில்வரி என்பவை மக்கள் கையாண்ட கருவிகளுக்கு வாங்கப்பட்ட வரிகளாகும்(80). நாட்டுச்சிக்கம் என்ற பெயரில் வட்டாரச் சிறைச் செலவுக்காக வரி வசூலிக்கப்பட்டுள்ளது(81).

5.9 சமுதாய குழு வரிகள்

மக்களிடமிருந்தும் சில நிறுவனங்களிடமிருந்தும் சில வரிகள் பெறப்பட்டன. சிற்றூர்த் தலைவன் சிற்றூர் வருவாயில் ஒரு பகுதியைப் பெற்று வாழ்ந்தான். அவனுக்கு அவ்வூரார் செலுத்தி வந்த வரி விசக்கானம் அல்லது வியவன் காணம் எனப்பட்டது. ஊர் அல்லது சபையின் செலவுகளுக்காக அந்தந்த ஊர்மக்களிடமிருந்து விநியோகம் என்னும் பெயரில் வரி வசூலிக்கப்பட்டுள்ளது. பிராமணர்கள், வன்னியர்கள் ஆகியோரிடமிருந்து தலைவரி, இனவரி, ஆள்வரி போன்ற வரிகள் பெறப்பட்டுள்ளது(82). பணிக்கொத்து என்பது கிராமச் சிறுதரம் ஊழியருக்காகப் பெறப்பட்ட வரியாகும். குற்றிலக்கை அல்லது தண்டக் குற்றிலக்கை என்ற பெயரில் வரிக்கூறு செய்வார் போன்ற வருவாய்த் துறைப் பெருந்தரம் அதிகாரிகளுக்காக வரி பெறப்பட்டது. நாட்டு விநியோகம் அல்லது நாட்டுவரிஎன்ற பெயரில் நாடு என்ற பெரிய கோட்டத்தை நிருவாகஞ் செய்த நாட்டார் என்ற சுயாட்சி மன்றங்கள் வரி பெற்றன. ஊர்வரி என்பது கிராம மன்றத்திற்காக செலுத்தப்பட்ட வரியாகும். சபா விநியோகம் என்னும் வரியானது அந்தணர் மட்டும் வாழ்ந்த பிரம்மதேயக் குடியிருப்புகளின் சபாக்களை நடத்துவதற்காகப் பெறப்பட்ட வரியாகும். கிராமத்தொழிலாளர்களுக்கு விழாக்காலங்களில் இனாமாகப் பெரும்பாலும் தானியமாகக் கொடுக்கப்படும் வரி பச்சை எனப்பட்டது. சம்மாதம் என்பது பதினெட்டுச் சாதியாரும் செலுத்திய வரியாகும். சமயாச்சாரம் என்பது கீழ்ச்சாதியினர் தம் சமயச் சடங்குகளைச் செய்வாருக்குக் கொடுத்த வரியாகும். வெட்டி, வெதிலை, வாலக்காணம் என்ற பெயர்களில் விஷ்ணு கோயிலுக்குச் சொந்தமான சோதியம்பாக்கம் கிராமத்துக் குடியானவர்களிடமிருந்து சபை வாரியங்களாக வரி வசூலிக்கப்பட்டுள்ளது. பாடிக்காவல் என்ற பெயரில் கிராம காவல்காரனுக்குக் கொடுக்கப்பட்ட ஊதியத்திற்காக வரி வசூலிக்கப்பட்டுள்ளது. வலங்கைச் சாதியினரிடமும் இடங்கைச் சாதியினரிடமும் பிற வகுப்பினரிடமும் ஒருவகை வரி வசூலிக்கப்பட்டது. அதற்கு பட்டிறை, பட்டறை (குழுவரிகள்) என்ற பெயர்கள் வழக்கில் இருந்துள்ளன. சம்மாதம் என்பது பதினெட்டுச் சாதிகள் மீது விதிக்கப்பட்ட வரியாகும். ஊரிடு வரிப்பாடு என்னும் வரியானது ஊர்ச்சபை,நகரம் என்பவை மக்களுக்கு விதித்துள்ள பொதுவான வரிகளாகும் (83). பறையர்களில் சிலர் கிராமக் காவலர்களாகவும் ஊழியர்களாகவும் பணியாற்றினர் அவர்கள் தலையாரிகள் என அழைக்கப்பட்டனர் அவர்கள் மீது விதிக்கப்பட்ட வரி தலையாரிக்காணம் என்பதாகும். வலங்கை — இடங்கையர் மீது விதிக்கப்பட்ட வரிகளுள் ஒன்று வலங்கை —இடங்கை மகன்மை என்பதாகும். இவ்வாறு பல பெயர்களில் சமுதாய குழு வரிகள் பெறப்பட்டுள்ளது என்பதனை பல வரலாற்று

ஆசிரியர்களின் வரலாற்று நூல்களின் மூலம் அறிந்து கொள்ள முடிகின்றது.

5.10 தண்ட வரி

குற்றங்களுக்குத் தண்டமாக விதிக்கப்பட்ட தொகைகளை அந்தந்த இனத்தின் தலைவர்கள் பெற்று அரசுக்கு செலுத்தியுள்ளனர். பாதுகாப்பின்றி அலைந்து திரியும் மாடுகள் பட்டியில் அடைக்கப்பட்டன. உரியவர்களிடம் இருந்து ஒருதொகை பெறப்பட்டு பின்னர் மாடுகளைத் திருப்பி தந்துள்ளனர்.என்ற தகவலை அ. தட்சிணாமூர்த்தி அவர்களின் தமிழர் நாகரிகமும் பண்பாடும் என்ற நூலின் மூலம் அறிந்து கொள்ள முடிகின்றது. குற்றத்தண்டம், குற்றம் தோஷம் என்பது அபராத கட்டணங்களாக பெறப்பட்டவைகளாகும். ஊர் மன்றங்களில் வழக்காளிகட்கு விதிக்கப்பட்ட தண்டம் மன்று பாடு எனப்பட்டது(84). ஊர் வழக்குகள் ஊரவையிராலேயே பெரும்பாலும் தீர்க்கப்பட்டன.கோவிலுக்கு விளக்கேற்றுதல், கோவிலுக்கென்று கால்நடைகளை விடுதல் என்பன போன்ற முறைகளில் தண்டங்கள் விதிக்கப்பட்டன(85).

5.11 சொத்து வரி

வீடு, மனை, தோப்பு முதலியவற்றிற்கு விதிக்கப்பட்டது சொத்துவரியாகும். கூரை வீடு, மாடிவீடு, சிறுவாசல் வீடு, பெருவாசல் வீடு என்று வீட்டு நிலைக்கு ஏற்றவாறு வரி விதிக்கப்பட்டது. வீடு தோறும் வாயில்களைக் கணக்கிட்டு நாழி நாழி நெல்லாகத் தண்டிய வரி பிடாநாழி அல்லது புதா நாழி எனப்பட்டது. விற்கிரய ஆவணப் பதிவுக்குக் கட்ட வேண்டிய கட்டணம் விற்பிடி என்ற பெயரில் பெறப்பட்டுள்ளது. வால மஞ்சாடி அல்லது வாலக்காணம் என்னும் வரியான வீட்டு மனையின் நீள அளவின் மேல் விதிக்கப்பட்ட கட்டணமாகும்(86). புதிதாக அமையும் குடியிருப்பு களிலிருந்து தண்டப்படும் வரி நாட்டுக்காணம் என்ற பெயரில் பெறப்பட்டுள்ளது(87) அரசரின் முத்திரையை ஆவணங்களில் பதித்த போது வசூலிக்கப்பட்ட வரி இலஞ்சினைப்பேறு என்பதாகும்(88). அரச ஆவணங்களில் அரச முத்திரையைப் பதிப்போருக்காக. பெறப்பட்ட வரி காரிய ஆராய்ச்சி என்பதாகும்(89). கிராமத்தின் நத்தம் — ஒதுக்குப்புற இடத்தில் வீடுகட்டிக் குடியிருக்கும் நிலத்திற்கு விதிக்கப்பட்ட வரி நத்த வரியாகும். ஓலை வீட்டின் மேல் விதிக்கப்பட்ட வரி கீற்றுவரி எனப்பட்டது

பலருக்கு எடுத்துக்காட்டாக விளங்கக் கூடிய பசுவை வைத்திருப்பதற்கு நற்பசு என்னும் வரி செலுத்தப்பட்டுள்ளது. பொலிக்காளைகளுக்காக செலுத்தப்பட்ட வரி விடைப்பேறு என்பதாகும்(90). கிடாக்காசு என்ற பெயரில் கிடாஆட்டின் மீது

சிற்றிறை பெறப்பட்டுள்ளது(91) இவ்வாறு சொத்து வரி பல வகைகளில் பல பெயர்களில் பெறப்பட்டுள்ளது என்பதனை வரலாற்று நூல்களின் மூலம் நாம் அறிந்து கொள்ள முடிகின்றது.

5.12 பிற வரிகள்

நிலவரி, தொழில்வரி, வணிக வரியைப் போன்றே மக்களிடமிருந்து பல பொதுவான வரிகளும் பெறப்பட்டுள்ளது. அத்தகு வரிகள் குறித்து இனி காண்போம்.

5.12.1 எச்சோறு

அறுவடை காலங்களில் அரசியல் திறையாக நெல்லைப் பெற வந்த அதிகாரிகட்கு ஊரார் உணவளித்தல் வழக்கம் அதற்கென்று ஊராரிடம் பெற்று வந்த சிறுதொகை எச்சோறு அல்லது எள் சோறு எனப்பட்டது(92). இதில் எள் என்பது ஒரு நாளையும் சோறு என்பது சோற்றையும் குறிப்பிடுவனவாக உள்ளன.

பார்வையிடவரும் அலுவலருக்குக் கட்டாயம் உணவு அளிக்க வேண்டும் அவ்வாறில்லை எனில் அதற்கு ஈடாகக் கொடுக்கப்படும் பணம் சோற்று மாற்று என்பதாகும்(93).

5.12.2 உப்பு வழிச் சாரிகை

உப்பளங்களிலிருந்து உப்புப் பொதிகளை ஏற்றி வந்த மாடுகள் வண்டிகள் ஆகியவை செல்லும் பாதைகளுக்கு உரியதாக அரசு பெற்ற வரி உப்புவழிச்சாரிகை என்பதாகும் என டாக்டர் அ கிருஷ்ணன் அவர்கள் தமது கல்வெட்டில் வாழ்வியல் என்னும் நூலில் குறிப்பிட்டுள்ளார்.

5.12.3 திருமுகக்காணம்

செய்திகளை ஒரு ஊரிலிருந்து மற்றொரு ஊருக்கு கொண்டு செல்வதற்குண்டான வரியாகும். திருமுகக்காணம் என்ற சொல் செப்பேடுகளில் காணப்படுகிறது. அரசனின் கடிதம் பெற்றவர் அரசுக்குச் செலுத்திய தொகை என்று கிருட்டிணச்சாமி அய்யங்கார் தம் நூலில் கூறுகின்றார். திருமுக ஓலையினைக் கொண்டு வந்து கொடுப்போர் அவ்வோலையைப் பெற உரிமை உடையோரிடம் வாங்கும் தொகையே திருமுகக்காணம் ஆகும் (94). அரசனின் ஆணைகளைக் குறிப்பிட்ட ஒருவருக்கு அல்லது துறைக்குக் கொண்டு செல்பவர் சந்திவிக்கிரகி என அழைக்கப்பட்டார். இந்தச் சந்திவிக்கிரக்கிச் சம்பளம் கொடுப்பதற்காக மக்களிடமிருந்து வசூலிக்கப்பட்ட வரி சந்தி விக்கிரகப் பேறு என்பதாகும்(95).

5.12.4 திருவெழுச்சிக்காணம்

அரசன் ஒரு விழாவில் எழுந்தருளிப் பொது மக்களுக்குத் தரிசனம் கொடுத்தால் அதற்காக மக்கள் அவனுக்குச் செலுத்த வேண்டிய வரி திருவெழுச்சிக்குடிமை அல்லது திருவெழுச்சிக்காணம் என்ற பெயரில் பெறப்பட்டுள்ளது.மேலும் அரசன் அல்லது அலுவலர் ஊருக்கு வரும் போது அவருக்குச் செலுத்தும் வரி சவாரி ஊழியம் என்பதாகும்(96).

5.12.5 திருமண வரி

திருமணத்திற்குத் திருமண வரி என்று விதித்து நாடாளும் அரசே மக்களைச் செலுத்துமாறு செய்துள்ள குறிப்புகளை வரலாற்று நூல்களின் மூலம் தெரிந்து கொள்ளமுடிகின்றது. அத்தகு திருமண நிகழ்ச்சிக்காகச் செலுத்தப்பட்ட வரி கண்ணாலக்காணம் ஆகும். இத்தகு திருமண வரி தமிழகத்தில் கி.பி. 11ஆம் நூற்றாண்டில் விதிக்கப் பெற்றது என்பதை,

> "கண்ணாலங்களில் கொண்டவனொரு சின்னமும் குடுத்தவ
> னொரு சின்னமும் இடக்கடவர்களாகவும்"

என்னும் தொடரால் அறிந்துகொள்ளமுடிகின்றது(97). திருமணத்தின் போது மணமகள் வீட்டார் செலுத்திய வரி ஆடைக்காசு அல்லது இடைக்காசு என்ற பெயரில் பெறப்பட்டுள்ளது(98)திருமண ஊர்வலம், பந்தல், பல்லக்கு ஊர்வலம் ஆகிய வற்றிற்கும் வரி செலுத்தியுள்ளனர்(99)உகப்பார் என்ற பெயரிலும் திருமணம் முதலிய மங்கல நிகழ்ச்சிகளுக்கு வரி வசூலிக்கப்பட்டுள்ளது(100).

5.12.6 நாட்டுவகை

நாட்டு வகை என்பது சிற்றூரின் வருவாயில் ஒரு பகுதியை நாடு என்னும் பெரும் பிரிவுக்கு வழங்கப்படும் வரித்தொகையாகும். நாடாட்சி என்ற பெயரில் நாட்டின் நிருவாகத்திற்கென வரி வசூலிக்கப்பட்டுள்ளது. நாடு என்னும் பெரும் காவலை மேற்கொள்வதற்காக ஏற்படும் செலவுகளுக்கு ஈடு செய்யும் பொருட்டு தண்டிய வரி நாடுகாவல் என்பதாகும்(101).

அக்க சாலை

அரசு வெளியிட்ட பொன், வெள்ளி, செம்பு ஆகிய உலோகங் களாலான நாணயங்களை அச்சிட்டமைக்காக அமைக்கப் பெற்ற தொழிற்சாலைகளுக்குரிய வகையில் அரசு மக்களிடம் பெற்ற வரி அக்க சாலை எனப்பெற்றது. அக்காசின் மதிப்பு அரசரின் ஆட்சிக்காலப் பொருளியல் நிலைக்கேற்ப பன்னிரண்டு அக்கம் ஒரு காசு என்றும், எட்டு அக்கம் ஒரு காசு என்றும் , ஆறு அக்கம் ஒரு காசு என்றும் கல்வெட்டுக்களில் மதிப்பிடப்பெற்றுள்ளன(102).

5.13 அரசு அலுவலர்களுக்காக செலுத்திய வரிகள்

அரசாங்கத்தின் வருவாய்த்துறை அலுவலர்கள் ஆண்டுதோறும் வரிப்பதிவு ஏடுகளைத் தயாரித்தனர் இந்த அலுவலர்களுக்கு சம்பளம் கொடுப்பதற்காக மக்களிடமிருந்து ஆண்டெழுத்து தேவை, காரிய ஆராய்ச்சி என்னும் பெயரில் வரி பெறப்பட்டுள்ளது(103). கிராம ஊழியரின் ஊதியத்துக்குத் தனி வரி உண்டு. அவற்றுள் சில கருணீக சோடி, தலையாரிக்கம், நாட்டுக்கணக்கு, இராயசு வர்த்தனை, நோட்ட வர்த்தனை, நிருபச்சம்பளம், ஆளுக்கு நீர்ப்பாட்டம், பாடிகாவல் என்பனவாகும்(104).பாண்டி மண்டலத்தில் காணப்பட்ட அரசு சொத்துக்களை நிருவாகம் செய்தவர்களுக்கு ஊதியம் வழங்குவதற்காக வசூலிக்கப்பட்ட வரி அரைசு வரி ஆகும். மேலும் பொதுவான வரி வசூலிப்பவர்களுக்காக தண்டிலக்கை என்னும் வரி பெறப்பட்டுள்ளது. உயர் அரசு அதிகாரிகளுக்காக மடப்பாடி என்னும் வரி பெறப்பட்டுள்ளது(105).

5.14 கோயிலுக்காக செலுத்திய வரிகள்

கோயிலில் தீயோம்பி அதில் சோற்றைப் பலி தூவுவதற்காகத் தண்டப்பட்ட வரி தீயெரி என்பதாகும்(106). கோயில் அல்லது சத்திரத்திற்குக் கட்டாயமாகச் செலுத்தும் வரி மகமை எனப்பட்டது(107) அரசர்கள் தங்களின் எடைக்கு எடை பொன் ,வெள்ளி, நவரத்தின் அணிகளைத் துலாபாரம் மேற்கொண்டு கோயில்களுக்குக் கொடுத்தனர் அச்சமயம் அவ்வரசர்கள் செலுத்திய வரி துலாபார வரி என்பதாகும்(108). கோயிலின் பராமரிப்பிற்காக காரியப் பேறு என்னும் வரி மக்களிடமிருந்து பெறப்பட்டுள்ளது(109). கடமை வரி கட்டாயமாக்கப்பட்டதால் இதைத் தவறாமல் கட்டுவதற்காக வைப்பு நிதியாக உள்ளூர்க் கோயிலில் ஒரு பெருந்தொகை தொடர்புடையவர்களால் வைக்கப்பட்டது. அதற்கு வாடாக் கடமை என்று பெயர் வழங்கப்பட்டிருந்தது. மேலும் வரிப்பொத்தகம், புரவு என்ற வருவாய் ஆவணங்களை எழுதுமுன்பு செய்யப்படும் கடவுள் வழிபாட்டுக்காக பிள்ளையார் நோன்பு என்னும் வரி பெறப்பட்டுள்ளது (110). கார்த்திகைப் பச்சை, கார்த்திகைப் பொன், மகமை, ஆகிய வரிகளை அரசாங்கம் கோயில்கள் மடங்கள் ஆகியவற்றின் பராமரிப்பிற்காக வசூலித்தது(111)கோயில்களும், சத்திரங்களும் தம் செலவுகளுக்கு மக்களிடமிருந்து பிடாரி வரி, விபூதிக் காணிக்கை, ஆடிப்பச்சை, கார்த்திகைக் காணிக்கை , பிரசாதக் காணிக்கை என்ற பெயர்களில் வரி வசூலித்துள்ளது(112). அரசுக்கும் கோயிலுக்கும் ஏற்பட்ட பற்றாக் குறையினை நீக்க செலுத்திய வரி கட்டாயம் என்பதாகும்(113).

5.15 பொது வரிகள்

காணிக்காசு அல்லது இறை திரவியம், கடமை, முறைப்பாடு, குடிமை, கந்தராயம் முதலியன குடிமக்களால் அரசுக்குச் செலுத்தப்படும் பொதுவான வரிகளுள் சிலவாகும். வெட்டி முட்டை ஆள் என்னும் பெயரில் மக்களின் பொதுநல நிதிக்காகக் குடிமக்களிடமிருந்து வரி பெறப்பட்டுள்ளது(114). அரிசிக்காணம் என்ற பெயரில் அரிசியின் மேல் வரி பெறப்பட்டுள்ளது. மேலும் குற்றரிசி என்பது தவிடு நீக்கிய அரிசி மேல் விதிக்கப்பட்டிருந்த வரியாகும்(115). நெல்லை அரிசியாக ஆக்கியபோது மக்கள் ஒரு சிறு தொகையை அரசுக்கு அரிசிக்காசு, அரிசித்துண்டம் என்ற பெயரில் வரியாகச் செலுத்தியுள்ளனர்(116). ஊரில் பொதுவாக வைக்கப்பெற்றிருந்த ஓர் எடைக்காக செலுத்திய வரி ஊர்க்கழஞ்சு என்பதாகும். முருகக் கடவுளின் கோயிலுக்கு செலுத்த வேண்டிய பொன் வரி குமரக்கச்சாணம் என்ற பெயரில் பெறப்பட்டுள்ளது. மேலும் கீழிறைப்பாட்டம் என்ற பெயரில் சில சிறுவரிகள் பெறப்பட்டுள்ளன. பொன்னை நாணயமாக அச்சடிப்பதற்கான கூலியாக மாடைக்கூலி என்ற பெயரில் வரி பெறப்பட்டுள்ளது. நாணயங்களின் பொன்மாற்றையும் அளவையும் சோதிக்கும் வண்ணக்கனுக்கு கொடுக்க வேண்டிய கட்டணம் வண்ணகக் கூலி என்பதாகும். திங்கள் மேரை என்ற பெயரில் மாதந்தோறும் ஒரு வரி தண்டப்பட்டுள்ளது. அரசனுக்குத் தனிப்பட்ட உரிமையான வரியாக மாவிறை பெறப்பட்டுள்ளது(117) சிறப்பு அபிஷேக உகவை என்னும் பெயரில் அரசனின் முடி சூட்டுவிழாச் செலவுகளுக்காக மக்களிடமிருந்து வரி வசூலிக்கப்பட்டுள்ளது. மேலும் அரசனின் அரண்மனைப் பராமரிப்பிற்காக வாசல்பேறு, வாசல் விநியோகம் என்ற வரிகள் வசூலிக்கப்பட்டன(118).

5.16 முடிவுரை

ஒரு நாட்டின் பொருளியல் தன்மை நிலத்தை அடிப்படையாகக் கொண்டது. எல்லா வளங்களும் நிலவியல் அமைப்பை ஒட்டியே ஏற்பட்டுள்ளன. நிலம் சார்ந்த பொருளியல் பணிகளால் ஏற்பட்ட வணிக முன்னேற்றத்தால் நாட்டுப் பொருளாதாரமும், தனிமனிதப் பொருளாதாரமும் வளர்ச்சியுற்றன. இத்தகைய நிலத்தின் மூலம் பெறப்பட்டுள்ள நிலவரி அரசின் வருவாயினுள் பெரும்பங்கு வகித்துள்ளது. மேலும் நிலவரியைத் தொடர்ந்து வணிக வரி, பல்வகைத் தொழில் வரி, சமுதாய குழுவரிகள், பிற பொது வரிகள் எனப் பலவகைகளில் அரசிற்கு வருவாய் கிடைத்துள்ளது. அத்தகு வருவாய் சங்க காலம் தொடங்கி கி.பி. 13 ஆம் நூற்றாண்டு வரை எவ்வழிகளில் எல்லாம் ஈட்டப்பட்டுள்ளது என்பதை வரலாற்று நூல்களின் துணையுடன் இவ்வியலின் மூலம் அறிந்து கொள்ள முடிகின்றது.

வரியைக் குறிக்கும் கல்லெழுத்துச் சொல்லும் பொருளும்

சொல் - பொருள் - துணைநூல்

1. அரிபாடிக் காவல் — நெல் அரிகளைப் பாதுகாப்பதற்காக வசூலிக்கப்படும் வரி — எஸ்.ஐ.ஐ. தொகுதி 7 எண். 119,120
2. அழகெருது காட்சி காசு — கோயிலுக்கு விடப்பட்டுள்ள எருதின் மீது விதிக்கப்படும் வரி எஸ்.ஐ.ஐ. தொகுதி 14 எண் 145
3. ஆயவற்கம் — வரி வகைகள் — எஸ்.ஐ.ஐ. தொகுதி 17 எண் 202
4. இறை — அரசு வரியைக் குறிக்கும் பொதுச் சொல் — எஸ்.ஐ.ஐ. தொகுதி5 எண் 438
5. இறைய்த் திரைவியம்—அரசுக்குச் செலுத்தும் பணம்—எஸ்.ஐ.ஐ. தொகுதி 14 எண் 213
6. இனவரி—இனத்தின் மீது விதிக்கப்படும் வரி—எஸ்.ஐ.ஐ. தொகுதி5 எண் 494
7. உத்தம மத்தியம் — ஆதமமாக அடைவு குத்தின காசு—முதல் தரம், இடைத்தரம், கடைத்தரம் என்று தரம் பிரித்து வரி நிர்ணயித்த காசு — எஸ்.ஐ.ஐ. தொகுதி 5 எண் 723
8. ஏரி காடி— ஏரியை நிர்வகிக்கும் பொருட்டு — வசூலிக்கப்படும் வரி எஸ்.ஐ.ஐ. தொகுதி 12 எண் 102
9. ஒபாதி — நில வரி — எஸ்.ஐ.ஐ. தொகுதி 14 எண் 135
10. கடமையிறுக்கும் கோல் — வரி நிர்ணயிப்பதற்காக நிலத்தை அளக்கப் பயன்படுத்தப்படும் கோல் — எஸ்.ஐ.ஐ. தொகுதி 5 எண் 431
11. கடைக் கூட்ட வந்தார் — வரி பாக்கியை வசூலிக்க வந்தவர் — எஸ்.ஐ.ஐ. தொகுதி 12 எண் 88
12. காணிக்கடன் — நிலவரி — எஸ்.ஐ.ஐ. தொகுதி 14 எண் 154
13. கோவும் குடியும் — பொதுவாய் நிலத்தின் உரிமையாளரும் பயிரிடுவோரும் செலுத்த வேண்டிய பொது வரி — எஸ்.ஐ.ஐ. தொகுதி 12 எண் 102
14. சித்தாயம் — சிறு வரிகள் — எஸ்.ஐ.ஐ. தொகுதி 5 எண் 495
15. தண்டத் தெரிந்து நாயஞ் செய்வார் — வரி, அபராதப் பொருள் ஆகியவற்றை வசூலிக்கும் அதிகாரி — எஸ்.ஐ.ஐ. தொகுதி12 எண் 254

16. தண்டல் நாயகம் — வரி வசூல் செய்யும் தலைமை அதிகாரி — எஸ்.ஐ.ஐ. தொகுதி 14 எண் 305

17. தண்டிக்கொண்டு — வரிவசூலித்துக் கொண்டு — எஸ்.ஐ.ஐ. தொகுதி 17 எண்130

18. நிலவரவு கூட்டப் பெருமக்கள் — நிலவருவாயை உத்தேசித்து வரி நிர்ணயிக்கும் ஊர்ப்பெருமக்கள் — எஸ்.ஐ.ஐ. தொகுதி 12 எண் 159

19. பாடிகாவல் — ஊர், நிலம் ஆகியவற்றைக் காவல் காப்பதற்காக வசூலிக்கப்படும் வரி — எஸ்.ஐ.ஐ. தொகுதி12 எண் 119

20. புரவு — நிலவரி — எஸ்.ஐ.ஐ. தொகுதி12 எண்86

21. வாடாக் கடமை — குறையா நிலவரி — எஸ்.ஐ.ஐ. தொகுதி 5 எண் 305

22. கடமை — அரசுக்குச் செலுத்த வேண்டிய வரி — எஸ்.ஐ.ஐ. தொகுதி5 எண் 495

23. ஆறிலொன்று — ஆறு பங்கில் ஒரு பங்கு வரியாகக் கொண்டு எஸ்.ஐ.ஐ. தொகுதி 5 எண் 520

24. எச்சோறும் — சோறளித்தல் என்னும் ஒரு வகை வரி — எஸ்.ஐ.ஐ. தொகுதி 5 எண் 544

25. வெட்டி — நீர்ப்பாய்ச்சுதலைக் கண்காணிப்பவனுக்குத் தரப்படும் வரி — எஸ்.ஐ.ஐ. தொகுதி 5 எண் 544

26. வேதினை — ஊரின் பொதுப் பணிகளைக் கவனிப்பவனுக்குத் தரப்படும் வரி — எஸ்.ஐ.ஐ. தொகுதி 5 எண் 544

27. செந்நாவெட்டி — ஒருவகை வரி — எஸ்.ஐ.ஐ. தொகுதி 5 எண் 544

28. அங்காடிக் கூலி — கடை வரி — எஸ்.ஐ.ஐ. தொகுதி 5 எண் 597

29. சில்வரி — சிறுவரி, குறைந்த வரி — எஸ்.ஐ.ஐ. தொகுதி 5 எண் 642

30. பெருவரி — பெரிய வரி, அதிக வரி — எஸ்.ஐ.ஐ. தொகுதி 5 எண் 642

31. திருவிலைச் சினைப்பேறு — இலச்சினை வரி(முத்திரை வரி) — எஸ்.ஐ.ஐ. தொகுதி 5 எண் 737

32. வலங்கை இடங்கை மகந்மை — வலங்கையார் இடங்கையார் மீது விதிக்கப்பட்ட வரி — எஸ்.ஐ.ஐ. தொகுதி 5 எண் 976

33. வன்னிய வரி — வன்னியர் மீது விதிக்கப்பெற்ற வரி — எஸ்.ஐ.ஐ. தொகுதி 5 இணைப்பு எண் 45

34. இறை இழிச்சி — இறை நீக்கி — எஸ்.ஐ.ஐ. தொகுதி 4 எண் 327

35. விற்பணம் — வில் மீது விதிக்கப் பெறும் வரி — எஸ்.ஐ.ஐ. தொகுதி 4 எண் 351.

36. கல்லெழுத்துக் கலை, நடன. காசி நாதன், மணிவாசகர் பதிப்பகம் 31, சிங்கர் தெரு, பாரி முனை, சென்னை, 600 108 திருத்திய விரிவாக்கப்பதிப்பு டிசம்பர், 2009.

அடிக்குறிப்புகள்

1. கே.கே.பிள்ளை தமிழக வரலாறும் மக்களும் பண்பாடும் பக். 314

2. தமிழகச் சமூகப்பண்பாட்டு வரலாறு இரண்டாம் பாகம் கோ. தங்கவேலு பக். 13

3. தமிழக வரலாறும் தமிழர் பண்பாடும் Dr. ஆ.இராமகிருட்டிணன் பக். 193

4. தமிழகச் சமூகப் பண்பாட்டு வரலாறு. முதல்தொகுதி . பேரா. தங்கவேலு பக். 241

5. தமிழகச் சமூகப் பண்பாட்டு வரலாறு. முதல்தொகுதி . பேரா. தங்கவேலு பக். 300

6. பழந்தமிழாட்சி தேவநேயப்பாவாணர் பக்.168,169

7. தமிழகச் சமூகப் பண்பாட்டு வரலாறு. முதல்தொகுதி . பேரா. தங்கவேலு பக். 300

8. தமிழகச் சமூகப் பண்பாட்டு வரலாறு. முதல்தொகுதி . பேரா. தங்கவேலு பக். 370

9. பழந்தமிழாட்சி தேவநேயப்பாவாணர் பக்.69

10. தமிழக வரலாறும் ஆட்சியும் டாக்டர்.மா.இராசமாணிக்கனார். பக். 234

11. தமிழக வரலாறும் ஆட்சியும் டாக்டர்.மா.இராசமாணிக்கனார். பக். 233

12. கே.எ.நீலகண்ட சாஸ்திரி சோழர்கள் புத்தகம் பக்.699

13. முனைவர் ஆ. ஜெகதீசன் தமிழ் இலக்கியத்தில் கல்வெட்டியல் கூறுகள் பக் 132.
14. பழந்தமிழாட்சி தேவநேயப்பாவாணர் பக்.170
15. கே.எ. நீலகண்ட சாஸ்திரி சோழர்கள் புத்தகம் பக்.699
16. கே.எ. நீலகண்ட சாஸ்திரி சோழர்கள் புத்தகம் பக்.700
17. தமிழகச் சமூகப் பண்பாட்டு வரலாறு இரண்டாம் பாகம் கோ. தங்கவேலு பக்கம். 14
18. தமிழகச் சமூகப் பண்பாட்டு வரலாறு முதல் தொகுதி பக். 242
19. கே.எ. நீலகண்ட சாஸ்திரி சோழர்கள் புத்தகம் பக்.706
20. கே.எ. நீலகண்ட சாஸ்திரி சோழர்கள் புத்தகம் பக்.706
21. தமிழ்நாட்டு வரலாறு பாண்டியப் பெருவேந்தர் காலம் பக்.153 தமிழ் நாட்டு வரலாற்றுக் குழு
22. தமிழ் நாட்டு வரலாறு பாண்டியப் பெருவேந்தர் காலம் தமிழ் நாட்டு வரலாற்றுக் குழு பக். 154
23. தமிழ் நாட்டு வரலாறு பாண்டியப் பெருவேந்தர் காலம் பக்.154 தமிழ் நாட்டு வரலாற்றுக் குழு
24. தமிழ் நாட்டு வரலாறு பாண்டியப் பெருவேந்தர் காலம் பக்.161 தமிழ் நாட்டு வரலாற்றுக் குழு
25. தமிழ் நாட்டு வரலாறு பாண்டியப் பெருவேந்தர் காலம் பக்.161 தமிழ் நாட்டு வரலாற்றுக் குழு
26. தமிழ் நாட்டு வரலாறு பாண்டியப் பெருவேந்தர் காலம் பக்.161—162 தமிழ் நாட்டு வரலாற்றுக் குழு
27. தமிழ்நாட்டுச் செப்பேடுகள் தொகுதி 1 ச. கிருஷ்ணமூர்த்தி பக்.334
28. பழந்தமிழாட்சி தேவநேயப்பாவாணர் பக். 171
29. பழந்தமிழாட்சி தேவநேயப்பாவாணர் பக்.172
30. பழந்தமிழாட்சி தேவநேயப்பாவாணர் பக்.172
31. பழந்தமிழாட்சி தேவநேயப்பாவாணர் பக்.173
32. பழந்தமிழாட்சி தேவநேயப்பாவாணர் பக்.174
33. தமிழகச் சமூகப் பண்பாட்டு வரலாறு முதல் தொகுதி தங்க

வேலு பக் 242

34. தமிழகச் சமூகப் பண்பாட்டு வரலாறு முதல் தொகுதி தங்க வேலு பக் 242

35. தமிழகச் சமூகப் பண்பாட்டு வரலாறு முதல் தொகுதி தங்க வேலு பக் 300

36. தமிழகச் சமூகப் பண்பாட்டு வரலாறு முதல் தொகுதி தங்க வேலு பக் 370

37. தமிழ் நாட்டு வரலாறு பாண்டியப் பெருவேந்தர் காலம் பக்.165 தமிழ் நாட்டு வரலாற்றுக் குழு

38. தமிழக வரலாறும் தமிழர் பண்பாடும் Dr. ஆ. இராமகிருட்டிணன் பக் 151

39. தமிழக வரலாறும் தமிழர் பண்பாடும் Dr. ஆ. ராமகிருட்டிணன் பக் 193

40. தமிழ் நாட்டு வரலாறு பல்லவர் பாண்டியர் காலம் முதற்பகுதி தமிழ்நாட்டு வரலாற்றுக் குழு பக்.387

41. தமிழகச் சமூகப் பண்பாட்டு வரலாறு முதல்தொகுதி தங்க வேலு. பக். 370

42. பழந்தமிழாட்சி தேவநேயப்பாவாணர் பக்.64

43. பழந்தமிழாட்சி தேவநேயப்பாவாணர் பக்.165

44. பழந்தமிழாட்சி தேவநேயப்பாவாணர் பக்.165

45. கே. கே. பிள்ளை தமிழக வரலாறும் மக்களும் பண்பாடும் பக். 314

46. சிலம்பு ஊர்காண் காதை 205—207

47. தமிழகச் சமூகப் பண்பாட்டு வரலாறு முதல் தொகுதி கோ. தங்க வேலு பக் 302

48. தமிழ் மக்கள் வரலாறு அயலவர் காலம் க.ப. அறவாணன் பக்.204

49. தமிழகச் சமூகப் பண்பாட்டு வரலாறு கோ. தங்க வேலு பக்.243

50. தமிழ்நாட்டு வரலாறு பாண்டியப் பெருவேந்தர் காலம் தமிழ்நாட்டு வரலாற்று வல்லுநர் குழு பக்.178

51. தமிழ் நாட்டு வரலாறு பல்லவர் பாண்டியர் காலம்

முதல்பகுதி தமிழ்நாட்டு வரலாற்றுக்குழு பக் .394

52. தமிழ் நாட்டு வரலாறு பல்லவர் பாண்டியர் காலம் முதல்பகுதி தமிழ்நாட்டு வரலாற்றுக்குழு பக் .390

53. தமிழ் நாட்டு வரலாறு பல்லவர் பாண்டியர் காலம் முதல்பகுதி தமிழ்நாட்டு வரலாற்றுக்குழு பக் .390

54. தமிழ் நாட்டு வரலாறு பல்லவர் பாண்டியர் காலம் முதல்பகுதி தமிழ்நாட்டு வரலாற்றுக்குழு பக் .390

55. தமிழ் நாட்டு வரலாறு பல்லவர் பாண்டியர் காலம் முதல்பகுதி தமிழ்நாட்டு வரலாற்றுக்குழு பக் .392

56. தமிழ்நாட்டு வரலாறு பல்லவர் பாண்டியர் காலம் முதல்பகுதி தமிழ்நாட்டு வரலாற்றுக்குழு பக் .392

57. தமிழ்நாட்டு வரலாறு பல்லவர் பாண்டியர் காலம் முதல்பகுதி தமிழ்நாட்டு வரலாற்றுக்குழு பக் .392

58. தமிழ்நாட்டு வரலாறு பல்லவர் பாண்டியர் காலம் முதல்பகுதி தமிழ்நாட்டு வரலாற்றுக்குழு பக் .392

59. தமிழ்நாட்டு வரலாறு பல்லவர் பாண்டியர் காலம் முதல்பகுதி தமிழ்நாட்டு வரலாற்றுக்குழு பக் .392

60. தமிழ்நாட்டு வரலாறு பல்லவர் பாண்டியர் காலம் முதல்பகுதி தமிழ்நாட்டு வரலாற்றுக்குழு பக் .394

61. தமிழ்நாட்டு வரலாறு பல்லவர் பாண்டியர் காலம் முதல்பகுதி தமிழ்நாட்டு வரலாற்றுக்குழு பக் .394

62. தமிழ்நாட்டு வரலாறு பல்லவர் பாண்டியர் காலம் முதல்பகுதி தமிழ்நாட்டு வரலாற்றுக்குழு பக் .394

63. தமிழ்நாட்டு வரலாறு பல்லவர் பாண்டியர் காலம் முதல்பகுதி தமிழ்நாட்டு வரலாற்றுக்குழு பக் .394

64. தமிழ்நாட்டு வரலாறு பல்லவர் பாண்டியர் காலம் முதல்பகுதி தமிழ்நாட்டு வரலாற்றுக்குழு பக் .394

65. தமிழ்நாட்டு வரலாறு பல்லவர் பாண்டியர் காலம் முதல்பகுதி தமிழ்நாட்டு வரலாற்றுக்குழு பக் .396

66. தமிழகச் சமூகப் பண்பாட்டு வரலாறு முதல் தொகுதி கோ. தங்க வேலு பக்302

67. தமிழ்நாட்டு வரலாறு சோழப்பெருவேந்தர் காலம் முதல்தொகுதி தமிழ் நாட்டு வரலாற்று ஆசிரியர் குழு பக்

456—457

68. தமிழக வரலாறும் ஆட்சியும் மா. இராசமாணிக்கனார் பக். 65

69. பாண்டியர் வரலாறு டி.வி. சதாசிவ பண்டாரத்தார் பக்.123

70. தமிழ்நாட்டு வரலாறு சோழப்பெருவேந்தர் காலம் இரண்டாம் பகுதி தமிழ் நாட்டு வரலாற்றுக் குழு பக்216—217

71. தமிழ்நாட்டு வரலாறு பாண்டியப் பெருவேந்தர் காலம் தமிழ் நாட்டு வரலாற்று வல்லுநர் குழு பக். 185—186

72. தமிழக வரலாறும் தமிழர் பண்பாடும் டாக்டர் ஆ. இராமகிருட்டினன். பக்37

73. தமிழக வரலாறும் ஆட்சியும் மா, இராசமாணிக்கனார் பக். 235

74. பல்லவர் வரலாறு மா. இராசமாணிக்கனார் பக். 229—230

75. தமிழகச் சமூகப்பண்பாட்டு வரலாறு முதல்தொகுதி பேராசிரியர் கோ. தங்கவேலு பக்.244

76. சோழர்கள் புத். 2 நீலகண்ட சாஸ்திரி பக். 702

77. தமிழக வரலாறும் ஆட்சியும் டாக்டர் இராசமாணிக்கனார் பக். 236

78. தமிழ்நாட்டு வரலாறு பாண்டியப் பெருவேந்தர் காலம் பக். 179

79. தமிழ்நாட்டு வரலாறு பாண்டியப்பெருவேந்தர் காலம் பக்66

80. தமிழர் நாகரிகமும் பண்பாடும் அ. தட்சிணாமூர்த்தி பக் 484

81. தமிழ்நாட்டு வரலாறு பாண்டியப் பெருவேந்தர் காலம் பக். 179

82. தமிழக வரலாறும் ஆட்சியும் மா. இராசமாணிக்கனார் பக். 236

83. தமிழர் நாகரிகமும் பண்பாடும் அ. தட்சிணாமூர்த்தி பக் 485

84. பல்லவர் வரலாறு இராச மாணிக்கனார் பக்231

85. தமிழக வரலாறும் ஆட்சியும் ஞிக்ஷீ.மா. இராசமாணிக்கனார்.

பக்.85

86. கே.கே.பிள்ளை தமிழக வரலாறும் மக்களும் பண்பாடும் பக் 314

87. தமிழகச் சமூகப் பண்பாட்டு வரலாறு முதல் தொகுதி தங்கவேலு பக். 244

88. தமிழ்நாட்டு வரலாறு பாண்டியப் பெருவேந்தர் காலம் பக். 179

89. தமிழ்நாட்டு வரலாறு பாண்டியப் பெருவேந்தர் காலம் பக். 64

90. தமிழ்நாட்டு வரலாறு பாண்டியப் பெருவேந்தர் காலம் பக். 65,66

91. சோழர்கள் புத். 2 நீலகண்ட சாஸ்திரி பக். 702

92. பல்லவர் வரலாறு மா. இராசமாணிக்கனார் பக் 231

93. தமிழகச் சமூகப் பண்பாட்டு வரலாறு முதல் தொகுதி கோ. தங்க வேலு பக். 243

94. தமிழ்நாட்டு வரலாறு பல்லவர் பாண்டியர் காலம் முதற்பகுதி தமிழ் நாட்டு வரலாற்றுக் குழு பக். 396

95. தமிழ்நாட்டு வரலாறு பாண்டியப் பெருவேந்தர் காலம் பக் 179

96. தமிழகச் சமூகப் பண்பாட்டு வரலாறு முதல் தொகுதி கோ. தங்க வேலு பக். 243

97. தமிழ்ப் பண்பாட்டு வரலாறு பக். 96 செ. வைத்தியலிங்கன்

98. தமிழ் நாட்டு வரலாறு பாண்டியப் பெருவேந்தர் காலம் பக் 66

99. தமிழர் நாகரிகமும் பண்பாடும் பக். 484 அ. தட்சிணாமூர்த்தி

100. சோழர்கள் புத். 2 நீலகண்ட சாஸ்திரிபக். 701

101. கே.கே. பிள்ளை தமிழக வரலாறும் மக்களும் பண்பாடும் பக் 314

102. கல்வெட்டில் வாழ்வியல் டாக்டர் அ. கிருட்டிணன் பக். 277

103. தமிழ்நாட்டு வரலாறு பாண்டியப் பெருவேந்தர் காலம் பக்

179

104. தமிழர் நாகரிகமும் பண்பாடும் அ. தட்சிணாமூர்த்தி பக் 483

105. தமிழ்நாட்டு வரலாறு பாண்டியப் பெருவேந்தர் காலம் பக் 63,64

106. கே.கே. பிள்ளை தமிழக வரலாறும் மக்களும் பண்பாடும் பக் 314

107. தமிழகச் சமூகப் பண்பாட்டு வரலாறு முதல் தொகுதி கோ. தங்க வேலு பக். 243

108. தமிழ் நாட்டு வரலாறு பாண்டியப் பெருவேந்தர் காலம் பக் 178

109. தமிழ் நாட்டு வரலாறு பாண்டியப் பெருவேந்தர் காலம் பக் 179

110. தமிழ் நாட்டு வரலாறு பாண்டியப் பெருவேந்தர் காலம் பக் 63, 64

111. பழந்தமிழாட்சி தேவநேயப்பாவாணர் பக்.170

112. தமிழர் நாகரிகமும் பண்பாடும் அ. தட்சிணாமூர்த்தி பக் 483

113. தமிழர் நாகரிகமும் பண்பாடும் அ. தட்சிணாமூர்த்தி பக் 486

114. தமிழகச் சமூகப் பண்பாட்டு வரலாறு முதல் தொகுதி கோ. தங்க வேலு பக். 243

115. தமிழ் நாட்டு வரலாறு பாண்டியப் பெருவேந்தர் காலம் பக் 65

116. தமிழ் நாட்டு வரலாறு பாண்டியப் பெருவேந்தர் காலம் பக் 179

117. கே.கே. பிள்ளை தமிழக வரலாறும் மக்களும் பண்பாடும் பக் 314

118. தமிழ் நாட்டு வரலாறு பாண்டியப் பெருவேந்தர் காலம் பக் 179

முடிவுரை

சங்க காலம் தொடங்கி கி.பி. 13ஆம் நூற்றாண்டு வரை தமிழகத்தின் வருவாய் எவ்வழிகளில் எல்லாம் கிடைத்துள்ளது என்பதை ஆராயும் இவ்வாய்வின் முடிவில் வருவாய் குறித்த பல அரிய தகவல்கள் கிடைக்கப்பெற்றுள்ளன.

அரசின் வருவாய்களுள் முக்கியமான வருவாயாக வரி திகழ்கிறது. இவ்வரியை அரசர்களோ அரசனின் சார்பாளர்களுள் ஒருவரோ மக்களிடமிருந்தோ பிறரிடமிருந்தோ பெற்றுள்ளனர். இன்றைய சூழலில் அரசு மக்களிடமிருந்தோ / நிறுவனத்திடமிருந்தோ பெறும் வருவாய்களுள் முதன்மைபெறுகின்ற “ஜிகிஙீ” என்பது தமிழில் வரி என்னும் பொருளில் வழங்கப்படுகின்றது. ஆனால் சங்க இலக்கியங்களில் இடம்பெறும் வரி என்ற சொல் “ஜிகிஙீ” என்ற பொருளில் இடம்பெறாமல் பிறப் பொருட்களில் இடம்பெற்றுள்ளன. 17ஆம் நூற்றாண்டில் தோன்றியுள்ள முக்கூடற்பள்ளு என்னும் இலக்கியத்தில் தான் “வரி” என்னும் சொல் வரியைக் குறிப்பிடுவதற்காகப் பயன்படுத்தப்பட்டுள்ளது. மாறாக 13ஆம் நூற்றாண்டு வரை திறை, உல்கு, புரவு, இறை ஆகிய சொற்களே இலக்கியங்களில் வரிப் பொருளைக் குறிப்பிடுவனவாக அமைந்துள்ளன.

அவற்றுள் “திறை” என்பது பகைமன்னரிடமிருந்தும், சிற்றரசர்களிடமிருந்தும், குறுநிலமன்னர்களிடமிருந்தும் பெறப் பட்டுள்ளதாக இலக்கியங்களின் மூலம் அறிய முடிகின்றது. இத்திறை குறித்த செய்திகளை இலக்கியங்களில் பெரும்பான்மையான இடங்களில் காணமுடிகின்றன. “உல்கு” என்பது ஏற்றுமதி இறக்குமதி வாணிகத்திற்காகப் பெறப்பட்ட சுங்க வரியாக இலக்கியங்கள் பதிவு செய்துள்ளன. “புரவு, இறை” ஆகிய சொற்கள் பொதுவான வரிப் பொருளைக் குறிப்பிடுவதற்கு இலக்கியங்களில் கையாளப்பட்டுள்ளது.

சங்க கால மன்னர்கள் பகைவரிடத்தில் போரிட்டு வெற்றி கொண்டு திறை பெறுதல் வழக்கமான செயலாக இருந்துள்ளது. போருக்கு அஞ்சி தாமே திறை செலுத்த பகை மன்னர் முன்வரின் அவர்களின் திறைப் பொருட்களைப் பெற்றுக் கொண்டு அவர்களை மன்னித்து விடும் குணம் மன்னவரிடையே இருந்ததைச் சங்க இலக்கியங்களின் மூலம் அறிய முடிகிறது. போரின் போது கொண்டு வந்த பொருள்கள் ’கொண்டி’ எனப்பட்டன. பகைவர் செலுத்திய பொருள்கள் ’திறை’ எனப்பட்டன.

திறைப்பொருட்களைத் தொடர்ந்து நிலவரி, தொழில் வரி, வணிகவரி என பல வகைகளில் மக்களிடமிருந்து வரி பெறப் பட்டுள்ளது. அத்தகைய வரி வெவ்வேறு பெயர்களில் வசூலிக்கப் பட்டுள்ளது. சோழர்காலத்தில் ஏறத்தாழ 400 —க்கும் மேற்பட்ட வரிகள் மக்களிடமிருந்து பெறப்பட்டுள்ளதை கல்வெட்டுக்கள் உணர்த்துகின்றன.

“வருவாய் சொற்பொருள் விளக்கம்” என்னும் முதல் இயலில் சங்க காலம் தொடங்கி பிற்காலச்சோழர் காலம் வரை தமிழகத்தின் வருவாய் பல்வேறுபட்ட வகைகளில் கிடைத்துள்ளது என்பதை அறிந்து கொள்ள முடிகின்றது. அவற்றுள் அதிகப்படியான வருவாயைத் தேடித்தந்தது மக்களிடமிருந்து பெறப்பட்ட வரிப்பொருளும், பகை மன்னர்களும் சிற்றரசர்களும் செலுத்திய திறைப்பொருளுமாகும்.

வரி, ஆயம் , காணம், கடமை, தண்டல், பூட்சி, இறை, விலை , நாழி, பட்டி, முதலிய பலவகைப் பெயர்களில் வரி பெறப்பட்டுள்ளது.

மேலும் இலக்கியங்களில் வரியைக் குறித்து கையாண்டுள்ள திறை, உல்கு, புரவு, இறை என்ற சொற்களுக்குரிய அகராதிகள் தரும் விளக்கங்களையும் இவ்வியலின் மூலம் தெரிந்து கொள்ள முடிகின்றது.

“வருவாய் நிருவாகம்” என்னும் இரண்டாம் இயலின் கீழ் அரசுக்குப் பெரும்பங்கு வருவாய் ஈட்டி தந்துள்ள வரிவிதிப்புத் துறை குறித்த தகவல்கள் பதிவு செய்யப்பட்டுள்ளன. அவ்வரிவிதிப்புத் துறை எவ்வகையில் செயல்பட்டது என்பதும் அத்துறையின் மூலம் மக்களிடமிருந்து எவ்வகையில் வரி வசூலிக்கப்பட்டுள்ளது என்பது குறித்தும் அறிந்து கொள்ளமுடிகின்றது. மேலும் வரிகளை விதிப்பதற்கு அடிப்படையாகப் பயன்பட்ட அளவைகள் குறித்தும் இவ்வியலின் மூலம் அறிந்துகொள்ள முடிகின்றது.

நிலவரியைப் பணமாகவோ தானியமாகவோ செலுத்தலாம். இதனை ஊர்ச்சபையார் வசூலித்து அரசாங்கப் பொது கருவூலத்திற்கு அனுப்புவர். பஞ்சம் முதலிய இயற்கைக் கேடுகள் விளையும் போது நிலவரியைக் குறைப்பதும் அல்லது நீக்குவதும் அரசின் கடமையாக இருந்துள்ளது.

வருவாய் துறைக்குத் தலைவராயிருந்த அதிகாரி “புரவு வழி திணைக்கள நாயகம்” எனப்பட்டார். இத்துறையில் கண்காணி, வரிப்புத்தகம், வரிப்புத்தகக் கணக்கு, வரியீடு, முகவெட்டி, பட்டோலை முதலிய அலுவலர்களும் இருந்துள்ளனர். அரசு உயர் அலுவலர் ‘பெருந்தனம்’ என்றும் கீழ்மட்ட அலுவலர் ‘இறுந்தனம்’ என்றும் அழைக்கப்பட்டனர்.

இங்ஙனம் ஒரு நாட்டின் நிர்வாகம் செம்மையாக இருக்குமேயானால் அந்நாடு செழிப்பாக முன்னேறும் நிலையை அடையும். இவ்வியலின் மூலம் அக்காலத்தில் வருவாய்க்கென்று தனித்துறை அமைக்கப்பட்டு அது சிறப்பாக செயல்பட்டு வந்துள்ளதையும் அறிந்து கொள்ள முடிகின்றது.

"அரசு உருவாக்கம்" என்னும் மூன்றாம் இயலின் மூலம் அரசனது ஆட்சி அமைப்பு எவ்வகையில் செயல்பட்டுள்ளது என்பதனை அறிந்து கொள்ள முடிகின்றது. அரசனின் செங்கோலாட்சியே மக்களின் முன்னேற்றத்திற்கும் செழுமைக்கும் வழி வகுக்கும். அரசு இயங்குவதற்கும் செயல்களை நிறைவேற்றுவதற்கும் அனுபவமிக்க ஆட்சியாளர்கள் தேவை. அவர்கள் ஒரு குழுவாக செயல்பட்டு தனித்தனிப் பொறுப்புகளை ஏற்று அரசை இயக்கும் வலிமை படைத்தவர்களாக இருந்துள்ளனர். மேலும் மைய ஆட்சி , மண்டல ஆட்சி, வட்டார ஆட்சி, ஊராட்சி, கிராம சபை எனப் பல பிரிவுகளின் கீழ் ஆட்சி அமைப்பு செயல்பட்டு வந்துள்ளது. வேந்தர் தம் அவையில் நீதி கேட்டு வருவோர்க்கு அறங்கூறு அவையத்தின் மூலம் நீதி வழங்கியும், பகைவரால் தம் நாட்டிற்கு துன்பம் வரும் நேரங்களில் படைகளுடன் பாசறையில் தங்கி பெரும் போர்களில் ஈடுபட்டு மக்களை காத்து வந்துள்ளனர். இங்ஙனம் சங்க காலம் தொடங்கி பிற்காலச் சோழர் காலம் வரை தமிழகத்தின் அரசு உருவாக்கமும் அதன் செயல்முறைகளும் எவ்வகையில் செயல்பட்டு வந்துள்ளது என்பதனையும் இவ்வியலின் வழி கண்டு கொள்ள முடிகிறது.

"இலக்கியங்களின் வழி வருவாய் " என்னும் நான்காம் இயலின் மூலம் சங்க காலம் தொடங்கி கி.பி. 13ஆம் நூற்றாண்டு வரை தோன்றியுள்ள இலக்கியங்களின் வழி தமிழகத்தின் வருவாய் எவ்விதங்களில் எல்லாம் ஈட்டப்பட்டுள்ளது என்பதை அறிய முடிகின்றது. அதன் வழி திறை, உல்கு, புரவு, இறை ஆகியவற்றின் மூலம் பெறப்பட்டுள்ள வருவாய் குறித்து அறிந்துகொள்ள முடிகின்றது. மேலும் அவை பெறப்பட்ட முறை, நெறி, அளவு, பொருள் முதலியனவற்றையும் தெளிவாக கண்டு கொள்ளமுடிகிறது. அவற்றுள் "ஆறில் ஒரு பங்கு வரி" அரசர்களுக்குச் செலுத்தப்பட்டுள்ள செய்தியை இலக்கியங்களில் காண முடிகிறது.

சங்க காலம் தொடங்கி பிற்காலச் சோழர் காலம் வரை தோன்றியுள்ள இலக்கியங்களில் அரசின் வருவாய்களுள் முக்கிய இடம் பிடிக்கும் திறை குறித்த செய்திகள் பரவலாக காணக்கிடைக்கின்றன. அவற்றுள் திறையாகப் பெறப்பட்ட பொருட்கள் பற்றியும், திறை செலுத்தியதற்கான காரணங்கள் பற்றியும், திறை செலுத்துபவர்கள் குறித்தும், திறை பெறுபவர்கள் குறித்தும் அறிந்து கொள்ளமுடிகிறது.

மேலும் சிற்றரசர்களும், குறுநில மன்னர்களும் அவரே வந்து திறை செலுத்தும் செய்தியையும் இலக்கியங்கள் தெளிவாகக் காணமுடிகிறது. திறை செலுத்தாவிடில் போர் நடக்கும் என்று அச்சுறுத்துவதும், திறை செலுத்தக் கூறித் தூதுவரை அனுப்பிவைத்தலும் அக்கால மரபாக இருந்துள்ளது. பகைவர் பணிந்து திறை செலுத்தினால் அவர்களை மன்னித்து விடும் மரபும், திறை செலுத்தியும் அதனை ஏற்காது போரிடும் தன்மையும் இருந்துள்ளதை அறிய முடிகிறது.

ஆபரணங்களுக்காகப் போரிட்டு இறுதியில் நாட்டையே திறையாகப் பெற்றுள்ள செய்தியும், பகைவர் போருக்கு அஞ்சி திறை செலுத்த கூட்டமாக வருவர் போன்ற செய்திகள் யாவும் இலக்கியங்களின் மூலம் அறியலாகும் திறை குறித்த செய்திகளாகும். மேலும் உல்கு என்னும் சுங்க வரியைக் குறித்தும் புரவு என்னும் பொது வரியைக் குறித்தும் வரிபெறுதலுக்குரிய நெறி குறித்தும் இலக்கியங்களில் கூறப்பட்டுள்ளன.

"வரலாற்று நூல்களின் வழி வருவாய்" என்னும் ஐந்தாம் இயலில் பிற வரிகள் குறித்த ஏராளமான செய்திகள் வரலாற்று நூல்களின் துணையுடன் தெளிவாக விளக்கப்பட்டுள்ளன. அதிலும் குறிப்பாக நிலவரியே முதன்மையானதாக இருந்துள்ளது.

நிலத்தின் மூலம் பெறப்பட்டுள்ள நிலவரி அரசின் வருவாயினுள் பெரும்பங்கு வகித்துள்ளது. மேலும் நிலவரியைத் தொடர்ந்து நீர்வரி, வணிக வரி, பல்வகைத் தொழில் வரி, சொத்து வரி, தண்டத்தொகை, படைவரி, சமுதாய குழுவரிகள், பிற பொது வரிகள் எனப் பலவகைகளில் அரசிற்கு வருவாய் கிடைத்துள்ளது. இலக்கியங்களில் கூறப்பட்டுள்ள ஆறில் ஒரு பங்கு வரி என்னும் அளவையே வரலாற்று நூல்களும் கூறியுள்ளன.

நிலவரி ஆறில் ஒரு பங்காக வசூலிக்கப்பட்டுள்ளது.

"தென்புலத்தார் தெய்வம் விருந்தொக்கல் தானென்றாங்கு

ஐம்புலத்தா றோம்பல் தலை" (குறள் 43)

என்னும் குறளுக்கு விளக்கம் எழுதிய பரிமேலழகர், ஒருவன் தன் வருவாயை ஆறாகப் பிரித்துக் கொண்டு அவற்றில் ஐந்து பகுதியைப் பெற்றோர், தெய்வம், விருந்தினர், சுற்றத்தினர், தான் என்று ஒதுக்கிக் கொண்டு மீதமுள்ள ஒரு பகுதியை அரசனுக்கு வரியாகச் செலுத்துவான் என்று உரைக்கின்றார்.

நாட்டின் பொருளாதாரத்திற்கு நிலவளம் தான் முக்கியமானது அது போல் அரசாங்க வருவாயில் நிலவரியே முதன்மை பெற்று நிலவியது. இறை நெல்லாகவும் பணமாகவும் வசூலிக்கப்பட்டுள்ளது. இவை தவிர சுங்க வரியாகிய வணிகவரியும், தொழில்வரிகளும்

அரசாங்க வருவாய்களாக அமைந்தன. வரிவகைகள் பலவாறாக இருந்தன. அரசாங்கத்தைத் தவிர உள்ளாட்சி நிறுவனங்களும் தொழில் கழகங்களும், வகுப்புக் கூறுகளும் வெவ்வேறு காரியங்களுக்காக வரி வசூலித்துள்ளன.

பல்வேறு வகைகளில் வரிசெலுத்தியுள்ளப் பொருட்கள் பலவாறாக இருந்துள்ளது. அதற்குக் காரணம் சீரான அரசியல் கட்டமைப்பும் நேர்மையான வாழ்க்கைமுறையும் வெளிப்படையான அரசாட்சியுமே ஆகும்.

துணை நூற்பட்டியல்

1. அகத்தியலிங்கம். ச.,(ப.ஆ) — 16 வது கருத்தரங்க ஆய்வுக் கோவை (தொகுதி 3) இந்தியப் பல்கலைக்கழகத் தமிழாசிரியர் மன்றம், அண்ணாமலை நகர், 1984.

2. அப்பாண்டைராசன்.ஜெ. — ஐஞ்சிறு காப்பியங்கள்

3. (உ.ஆ) மூலமும் தெளிவுரையும் (5ஆம் தொகுதி)

4. வர்த்தமானன் பதிப்பகம், தியாகராய நகர், சென்னை,17 முதற்பதிப்பு அக்டோபர் 2006.

5. அரவிந்தன். மு.வை — உரையாசிரியர்கள் மணிவாசகர் நூலகம்,சென்னை, 1968.

6. அறவாணன். க.ப. — தமிழ் மக்கள் வரலாறு அயலவர் காலம் தமிழ்க்கோட்டம் 2, முனிரத்தினம் தெரு, அய்யாவு குடியிருப்பு, அமைந்தகரை சென்னை 600 029 முதற்பதிப்பு மார்ச் 2006.

7. இராசமாணிக்கனார். மா. —தமிழக வரலாறு செல்லப்பா பதிப்பகம் 48, தானப்ப முதலி தெரு, மதுரை — 625 001. முதற்பதிப்பு நவம்பர் 2010.

8. இராசமாணிக்கனார். மா. — தமிழக வரலாறும் ஆட்சியும் பூம்புகார் பதிப்பகம் 127 (பழைய எண். 63) பிரகாசம் சாலை (பிராட்வே) சென்னை — 600 018. முதற்பதிப்பு — மார்ச் 2009.

9. இராசமாணிக்கம். மா. — பல்லவர் வரலாறு, திருநெல்வேலி தென்னிந்திய சைவ சித்தாந்த நூற்பதிப்புக் கழகம், சென்னை— 18, 1918.

10. இராசமாணிக்கனார். மா. — பல்லவர் வரலாறு

11. பூம்புகார் பதிப்பகம், 127 (பழைய எண். 63) பிரகாசம் சாலை (பிராட்வே) சென்னை — 600 018. முதற்பதிப்பு — மார்ச் 2009.

12. இராசாராம்.துரை. (உ.ஆ) — மூவருலா 9, பாரதி நகர், முதல் தெரு, தி, நகர், சென்னை 600 017 முதல் பதிப்பு ஏப்ரல் 2000.

13. இராசாராம் துரை — சீவகசிந்தாமணி (1, 2, 3, 4 ,5) (விளக்கவுரை) முல்லை நிலையம்9, பாரதி நகர், முதல்

தெரு தி. நகர், சென்னை— 600 017. முதல் பதிப்பு 2001.

14. இராமகிருட்டினன் . ஆ. — தமிழக வரலாறும் தமிழர் பண்பாடும் சர்வோதய இலக்கிய பண்ணை 32/1 கிழக்கு வேலீ தெரு, மதுரை —625 001 பதிப்பு பிப்ரவரி 2010.

15. இராமசாமி.அ — தமிழ்நாட்டு வரலாறு

16. நீயு செஞ்சுரி புக் ஹவுஸ் (பி) லிட்,41—பி.சிட்கோ இண்டஸ்டிரியல் எஸ்டேட், அம்பத்தூர், சென்னை 600 098. நான்காம் பதிப்பு ஆகஸ்ட் 2011.

17. இராமநாதன் செட்டியார் — சங்க காலத் தமிழர் வாழ்வு, முத்தையா நிலைய வெளியீடு, சென்னை —7, 1967.

18. இராமலிங்கம் — சங்க இலக்கியத்தில் வேந்தர்

19. ஸ்ரீ பாரதி புத்தகாலயம் 7/40, கிழக்குச் செட்டித் தெரு,

20. பரங்கி மலை, சென்னை — 600 016. முதல் பதிப்பு 2009.

21. இராமன் .கே.வி. — பாண்டியர் வரலாறு, கழக வெளியீடு சென்னை , 1977.

22. இறையரசன்.பா. — தமிழ் நாட்டு வரலாறுபூம்புகார் பதிப்பகம் 127 (ப. எண். 63) பிரகாசம் சாலை (பிராட்வே) சென்னை — 600 108 இரண்டாம் பதிப்பு ஏப்ரல் 2006.

23. கல்லாடன் — வரலாற்றுச் சுடர்கள் குழலி பதிப்பகம்

24. 21 வாணிதாசன் வீதி, குயவர் பாளையம், பாண்டிச்சேரி 605 013.முதல் பதிப்பு 2007.

25. கழகப் புலவர் குழு — மூவர் தேவாரத் திரட்டு திருநெல்வேலி சைவ சித்தாந்த நூற்பதிப்புக் கழகம்,லிமிடெட், 154, டி.டி.கே சாலை, சென்னை —600 018. முதல் பதிப்பு 2010

26. காசிநாதன் — கல்லெழுத்துக் கலை மணிவாசகர் பதிப்பகம் 31, சிங்கர் தெரு , பாரி முனை, சென்னை, 600 108 திருத்திய விரிவாக்கப்பதிப்பு டிசம்பர், 2009.

27. காசிநாதன். நடன — தமிழர் நாகரிகம் தமிழ் நாடு அரசு

28. தொல்பொருள் ஆய்வுத்துறை, சென்னை.

29. காமாட்சி ஸ்ரீனிவாசன் — குறள் கூறும் சமுதாயம், மதுரைப் பல்கலைக்கழகம் மதுரை — 625 021,1975.

30. கிருட்டினன். அ.— கல்வெட்டில் வாழ்வியல் மணிவாசகர்

பதிப்பகம். 55, லிங்கி தெரு, சென்னை 600 001. முதல் பதிப்பு 1991.

31. கிருட்டிணசாமி. வெ — தமிழ் இலக்கியத்தில் பயணச் செய்திகள் மெய்யப்பன் பதிப்பகம், சிதம்பரம் — 608 001, 2003.

32. கிருஷ்ண மூர்த்தி. ச. — தமிழ்நாட்டுச் செப்பேடுகள் (தொகுதி—1) மெய்யப்பன் தமிழாய்வகம் 53, புதுத்தெரு, சிதம்பரம் 608 001. முதல் பதிப்பு டிசம்பர் 2002.

33. சங்குப்புலவர். தி. (உ.ஆ) — மூவருலா, திருநெல்வேலி தென்னிந்திய சைவ சித்தாந்த நூற்பதிப்புக் கழகம், சென்னை— 18, 1967.

34. சண்முகம் பிள்ளை.மு., — சங்கத் தமிழர் வாழ்வியல் உலகத்தமிழ் ஆராய்ச்சி நிறுவனம், சென்னை — 113, 1997.

35. சண்முக தேசிக ஞானசம்பந்தம் — பன்னிரு திருமுறை விளக்கம் ஞானசம்பந்தம் பதிப்பகம், தருமை ஆதினம், மயிலாடுதுறை — 609 001. பதிப்பு —2008.

36. சதாசிவ பண்டாரத்தார் டி.வி — பாண்டியர் வரலாறு மணிவாசகர் பதிப்பகம்8/7 சிங்கர் தெரு, பாரிமுனை, சென்னை 600 108. இரண்டாம் பதிப்பு பிப். 2001.

37. சதாசிவ பண்டாரத்தார் டி.வி — பாண்டியர் வரலாறு நாம் தமிழர் பதிப்பகம் 10/14 தோப்பு. வேங்கடாசலம் தெரு, திருவல்லிக்கேணி, சென்னை —600 005 முதற்பதிப்பு டிசம்பர் 2007.

38. சதாசிவ பண்டாரத்தார். தி.வை. — பிற்காலச் சோழர் வரலாறு, சாய்ராம் பதிப்பகம் மாங்காடு, சென்னை 600 122 முதல் பதிப்பு 2010

39. சதாசிவபண்டாரத்தார். தி.வை — பிற்காலச் சோழர் சரித்திரம் முழுமையாக சுபா பதிப்பகம் பிளாக் எண் 11 திளிகி ஜெயின் சுதர்சனா அபார்ட்மெண்ட்ஸ் சென்னை — 73 முதல் பதிப்பு மார்ச் 2011.

40. சிதம்பரனார்.சாமி.,— எட்டுத்தொகையும் தமிழர் பண்பாடும், அறிவுப்பதிப்பகம், சென்னை — 14, 2003. 33. சிதம்பரனார். சாமி., — பத்துப்பாட்டும் பண்டைத்தமிழரும், அறிவுப் பதிப்பகம், சென்னை — 14, 2003.

41. சிதம்பர நாத முதலியார் டி.கே. — முத்தொள்ளாயிரம்

(ப.ஆ) வெளியீடு காவ்யா 16, இரண்டாம் குறுக்குத் தெரு, டிரஸ்ட்புறம்,

42. கோடம்பாக்கம், சென்னை 24 35. சீனிவாசன்.ச — திருக்குறள் பரிமேலழகர் உரை (ப.ஆ) வசந்தா பதிப்பகம் 26, குறுக்குத்தெரு, சோசப் குடியிருப்பு ஆதம்பாக்கம், சென்னை — 600 088. முதல் பதிப்பு 2008.

43. சுப்பிரமணியன் ச.வே. — பதினெண் கீழ்க்கணக்கு நூல்கள்

44. மூலமும் தெளிவுரையும் மணிவாசகர் பதிப்பகம் 31, சிங்கர் தெரு, பாரிமுனை, சென்னை — 600 108. முதல் பதிப்பு ஜுன் 2010.

45. சுவாமிநாதன், — பல்லவர் கால வரலாறு, மோகன் பதிப்பகம், சென்னை — 5, 1981.

46. சூரியநாராயணன். பா., — தமிழ்நாட்டு வரலாற்றில் இலக்கிய ஆதாரங்கள், (கி.மு. 200 — கி.பி. 1300) உலகத் தமிழ் ஆராய்ச்சி நிறுவனம், தரமணி, சென்னை — 113, 1998.

47. செல்லம். வே.தி. — தமிழக வரலாறு, புதிய பார்வை, மணிவாசகர் பதிப்பகம், 31, சிங்கர் தெரு, பாரிமுனை, சென்னை —600 108.

48. சோமசுந்தரனார் பொ.வே. — அகநானூறு,(உ.ஆ) திருநெல்வேலி தென்னிந்திய சைவ சித்தாந்த நூற்பதிப்புக் கழகம் சென்னை—1, 1976

49. சோமசுந்தரனார் பொ.வே. — ஐங்குறுநூறு (உ.ஆ) திருநெல்வேலி தென்னிந்திய சைவ சித்தாந்த நூற்பதிப்புக் கழகம் சென்னை — 1, 1966

50. சோமசுந்தரனார் பொ.வே. — கலித்தொகை (உ.ஆ) திருநெல்வேலி தென்னிந்திய சைவ சித்தாந்த நூற்பதிப்புக் கழகம், சென்னை — 1 , 1976

51. சோமசுந்தரனார் பொ.வே. — குறுந்தொகை (உ.ஆ) திருநெல்வேலி தென்னிந்திய சைவ சித்தாந்த நூற்பதிப்புக் கழகம், சென்னை — 1 , 1965.

52. சோமசுந்தரனார் பொ.வே. — சூளாமணி (உ.ஆ) திருநெல்வேலி தென்னிந்திய சைவ சித்தாந்த நூற்பதிப்புக் கழகம், சென்னை — 1, 1970

53. சோமசுந்தரனார் பொ.வே. — பட்டினப்பாலை (உ.ஆ) திருநெல்வேலி தென்னிந்திய சைவ சித்தாந்த நூற்பதிப்புக்

கழகம், சென்னை — 1 , 2001.

54. சோமசுந்தரனார் பொ.வே.—பரிபாடல் (உ.ஆ) திருநெல்வேலி தென்னிந்திய சைவசித்தாந்த நூற்பதிப்புக்கழகம், சென்னை—1, 1969.

55. தங்கவேலு.கோ.—தமிழகச் சமூகப் பண்பாட்டு வரலாறு (இரண்டாம் பாகம்) அமிழ்தம் பதிப்பகம் 328/10 திவான் சாகிப் தோட்டம், டி.டி. கே சாலை, இராயப்பேட்டை, சென்னை —600 014. முதற்பதிப்பு 2002

56. தசரதன், ஆ. — தமிழில் ஆவணங்கள் உலகத் தமிழாராய்ச்சி நிறுவனம் சென்னை 113. முதல் பதிப்பு 2001.

57. தட்சிணாமூர்த்தி — தமிழர் நாகரிகமும் பண்பாடும் யாழ் வெளியீடு, தென்றல் குடியிருப்பு மூன்றாவது தெரு மேற்கு அண்ணாநகர், சென்னை 40 மறுபதிப்பு ஜூலை 2008.

58. தமிழ்நாட்டு வரலாற்றுக் குழு — தமிழ் நாட்டு வரலாறு பல்லவர் — பாண்டியர் காலம் (முதற் பகுதி) தமிழ் வளர்ச்சி இயக்க்கம் குறளகம் , சென்னை 600 108. முதற் பதிப்பு ஏப்ரல் 1990.

59. தமிழ்நாட்டு வரலாற்று — தமிழ்நாட்டு வரலாறு ஆசிரியர் குழு சோழப்பெருவேந்தர் காலம் (முதல் பகுதி) தமிழ் வளர்ச்சித் துறை குறளகம் , சென்னை 108 முதற்பதிப்பு ஜனவரி 1998.

60. தமிழ்நாட்டு வரலாற்று — தமிழ்நாட்டு வரலாறு ஆசிரியர் குழு, சோழப்பெருவேந்தர் காலம் (இரண்டாம் பகுதி) தமிழ் வளர்ச்சித் துறை குறளகம் , சென்னை 108 முதற்பதிப்பு 2000

61. தமிழ்நாட்டு வரலாற்று — தமிழ்நாட்டு வரலாறுவரைவுத் திட்ட வல்லுநர் குழு பாண்டியப் பெருவேந்தர் காலம், தமிழ் வளர்ச்சி இயக்ககம்,குறளகம் , சென்னை 108 முதல் பதிப்பு 2000

62. திருச்சிற்றம்பலம். சிவ — பெரியபுராணம் (உ.ஆ) கங்கைபுத்தக நிலையம், 23 தீனதயாளு தெரு, தியாகராய நகர்,சென்னை —600 017.முதல் பதிப்பு ஆகஸ்ட் 2006.

63. துரைசாமிப்பிள்ளை — சங்க இலக்கியம் —4 (உ.ஆ) பதிற்றுப்பத்து பத்துப்பாட்டு, சாரதா பதிப்பகம், சென்னை — 600 014. முதல் பதிப்பு : ஆகஸ்ட் 2012.

64. தேவநேயப்பாவாணர்.ஞா. — பண்டைத்தமிழ் நாகரீகமும் பண்பாடும் தமிழ்மண் பதிப்பகம் அகமது வணிக வளாகம்293, திரு.வி.க. நெடுஞ்சாலை இராயப்பேட்டை, சென்னை 14, 1966.

65. தேவநேயப்பாவாணர். ஞா. — பழந்தமிழாட்சி பதிப்பாளர் கோ,. இளவழகன் தமிழ்மண் பதிப்பகம் அகமது வணிக வளாகம் 293, திரு.வி.க. நெடுஞ்சாலை இராயப்பேட்டை, சென்னை 14, மறுபதிப்பு.

66. நடராசன். பி.ரா.— பதினொராந் திருமுறை மூலமும் உரையும் உமா பதிப்பகம் 171, பவளக்காரத் தெரு, மண்ணடி, சென்னை — 600 001. முதல் பதிப்பு ஆகஸ்ட் 2005.

67. நாராயணசாமி. அ.,(உ.ஆ) — நற்றிணை, திருநெல்வேலி தென்னிந்திய சைவ சித்தாந்த நூற்பதிப்புக் கழகம், சென்னை — 1 , 1967.

68. நீலகண்ட சாஸ்திரி. கே.ஏ. — சோழர்கள் புத்தகம் 2 நீயு செஞ் சுரி புக் ஹவுஸ் (பி) லிட், 41 —பி. சிட்கோ இண்டஸ்டிரியல் எஸ்டேட் அம்பத்தூர் சென்னை 600 098.

69. நொபொரு கராஷிமா — வரலாற்றுப் போக்கில் தென்னகச் சமூகம், சோழர் காலம் 850 — 1300 தமிழகத் தொல்லியல் கழகம் தஞ்சாவூர் 1995.

70. பாலசுப்ரமணியன் . மா., — சோழர்களின் அரசியல் கலாசார வரலாறு (பாகம் —1) தமிழ்நாட்டுப் பாடநூல் நிறுவனம், 1978.

71. பாலசுந்தரம் பிள்ளை. தி.சு. — பதினெண் கீழ்க்கணக்கு (உ.ஆ) மூலமும் உரையும் நாலடியார் திருநெல்வேலி சைவ சித்தாந்த நூற்பதிப்புக் கழகம்,லிமிடெட், 154, டி.டி.கே சாலை, சென்னை —600 018. மறுபதிப்பு டிசம்பர் 2007.

72. பாஸ்கரதாஸ் .புலவர் நேமி. — ஐஞ்சிறு காப்பியங்கள் (உரை) மூலமும் தெளிவுரையும் (முதல் தொகுதி) வர்த்தமானன் பதிப்பகம் தியாகராய நகர், சென்னை,17 முதற்பதிப்பு அக்டோபர் 2006.

73. பிள்ளை. கே.கே — தமிழக வரலாறும் மக்களும் பண்பாடும் உலகத் தமிழாராய்ச்சி நிறுவனம் தரமணி, சென்னை 600 113. மறுபதிப்பு 2004.

74. புருஷோத்தம்.வி.பி. — சங்க கால மன்னர் காலநிலை வரலாறு (தொகுதி —1) ஐந்திணைப்பதிப்பகம், சென்னை — 5, 1989.

75. புலியூர்க்கேசிகன் தெளிவுரை — கலிங்கத்துப்பரணி பாரி நிலையம் 90 பிராட்வே சென்னை 600108 மறுபதிப்பு 2010.

76. புலியூர்க்கேசிகன் (உ.ஆ) — சிலப்பதிகாரம், பாரிநிலையம் சென்னை —108, 1958

77. புலியூர்க்கேசிகன் (உ.ஆ) — பழமொழி நானூறு முல்லைநிலையம், சென்னை — 1 1996(இ.ப)

78. புலியூர்க்கேசிகன்— சங்க இலக்கியம் (தெளிவுரை) எட்டுத்தொகை பதிற்றுப்பத்து கங்கை புத்தக நிலையம் 23, தீனதயாளு தெரு, சென்னை — 600 017 முதல் பதிப்பு—ஜுன் 2010.

79. மங்கள முருகேசன் . ந. க., — சேரர் வரலாறு முல்லை நிலையம், சென்னை — 17, 1997.

80. மங்கள முருகேசன். ந. க., — சோழர் வரலாறு, முல்லை நிலையம், சென்னை — 17, 1998.

81. மாணிக்கவாசகரன்.ஞா. — புறநானூறு, உமா பதிப்பகம், சென்னை — 1 .1998

82. மாத்ருபூதேஸ்வரன் எஸ்.எஸ். — பரஞ்ஜோதி முனிவர் அருளிய திருவிளையாடற்புராணம், நர்மதா பதிப்பகம் நல்ல நூல் வெளியீட்டாளர்கள், 10, நானா தெரு, பாண்டிபஜார், தி. நகர்,சென்னை — 600 017. பதிப்பு ஜனவரி 2013.

83. மாதையன். பெ. — சங்க இலக்கியத்தில் வேளாண் சமுதாயம் நீயு செஞ்சுரி புக் ஹவுஸ் (பி) லிட், 41 —பி. சிட்கோ இண்டஸ்டிரியல் எஸ்டேட், அம்பத்தூர், சென்னை 600 098. இரண்டாம் பதிப்பு மார்ச் 2010.

84. மாதையன். பெ. — சங்க கால இனக்குழுச் சமுதாயமும் அரசு உருவாக்கமும் பாவை பப்ளிகேஷன்ஸ் எண் 142, ஜானி ஜான்கான் சாலை, இராயப்பேட்டை, சென்னை 600 014, நான்காவது பதிப்பு, டிசம்பர் 2012

85. மாரிமுத்து.ஆ., — நீதிநூற்கொத்து (2ஆம் பாகம்) மேகலைப் பிரசுரம், சென்னை — 17, இரண்டாம் பதிப்பு 1994.

86. முத்துலக்குமி. வே., — பண்டைத் தமிழ் இலக்கியங்களில் அறநெறிகள், அனிதா பதிப்பகம், திருச்சிறாப்பள்ளி — 620 002. 1999.

87. முருகன் .ப., — திருவள்ளுவரின் பொருளியல், சிந்தனைகள், நியூ செஞ்சுசி புக் ஹவுஸ், சென்னை — 98.

88. ராஜேந்திரன்.மு, — பாண்டியர் காலச் செப்பேடுகள், அகநி வெளியீடு, அம்மையப்பட்டு, வந்தவாசி — 604 408.முதல் பதிப்பு 2012.

89. வேங்கடசாமி. மயிலை. சீனி—பழங்காலத் தமிழர் வாணிகம், நியூ செஞ்சுரி புக் ஹவுஸ், சென்னை — 98, 1994.

90. வேங்கடேசன். ந. — கல்வெட்டுகளும் சில வரலாறுகளும் திருக்குறள் பதிப்பகம் 66 பெரியார் தெரு, எம்.ஜி.ஆர். நகர், சென்னை 600 078, முதற்பதிப்பு—2009.

91. வேலாயுதனார். மு.த., — கடல் வாணிகமும் தரை வாணிகமும் சேகர் பதிப்பகம், சென்னை —78, 1982.

92. ஜம்புலிங்கம்.அ. — சங்க கால வேந்தர்களின் சமுதாயப்பணி இந்துமதி பதிப்பகம் 3, லால் பேட்டைத் தெரு சிதம்பரம் — 608 001 முதற்பதிப்பு ஏப்ரல் 2003.

93. ஜெகதீசன். ஆ. — தமிழ் இலக்கியத்தில் கல்வெட்டியல் கூறுகள், வீ. பாலசுப்ரமணியன் 1/173, நடுத்தெரு, அதவத்தூர் (அஞ்சல்) சோமரசம் பேட்டை (வழி) திருவரங்கம் (வட்டம்) திருச்சி (மாவட்டம்) முதல்பதிப்பு ஆகஸ்ட்,2010.

94. ஸ்ரீசந்திரன். ஜெ. உ.ஆ — ஐம்பெருங்காப்பியங்கள் மூலமும் உரையும் முதல் பாகம் வர்த்தமாணன் பதிப்பகம் 40, சரோஜினி தெரு, தியாகராய நகர், சென்னை —17 புதிய பதிப்பு 2007.

95. — திருப்புகழ் சகுந்தலை நிலையம்171, பவளக்காரத் தெரு, மண்ணடி, சென்னை — 600 001.

96. — பல்லவர் செப்பேடுகள் முப்பது,தமிழர் வரலாற்றுக் கழகம், சென்னை — 28, 1966.

97. — பாண்டியர் செப்பேடுகள் பத்து, தமிழ் வளர்ச்சிக் கழகம், உலகத் தமிழ் ஆராய்ச்சி நிறுவனம், சென்னை — 108, 1999.

98. Y. Subbarayalu -Political Geography of the The State Department of Archaeology Government of Tamilnadu 1973.

99. South Indian Inscriptionsvolume -II,III,IV,V,VI,XIX,XIII,XXVI, The Director General Archelogical, Survey of India Janpath, New Delhi - 110 011. 1986,1991,1992.

அகராதிகள்

1. கந்தையா.ந.சி. — செந்தமிழ் அகராதி, மிழ்தம் பதிப்பகம், சென்னை, முதல் பதிப்பு 2003.

2. கழகப் புலவர் குழுவினர் — கழகத் தமிழ் அகராதி திரு நெல்வேலி சைவ சித்தாந்த நூற்பதிப்புக் கழகம், லிமிடெட்154, டி.டி.கே சாலை, சென்னை —600 018. 19ஆம் பதிப்பு 2004.

3. குமாரசுவாமிப்பிள்ளை. அ — இலக்கியச் சொல்லகராதி சந்தியா பதிப்பகம், சென்னை — 600 083.

4. கௌமாரீஸ்வரி — கௌரா தமிழ் அகராதி, சாரதா பதிப்பகம், இராயப்பேட்டை, சென்னை—600 014, முதல்பதிப்பு 2006.

5. சுப்பிரமணியன் .தி.நா. — கல்வெட்டுச் சொல்லகராதி, தமிழ் நாடு அரசு, தொல்லியல் துறை, சென்னை — 600 008. முதல் பதிப்பு 2011.

6. நாகலிங்க முதலியார். காஞ்சி — நா. கதிரைவேற்பிள்ளை, தமிழ் மொழி அகராதி Asian Educational Services New Delhi, Chennai, 13 ஆம் பதிப்பு 2005.

7. மதுரைத் தமிழ்ப் பேரகராதி, சந்தியா பதிப்பகம்,ஃபிளாட் ஏ, நீயுடெக் வைபவ், 57 —53 ஆவது தெரு, அசோக் நகர், சென்னை — 600 083. டிசம்பர் 2004.

8. லிப்கோ பேரகராதி, லிப்கோ பப்ளிஷர்ஸ் (பி) லிட், புதிய எண் 36, வடக்கு சாலை, மேற்கு சிஐடி நகர், சென்னை — 600 035, மறுபதிப்பு 2010.

9. GLOSSARY OF TAMIL INSCRIPTIONS, Volume I, II, Santhi Sadhana

10. 125, Chamiers Road, Chennai - 600 028.First Edition 2002 AD

11. Tamil Lexicon, University of Madras,

பின் இணைப்பு

வரி குறித்த விளக்கம் —Tamil lexicon Dictionary

வரியின் பெயர் **விளக்கம்**

- அங்காடிக்கூலி : ஒருவகை வரி
- அங்காடிப்பாட்டம் : கடைகட்குரிய வரி
- அச்சுவரி : பழைய வரிவகை
- அடி காசு : பழைய வரி வகை
- அடிசிற்புறம் : உணவிற்காக விடப்படும் இறையிலி நிலம்
- அடைச்சீட்டு : வரி ரசீது
- அம்பல வரி : வரிவரிசை
- அயன் தீர்வை : நிலவரி
- அரி : குடியிறை
- அரிசிக்காணம் : பழைய வரி வகை
- அரிமுக்கை : மூன்று கைப்பிடியாக எடுக்கப்படும் ருவகை நெல்லாயம்
- அளவுவர்க்கம் : ஒரு பழைய வரி
- அறுவரி : தவணையிற் செலுத்தும் வரி
- ஆமவர்க்கம் : வரிவகை
- ஆள்வரி : தலைவரி
- ஆனைக்கூடம் : பழைய வரிவகை
- இடைப்பாட்டம் : பழைய வரிவகை
- இடைவரி : எடை வரி, வரிவகை
- இரசகந்தாயம் : வரி
- இரேகை : அரசிறை
- இறுத்தல் : வரிமுதலியன கொடுத்தல்.
- இறுப்பு : குடியிறை
- இறை : அரசிறை
- இறைக்குடி : வரிகொடுப்போன்

- இறையிலி : வரிநீக்கப்பட்ட நிலம்
- இஸ்தவா : படிப்படியாக உயர்த்தப்படும் நிலவரி
- ஈழம் பூட்சி : ஒரு பழைய வரி
- ஊடுபோக்கு : ஒரு பழைய வரி
- ஊர்க்கழஞ்சி : ஒரு பழைய வரி
- ஊராட்சி : ஒரு பழைய வரி
- எடைவரி : நிறைல்மேல் விதிக்கப்படும் பழைய அரசிறை
- ஏர்க்காணிக்கை : ஏர்வரி
- ஒடுக்குப்படி : ஒரு பழையவரி
- ஒழுக்கு : ஆற்றுக்காற் பாசனவரி
- கச்சாத்து : நிலவரி
- கட்டாயம் : ஒரு பழைய வரி
- கடமை : குடியிறை
- கடன் : குடியிறை
- கடைக்கூட்டன் : ஒரு பழைய வரி
- கடையடைக்காய் ஒரு பழைய வரி
- கத்திக்காணம் : ஆயுதவரி
- கதிர்க்காணம் : ஒரு பழைய வரிவகை
- கரம் : குடியிறை
- கரைமானியம் : ஏரிக்கரை யைப் பழுதுபார்ப்பதற்கு வேண்டிய ஆட்களைக்கூட்டுவதற்கு விடப்பட்டது
- கலால்தீர்வை : கள்வரி
- கறை : குடியிறை
- கறையோர் : வரிசெலுத்துவோர்
- காசுகடமை : ரொக்கவரி
- காட்சி : எருதுக்காசு ஒரு பழைய வரி
- காட்சிவரி : காட்சிகளின்பொருட்டு ஏற்பட்ட வரி.
- காணிக்கடன் : நிலவரி

- காணிமானியம் : சர்வமானியம். கிராமப் பங்காளிகளுக்குப் பொதுவான மானியம்.
- கார்த்திகைக்காசு : ஒரு பழைய வரி
- கார்த்திகைப்பச்சை : ஒரு பழைய வரி வகை
- கார்த்திகையரிசி : பழைய வரி வகை
- காராண்மை : நிலத்தைப் பயிரிடுங் குடியுரிமை
- காரியவாராய்ச்சி : ஒரு பழைய வரி
- காலளவுப்பாட்டம் : காலளவின்பேரில் விதித்துவந்த ஒரு பழையவரி.
- கிபாயத்து : இலாபம்
- கீழ்வாரப்பச்சை : ஒரு பழைய வரி
- குசக்காணம் : குயவர் செலுத்திவந்த பழைய வரி
- குடிமை : குடிகளிடமிருந்து பெறும் ஒருவகை வரி.
- குடியிறை : குடிகள் செலுத்தும் வரி.
- குமரகச்சாணம் : பழைய வரிவகை
- குளவடை : பழைய ஏரிவரி
- கைச்சாத்து : ரசீது
- கொம்புக்கடமை : மீன்படகுக்கு உரிய வரி
- கொற்றிலக்கை : ஒரு பழைய வரி
- சங்கேதம் : கோயிலுக்கு இறை யிலியாக விடப்பட்ட மானிய நிலம்.
- சம்படம் : ஒரு பழையவரி
- சம்மாதம் : ஒரு பழைய வரி
- சம்மானம் : மானியமாக விடப்பட்ட நிலம்.
- சமீந்தார் : குடிகளிடம் தாமே வரிவசூலித்துக் கொண்டு சர்க்காருக்கு மொத்தவரி செலுத்திப் பூமியை ஆள்வோர்.
- சர்வமானியம் : எவ்வகைத் தீர்வையுமில்லாது அனுபவிக்கப் படும் நிலம்
- சாசனம் : இறையிலி நிலம்
- சாத்துவரி : கள்ளிறக்கும் மரங்களுக் கிடும் வரி.
- சாயர் : நிலவரி நீங்கிய மாமூல் தீர்வை. தீர்வை வசூலிப் பவர்

- சாலிபகுதி : கடைகளுக்கு விதிக்கும் வரிவகை.
- சாற்றுவரி : கள்ளிறக்கும் மரவரி.
- சில்லறைகூடுதல் : தஞ்சாவூர் ஜில்லாவில் முகம்மதிய இராசங்கத்தில் ஏற்பட்ட தீர்வை மிகுதி.
- சிறைத்தீர்வை : அடிமைவரி
- சீவிதம் : சீவனா தாரமாகவிடப்பெற்ற இறையிலி நிலம்.
- சுவர்ணாதாயம் : நிலமுதலியவற்றினின்று வரும் ரொக்க வரும்படி.
- சுற்கம் : வரி
- சூலவரி : பழைய வரிவகை
- செக்காயம் : பழைய வரி வகை
- செட்டியிறை : வியாபாரிகட்கு விதிக்கப்பட்ட பழைய வரி
- செய்க்கடன் : நிலவரி
- செயர் : வீட்டுவரி சந்தை வரி முதலிய பலவகை வருவாய்.
- சேர்மானக்காரன் : வரிவசூலிக்கும் உத்தியோகஸ்தன்
- சோறுமாட்டு : பிற்காலச் சோழர்காலத்து வழங்கிய வரிவகை
- டவுல்கணக்கு : வரி செலுத்துவோனுக்குக் கொடுக்கும் தீர்வை விவரக்கணக்குக் குறிப்பு.
- தசபந்தம் : வரியில் பத்தில் ஒரு பங்கை குளம் வெட்டுதல் முதலிய பொது தருமங்களுக்கு செலுத்த வேண்டும்.
- தசிவம் : வரி வசூலிக்கும் உத்தியோகஸ்தர் செலுத்தற்குரிய வரிபாக்கி
- தட்டார்பாட்டம் : தட்டார் இறுக்கும் அரசிறைவகை.
- தட்டுக்காயம் : முற்காலத்து வழங்கிய வரிவகை.
- தண்டக்கூற்றம் : வரிவகை
- தண்டப்பேர் : குடிகளிடமிருந்து வாங்கும் வரியின் பட்டிகை
- தண்டம் : வரி
- தண்டல் : தீர்வை வசூல் செய்வோன்.
- தண்டலாளன் : வரி தண்டுவோன்
- தண்டலி லக்கை : பழைய வரிவகை

- தண்டற்கடமை : வரிதண்டுவோர் மீதிட்ட பழையவரி வகை
- தண்டி : தண்டற்காரன்
- தரகுபாட்டம் : தரகரிடமிருந்து கொள்ளும் வரி.
- தரம்ஜாஸ்தி : அதிகவரி
- தரவு : வரி
- தலைக்கட்டுவரி : குடும்ப வரி
- தலைவரி : ஆள்வரி
- தவணை : தொகை செலுத்துதல் முதலியவற்றிற்கு ஏற்படுத்திய கெடு.
- தளைக்காணம் : வரிவகை
- தறிக்கடமை : நெசவுத்தறிகட்கு இட்ட வரி.
- தறிப்புடவை : ஒரு பழைய நெசவு வரி
- தாப்படியரிசி : வரிவகை
- தாரிகம் : தீர்வை
- திங்கட்காசு : மாதந்தோறும் தண்டிவந்த ஒரு பழைய வரி
- திமிர்வரி : தண்ட வரி
- திரிசூலக்காசு : பழைய வரி வகை
- திருமுகக்காணம் : பழைய வரி வகை
- திரைக்காசு : பழைய வரி வகை
- தீர்தல் : வரிபோடுதல்
- தீர்வை : வரி
- தூசகத்தறி : முற்காலத்து வழங்கிய வரிவகை
- தொழில் வரி : தொழில்பற்றி விதிக்கும் வரி
- நதநீர்வரி : காடாரம்பங்களில் ஆற்றுநீர்ப்பாய்ச்சலுக்காகத் தண்டப்படும் நீர்வரி
- நல்லா : முற்காலத்திற் பசுக்களின்மேல் விதிக்கப்பட்டிருந்த வரிவகை
- நல்லெருது : பழைய காலத்தில் எருதுகளின் மேல விதிக்கப் பட்டிருந்த வரிவகை.
- நாட்டுபாதி : ஒரு பழைய வரி

- நாடுதல : வாரிக்கை வரிவகை
- நிலவரி : அரசாங்கத்தினர்க்குச் செலுத்தும் பூமிவரி
- நிலைநீர்ப்பாட்டம் : ஏரிப்பாய்ச்சல் வரி.
- நீர்முழுகியினாம் : நீர்முழுகிக்குக் கொடுக்கப்படும் இறையிலி நிலம்
- நீராணி : பழையகாலத்து நீர்வரி
- பஞ்சவாரவூரிடுவரி : ஒரு பழைய வரி
- பஞ்சுப்பீலி : பஞ்சு சம்பந்தமான ஒரு பழையவரி.
- படையிராசன் : ஒரு பழைய வரி
- பரவைப்புல்வரி : பரந்த புற்றரையில் கால்நடைகள் மேய்தற்குக் கொடுக்கும் வரி
- பலபட்டடை : வியாபாரிகட்கும் தொழிலாளிகட்கும் இடும் பொதுவரி
- பன்னு : இறுக்கப்படும் வரிப்பணம்
- பாசிப்பாட்டம் : மீன்பிடிப்பதற்கு இடும் வரி
- பாசிவரி : மீன் பிடித்துக்கொள்வதற்குக் கொடுக்கும் வரி.
- பாட்டம் : வரி
- பாண்டிவரி : முற்காலத்துள்ள வரிவகை
- பால்தரகு : கால்நடை வரிவகை
- பாறைக்காணம் : பாறை சம்பந்தமான பழைய வரிவகை. பில்மத்தா வரி விதிக்கப்பட்ட மரவடை
- புகைவரி : வீட்டுவரிவகை.
- புதாநாழி : பழைய வரிவகை
- புரவு : அரசனால் அளிக்கப்பட்ட இறையிலி நிலம்.
- புரவுபொன் : புரவு வரி, அரசிறை
- புல்லரி : மேய்ச்சல் வரி
- புல்லரிச்சாவி : புல் முளையாத காலத்துச்செய்யும் வரிநீக்கம்
- புல்லுவரி : மேய்ச்சல் வரிவகை
- புள்ளிச்சோறு : விளைவுமதிப்பிடும் அதிகாரிகள் பொருட்டு வாங்கும் பழைய வரி வகை.
- பூட்சி : வரிவகை

❖ தமிழகத்தின் வருவாய் : முனைவர் தா.ஜெயந்தி

- பேஷ்கிஸ்தி : ஜமீந்தார் கட்டும் வரி.
- பைசல்புல்வரி : மேய்ச்சற் புல்லுக்கு இடும் தீர்வை.
- பைசாவரி : சேலம் ஜில்லாவில் காலணா அளவாக வசூலிக்கப்பட்டுவந்த ஆள்வரி
- பொறுப்பு : வரி
- பொன்வரி : பழைய வரிவகை
- போர்ப்பிச்சை : திருப்பணிக்காகக் களத்தில் தண்டப்படும் பழைய வரிவகை
- மகமை : கோயில் சத்திரம் முதலியவற்றின் செலவிற்காக செலுத்தும் வரி
- மகமை : பழைய நிலவரி வகை
- மகன்மை : பழைய வரிவகை
- மடக்குவரி : இரண்டாம்போகத்தின்மேல் விதிக்கும் வரி
- மரவடை : மரத்திற்குரிய வரி
- மன்னினை : வரி
- மனையிறை : வீட்டுவரி
- மனைவரி : வீட்டுவரி
- மிளகுத்தரகு : மிளகு வியாபாரிகள் கொடுக்கும் வரி.
- மிறை : அரசிறை
- மீன்ப்பாட்டம் : மீன்பிடித்தற்குரிய வரி
- முகம்பார்வை : பழைய வரிவகை., சுங்கசாலை
- முற்றூட்டு : சர்வமானியம்
- முறைப்பாடு : அர்சிறை
- முனாசிப் : நியாயமான வரி
- மேட்டி : கிராமத் தலைவனுக்கு விடப்பட்ட மானியம்
- மேனிப்பொன் : பழைய வரிவகை
- மொகதர்பா : தொழில் வரி
- மோட்டுவரி : வீட்டுவரி
- மோதரிபா : தொழில் வரி
- மோரம் : பழைய வரிவகை
- யவனம் : வரிவசூலதிகாரியிடம் செலுத்தும் வரிப்பணம்.

- ராஜகரவுபாதி : அரசாங்க வுத்தியோகத்தி னருக்குச் செலுத்தும் வரி
- ரூசூவெட்டா : தஞ்சாவூர் ஜில்லாவில் சில கிராமங்களிலுள்ள ஜாகீர்நிலங்களுக்கு முற்காலத்தில் விதிக்கப்பட்ட வரி
- ரூபாவரி : தோட்டக்கால் களுக்கு விதிக்கும் வரிவகை
- லாகிராஜ் : இறையிலி நிலம்.
- வட்டிநாழி : ஒரு பழைய வரி
- வண்ணார்வரி : வண்ணாரிடமிருந்து பெற்றுவந்த பழைய வரிவகை
- வந்தியிறுத்தல் : பலவந்தத்துக்கு உட்பட்டு வரிமுதலியன இறுத்தல்
- வரவை : வரி
- வரி : குடியிறை
- வரிக்காரன் : வரிவாங்குபவன்
- வரிக்காரன் : வரி கொடுப்பவன்
- வரிசோறு : வரிவகை
- வரிப்பணம் : குடியிறை
- வரிப்பொத்தகம் : அரசிறைக் கணக்குக்குறிப்பு
- வரிவை : குடியிறை விதித்தல்
- வருமானவரி : வரும்படியின்மேல் விதிக்கும் அரசிறை
- வலைவரி : மீன்பிடிப்போருக்கு இடும் வரி.
- வாசல் வினியோகம் : பழைய வரிவகை
- வாடாக்கடமை : திட்டமான வரி
- வாய்தா : வரி
- வாரம் : குடியிறை
- வாரமரக்கலம் : ஒருவகை வரி
- வால்தரகு : கால்நடைகளுக்கு விதிக்கும் வரி.
- வாலமஞ்சாடி : பழைய வரிவகை
- வாற்றரகு : வால்தரகு
- விடைப்பேறு : பழைய வரிவகை
- விபூதிக்காணிக்கை : பழைய வரிவகை

- விருத்துப்பட்டிகை : பழைய வரிவகை
- விருக்ஷப்பாட்டம் : மரவரி
- வில்வரி : பழைய வரிவகை
- விலைத்தண்டம் : பழைய வரிவகை
- விலைத்தரம் : நெல்வரியை ரொக்கவரியாக மாற்றிவந்த பணவரி
- விற்பணம் : வில்லின் பொருட்டுச் செலுத்தும் வரி.
- வீட்டுவரி : வீட்டுக்காகச் செலுத்தும் வரி
- வீரபோகம் : பழைய வரிவகை
- வெட்டி : பழைய வரிவகை
- வெட்டிக்காசு : பழைய வரிவகை
- வெட்டிச்சோறு : பழைய வரிவகை
- வெட்டிப்பாட்டம் : பழைய வரிவகை
- வெட்டிப்புடவை : பழைய வரிவகை
- வெட்டிவரி : பழைய வரிவகை
- வெட்டிவேதினை : பழைய வரிவகை
- வேகாரி : பழைய வரிவகை
- வேலிப்பயறு : பழைய காசாயவரி வகை
- ஜமை : இறைப் பணம்
- ஜஸியா : முகம்மதியமன்னரால் முகம்மதியரல்லாதாரிடமிருந்து வஞூலிக்கப்பட்டு வந்த தீர்வை வகை.
- அச்சதறி : பழைய வரிவகை
- அச்சுக்காவலி : பயிர்களின் பாதுகாப்புக்காகக் குடிகள் முற்காலத்துப் பாளையக்காரருக்குச் செலுத்திய வரி
- அஞ்சிமூலம் : வரிவகை
- அட்டுக்கிறை : வரிவகை
- அடாவரி : அநியாய வரி
- அணியிடுவான்வரி : பழைய வரி வகை
- அதிகாரப்பேறு : வரிவகை
- அதிகாரப்பொன் : பொன்னாணய மாக வாங்கும் ரிவகை
- அந்தரவினியோகம் : வரிவகை

- அம்பலமானியம் : கிராமத்தலைவன் அனுபவிக்கும் இறையிலி நிலம்.
- அயன் நிலம் : அரசாங்கத்தாருக்கு நேராக வரி செலுத்தற்குரிய நிலம்
- அரக்கல் : அரசிறைத்தவணை.
- அரசுபேறு : அரசனுக்குரிய இறை.
- அரிகூலி : பழைய வரி வகை
- அரிகொழி : பழைய வரி வகை
- அரிசித்துண்டம் : பழைய வரி வகை
- அரிவாட்பதக்கு : பழைய வரி வகை
- அருந்தோடு : வரிவகை
- அரைக்கால்வாசி : பழைய வரி வகை
- அவசரவர்த்தனை : பழைய வரி வகை
- அழகெருது : வரிவகை
- அழுகற்சரக்கு : அழுகக்கூடிய சரக்குகளுக்கு விதிக்கும் வரி.
- அழுகிச்சேதம் : வெள்ளத்தாலுண்டாகும் பயிர்ச்சேதத்திற்குச் செய்யும் வரிவஜா
- அனுப்பு : பழைய வரி வகை
- ஆகாமி : சுவர்ணாதாயம்
- ஆசாமிவாரி : இசாப் அடங்கற்கணக்கு.
- ஆசீவக்காசு : பழைய வரி வகை
- ஆட்டுக்கிறை : ஆட்டுவரி
- ஆட்டுவரி : ஆட்டிற்கு விதிக்கப்படுந் தீர்வை.
- ஆண்டெழுத்துத்தேவை : பழைய வரி வகை
- ஆத்திறைப்பாட்டம் : கால்நடை வரி
- ஆதிக்கப்பேறு : வரி வகை
- ஆதிரைப்பிள்ளையார் நோன்பு : பழைய வரி வகை
- ஆராட்சி : பழைய வரி வகை
- ஆள்நெல்லு : வரி வகை
- ஆற்றங்கரைத்தேவை : வரி வகை

- ஆற்றுப்பாட்டம் : வரி வகை
- இடத்துறை : சுவர்ணாதாயவகை
- இரட்டைவரி : ஒரேநிலத்துக்காகச் சர்க்காருக்கும் ஸ்தலஸ் தாபனங்களுக்கு... செலுத்தும் வரி.
- இராயசவர்த்தனை : வரிவகை
- இராவுத்தராயன் : வரிவகை
- இருப்புக்கட்டி : வரிவகை
- இலைக்கூலம் : வரிவகை
- இறைச்சோறு : வரிவகை
- இறைப்புணைப்படுதல் : ஒருவன் இறுக்கவேண்டும் வரிக்குப் புணை கொடுத்தல்
- இறைமொழி : வரியிடு வதற்காக நிலத்தை அளக்க உபயோகிக்கும் அளவு கோல்.
- இனவரி : பழைய காசாயவரிவகை
- ஈழம் புஞ்சை : வரிவகை
- ஈழற்கடி வரி : வரிவகை
- உகப்பார்பொன் : வரிவகை
- உகவைப்பொன் : காசாயவகை.
- உட்கோள் : வரி
- உட்சேவகம் : வரிவகை
- உப்பாயம் : உப்புவரி
- உப்புக்காசு : பழைய வரிவகை
- உபயம் : பழைய சுவர்ணாதாயவகை.
- உபயமார்க்கம் : வரிவகை.
- உரல்வரி : வரிவகை.
- உலாவுகாட்சை : வரிவகை.
- உவச்சவரி : உவச்சரிடமிருந்து வாங்கும் வரி.
- உழுதான்குடி : பழைய வரிவகை
- உள்வரி : சிற்றாயம்
- உறுபாதை : வரிவகை
- ஊசிவாசி : பழைய வரிவகை

- ஊத்தைப்பாட்டம் : வரிவகை
- ஊமையாமொழி : பழைய வரிவகை
- ஊர்க்கலனை பழைய வரிவகை
- ஊர்க்கீழிறையிலி : கிராமக்கணக்கிற் சேர்ந்த வரியில்லா நிலம்.
- ஊர்ச்சரிகை : வரிவகை
- ஊரெட்டு : வரிவகை
- எக்கடமை : வரிவகை
- எடுத்துக்கொட்டி : ஒருவகை நெல்லாயம்
- எண்ணைப்பந்தம் : வரிவகை
- எருமைப்பொன் : வரிவகை
- எழுத்துவினியோகம் : வரிவகை
- ஏணிக்காணம் : மரத் தீர்வை
- ஏர்க்காடி : வரிவகை
- ஏர்ப்பொன் : வரிவகை
- ஏல்வை : வரிவகை
- ஒட்டு : வரி
- ஓட்டச்சு : பழைய வரிவகை
- கடையிறை : பழைய வரிவகை
- கண்காணி : மேற்பார்வையிடுதற்குரிய நெல்வரி.
- கண்காணிக்கணக்கர் முதல் : பழைய வரிவகை
- கண்கூலி : பழைய வரிவகை
- கண்ணிட்டுக்காணம் : பழைய வரிவகை
- கணக்கப்பேறு : நெல்லாயவகை.
- கணக்கிலக்கை : வரிவகை
- கருவிபணம் : வரிவகை
- கருவூலவரி : வரிவகை
- கல்லாயம் : வரிவகை
- காசுகொள்ளாவிறையிலி : ஒருவகை வரியுமின்றி அளிக்கப் பட்ட நிலம்.
- காட்டாள்காசு : வரிவகை

- காணிவெட்டி : வரிவகை
- காமம் : இறை
- காலத்தேவை : பழைய வரிவகை
- காவல்புரப்பு : அரசாங்கத்திற்குச் செய்த குற்றத்திற்காக விலக்கப்பட்ட ஒரு வரி
- குடநாழிகள் : வரி
- குதிரைவரி : வரிவகை.
- குதிரைவிலாடம் : வரிவகை.
- குரப்புவெட்டி : வரிவகை
- குலைவெட்டி : வரிவகை
- குழிவரியேற்றுதல் : அரசிறையிடுதல்
- கூலம் : நெல் எள்ளு துவரை முதலியவற்றிற்கு விதிக்கும் வரி.
- கூற்றுநெல்லு : தானியக் கடமைகளு ளொன்று
- கெடுபாதை : வரிவகை
- கேள்விமகமை : வரிவகை
- கைக்கணக்குமுதல் : பழைய வரிவகை
- கையேற்பு : பழைய வரிவகை
- கொட்டைக்கூலி : வரிவகை
- கொடிக்கடமை : வரிவகை
- கொள்வரி : நெல்லாயவகை
- கோப்பதவாரம் : அரசர்க் குரிய இறை
- கோல்நிறைகூலி : வரிவகை
- கோற்கூலி : வரிவகை
- சந்திவிக்கிரகப்பேறு : வரிவகை
- சாசனம் : இறையிறாதவூர்.
- சாட்டுவரி : வரிவகை
- சாரடை : வரிவகை
- சிறுசுங்கம் : வரிவகை
- சிறுபாடிகாவல் : வரிவகை
- சிறுவேட்டை : வரிவகை

- செக்குமன்றாடி : வரிவகை
- செங்கொடிக்காணம் : பழைய வரிவகை
- சென்னீர்வெட்டி : வரிவகை
- சென்னீரமஞ்சி : வரிவகை
- சேவகக்காசு : பழைய வரிவகை
- சோறுமாடு : பழைய வரிவகை
- தச்சதுலாம் : பழைய வரிவகை
- தட்டடுவு : வரிவகை
- தட்டொலி : வரிவகை
- தடிப்பதக்கு : பழைய வரிவகை
- தண்டல்மேனி : வரிவகை
- தண்டலிற்கடமை : வரிவகை
- தண்டாளர் முதல் : பழைய வரிவகை
- தண்டைப்பூடு : இராணுவவரிவகை
- தலையரை : வரிவகை
- தவணைக்காடி : வரிவகை
- தறுதம்பு பழைய : வரிவகை
- தனப்பணம் : வரிவகை
- தானமானியம் : மானியமாக விட்ட நிலத்தின்மேல் வாங்கப் படுந் தீர்வை.
- தானியவர்க்கம் : தானியமாக ஏற்பட்ட வரி.
- திங்கட்சோறு : வரிவகை
- திங்கள்நெய் : வரிவகை
- திங்கள்மோகம் : வரிவகை
- திருமுன்காட்சி : வரிவகை
- துலாக்கூலி : வரிவகை
- துலாபாரவரி : வரிவகை
- தெண்டந்தீர்வை : அபராதமாக விதிக்கும் வரி
- தேவகுடிமை : பழைய வரிவகை
- தேஜமானியம் : காசாயவகை
- தோணிக்கடமை : தோணிக்கு வாங்கும் வரி
- தோரணக்காணிக்கை : வரிவகை

- தோலொட்டு : வரிவகை
- நத்தவரி : பழைய வரிவகை
- நல்லாடு : பழைய வரிவகை
- நல்லெருமை : பழைய வரிவகை
- நற்கிடா : பழைய வரிவகை
- நற்பசு : பழைய வரிவகை
- நாட்டுக்காணிக்கை : பழைய வரிவகை
- நாட்டுவினியோகம் : பழைய வரிவகை
- நாடுகாவல் : வரிவகை
- நாள்மாடை : பொன்னாயவகை
- நிலக்காணிக்கை : வரிவகை
- நீர் நிலக்காசு : பழைய காசாய வகை
- நூலாயம் : வரிவகை
- நெட்டாள் : வரிவகை
- நெய்விலை : வரிவகை
- பச்சைப்பணம் : வரிவகை
- பட்டடைவரி : பழைய வரிவகை
- பட்டிக்காடி : வரிவகை
- பட்டிக்கால் : வரிவகை
- பட்டிகைக்காணம் : பழைய வரிவகை
- பட்டித்தண்டம் : வரிவகை
- பட்டிப்பொன் : காசாயவகை.
- பட்டிறைப்படுதல் : அரசிறை செலுத்தப்படாது போதல்
- பட்டோலைக்காசு : காசாயவகை
- படாங்கழி : வரிவகை
- படைப்பணம் : வரிவகை
- பண்குறுணி : வரிவகை
- பண்டவெட்டி : வரிவகை
- பண்ணிக்கக்கூலி : வரிவகை
- பணவர்க்கம் : காசாயம்.

- பண்வாசி : பழைய வரிவகை
- பதுவாரம் : வரிவகை
- பறைத்தறி : பழைய வரிவகை
- பறையிறை : காசாயவகை
- பன்மை : காசாயவகை
- பிதாநாழி : பழைய வரிவகை
- புரவு : நிலவரி
- புரவுநெல் : நெல்லாகச் செலுத்தும் நிலவரி
- புல்லந்தி : வரிவகை
- புலவரி : பழைய வரிவகை
- புழுகுகடமை : பழைய வரிவகை
- புழுகுவரி : பழைய வரிவகை
- புறக்கடமை : பழைய வரிவகை
- புறக்கலனை : பழைய வரிவகை
- புறம்பு : பழைய வரிவகை
- புறவெட்டி : பழைய வரிவகை
- பெருவரி : காசாயவகை.
- பேர்க்கடமை : ஆள்வரிவகை.
- பேர்வரி : தலைவரி
- பேறாளன் : நிர்ப்பந்தித்து வரி தண்டுவோன்.
- பொற்பூ : பழைய வரிவகை
- மண்மதில் : வரிவகை
- மதில்தேவை : வரிவகை
- மந்தைப்பணம் : மேய்ச்சல் வரி
- மரமச்சாதிவிலை : வரிவகை
- மனைப்பணம் : வீட்டுவரி
- மாட்டுக்கறை : வரிவகை
- மாடைக்கூலி : வரிவகை
- மாதப்படி : வரிவகை
- மாதாரிக்கம் : வரிவகை

❖ தமிழகத்தின் வருவாய் : முனைவர் தா.ஜெயந்தி

- மாப்பட்டடை : வரிவகை
- மாப்பணம் : வரிவகை
- மாப்பதக்கு : வரிவகை
- மாமகம் : காசாயவகை
- மாவிறை : வரிவகை
- முட்டி : வரிவகை
- முத்தாவணம் : வரிவகை
- முதற்றிரமம் : வரிவகை
- முப்பறமுந்நாழி வரிவகை
- முழவரிசை : வரிவகை
- முன்னிடும்பணம் : பழைய வரிவகை
- மேராழி : காசாயவகை
- மேலடி : தானியமாகச் செலுத்தும் இறை
- மொஹதர்பா : தொழில்வரி
- மோனம்பாட்டம் : வரிவகை
- வகைப்பேறு : வரிவகை
- வலங்கையிடங்கை : மகன்மை பழைய வரிவகை
- வாசல்பணம் : பழைய வரிவகை
- வாரக்காணம் : வரிவகை
- விடைப்பேர் : வரிவகை
- விபூதி : வரிவகை
- விற்காயம் : வரிவகை
- வீட்டுத்தேவை : வரிவகை
- வீடுகொள்ளுதல் : வரி முதலியன நீங்கப்பெறுதல்.
- வீரசேஷை : வரிவகை
- வெள்ளவாரிகம்மி : வெள்ளச்சேதத்திற்காகச் செய்யும் ரித்தள்ளுபடி
- வெள்ளாண்வெட்டி : வரிவகை
- வெள்ளைவாரி : வரிவகை
- வேண்டுகோள்வரி : வரிவகை